சந்தியா
பதிப்பகம்

வண்ணதாசன் என்கிற கல்யாண சுந்தரம் பிரிட்டிஷ் இந்தியாவில் *22.08.1946*இல் பிறந்தவர். பொதுவுடைமைக் கட்சியின் இதழாகிய 'தாமரை'யின் தொடக்ககால ஆசிரியர் தி.க. சிவசங்கரனின் மகன். திருநெல்வேலியில் 21E சுடலை மாடன் தெரு இவரது ஜென்ம பூமி. இதே தெருவின் எண் *28*இல் இளம் பருவத் தோழனாய் இருந்தவர் கலாப்ரியா. கலாப்ரியாவுக்கு இவர் கல்யாணி அண்ணன். இன்றுவரை இலக்கியத்தில் தனக்கு முன்னோடியாக வழி காட்டியாக 'கல்யாணி அண்ணனைத் தான் சொல்லிக் கொண்டிருக்கிறார். வண்ணநிலவனும் விக்ரமாதித்யனும் சமகால எழுத்தாளர்கள்; தோழர்கள்; ஊர்க்காரர்கள். தமிழ்ச் சிறுகதை உலகில் *50* ஆண்டுகள் நிறைவு செய்த பின்னும் தளர்வின்றித் தடம் பதித்து வரும் வண்ணதாசன் தனது கவிதைகளுக்கு 'கல்யாண்ஜி' என்ற புனைபெயரைத் தழுவிக்கொள்கிறார். *26* வருடங்கள் வங்கியில் பணி புரிந்தாார். வங்கி வாழ்க்கை எவ்விதத்திலும் அவரது இயல்பு வாழ்க்கைக்கு எதிராக இருந்ததில்லை என்பதை அவரது படைப்புகள் நிரூபண சான்றா வணங்களாக மெய்ப் பிக்கின்றன. பணி இட மாற்றங்களின் பொருட்டு நகர்ந்து சென்ற இடங்களில் காணும் மனிதர்களே வாழ்க்கை சார்ந்த தேடலின் பாடமாகவும் பாடபேதங்களாகவும் இருந்துள்ளனர்.

'நான் பயணித்த தூரம் குறைவு, பார்த்த இடங்கள் குறைவு' என்று நேர்ப்பேச்சுகளில் இவர் கூறி வந்தாலும் எதிர்ப்படும் மனித முகங்கள் ஒவ்வொன்றும் இவருக்கு ஒவ்வொரு உலகத்தைவிட்டுச் செல்கின்றன. அந்த ஒவ்வொரு உலகத்தின் பெருமூச்சும் பெருவியப்பும் இவருக்கு அனுபவங்களாகின்றன.

மனித உணர்வுகளின் நோக்கை நுண்ணுணர்வைக் கண்டு சொல்கிற விந்தைக் கலைஞன் வண்ணதாசன் என்றால் அவற்றை அவர் பதிவு செய்யும் மொழியோ பிசிறற்றது; அசலானது. நம்மைப் பின்னிப் பிணைக்கும் வாய்மை நிறைந்த மாய வலை அது.

இதில் சிக்குண்டோர் பலர். அவர்களுக்குள்ளும் அன்பு விளியாக இவரை 'ஆசான்' என்று அழைக்கிறார் கவிஞர் சாம்ராஜ். 'அப்பா' என்றழைக்கிறார்கள் கவிஞர் இசையும் கவிஞர் வெண்ணிலாவும். ஆரவாரமற்ற உடல்மொழியும் மொழிநடையும் கொண்ட வண்ணதாசனின் மண்டலம் மென்னிழைகளாலும் மென்மொழியாலும் கட்டப் பட்டிருந்தாலும் அதில் உட்பொதிந்திருக்கும் வீர்யத்தையும் கனலையும் ஆவேசத்தையும் கண்டுணர்ந்து வெளிப் படுத்தி எழுதியவர் தமிழ்ச்செல்வன். 'வாழ்க்கைக்கென்ன அது பாட்டுக்கு என்னென்னவோ சொல்கிறது. வாழ்க்கை மாதிரி அலுக்காத கதை சொல்லி கிடையவே கிடையாது' என்று பேசுகிற வண்ணதாசனின் கதைகளும் கவிதைகளும் கடிதங்களும் மனித வாழ்க்கையையும் அதன் அனைத்து சாத்தியப்பாடுகளையும் நமக்கு வாரி வழங்கிக் கொண்டிருக் கின்றன. 'தானாக நிகழ்வதுதான் தரிசனம்' என்கிற லாசராவின் வரிகள் வண்ணதாசனின் வாழ்வுக்கும் அவரை வந்தடைகிற வாசகர்களுக்கும் முற்றிலும் பொருந்தும் எனச்சொல்லத் தோன்றுகிறது.

சந்தியா நடராஜன்

நாபிக் கமலம்

வண்ணதாசன்

சந்தியா பதிப்பகம்
சென்னை - 83.

நாபிக் கமலம்
© வண்ணதாசன்

முதற்பதிப்பு: 2015

இரண்டாம் பதிப்பு : 2024

அளவு: டெமி ● தாள்: 60 gsm ● பக்கம்: 160
அச்சு அளவு: 11 புள்ளி ● விலை: ரூ. 190/-
அச்சாக்கம்: அருணா எண்டர்பிரைஸஸ்
சென்னை - 40.

சந்தியா பதிப்பகம்
புதிய எண் 77, 53வது தெரு, 9வது அவென்யூ,
அசோக் நகர், சென்னை - 600 083.
தொலைபேசி: 044 - 24896979, 98409 52919

ISBN: 978-93-84915-49-0

Naabi Kamalam
© Vannadhasan

First Edition: 2016 ● Pages: 160

Printed at Aruna Enterprises.,
Chennai - 40.

Published by
Sandhya Publications
New No. 77, 53rd Street, 9th Avenue, Ashok Nagar,
Chennai - 600 083. Tamilnadu.
Ph : 044 - 24896979

Price Rs. 190/-

sandhyapathippagam@gmail.com
sandhyapublications@yahoo.com
www.sandhyapublications.com

முன்னுரை

'நாபிக் கமலம்' வரை வந்துவிட்டிருக்கிறேன்.

எல்லாத் தனி நெருக்கடிகளுக்கும் துயருக்கும் இடையே இந்தக் கதைகளை நான் எழுத நேர்ந்தது போல, எல்லாப் பொது நெருக்கடிகளுக்கும் துயருக்கும் இடையிலே இந்தக் கதைகளின் தொகுப்பு வர நேர்கிறது. புரட்டப்படும் தோட்டப் பாறைகளின் அடி ஈரத்தடியில் நெளியும் மண்புழுக்களும், சாய்ந்த பெருமரங்களின் வேரில் செம்மண்ணில் புற்றுப் படர்ந்து வரியிடும் கரையான்களும் உயிர்ப்பின் தீராத அடையாளம் எனில் என்னுடைய இந்தத் தொகுப்பும் ஒரு உயிரி என்றும் என் கதைகளுக்கும் அந்த 'ஊர்ந்துகொண்டே இருக்கும் உயிரின் அழகு' உண்டென்றும் கொள்ளலாம்.

மகப் பேறு கழிந்த ஒரு தாயிருக்கும் எங்கள் சுடலைமாடன் கோவில் தெரு வீட்டில் ஒரு பிரசவ வாடையை உணர முடிந்தது எனில், சிதம்பரம் நகர் பத்தொன்பதாம் நம்பர் வீட்டின் ஒரு அறையில் புழங்கிக் கொண்டிருந்த ஒரு எண்பத்தொன்பது வயது மனிதனின் முதுமை வாடையும் உணர முடியும் ஒன்றாகவே இருக்கிறது. துளிர்ப்பு எனினும் உதிர்வு எனினும் பச்சை வாடை. பிறப்பு எனினும் இறப்பு எனினும் இச்சை வாடை..

நான் வாழ்வை வாடையாக நுகர்ந்துகொண்டு இருக்கும் காலத்தில், என் அறுபத்து எட்டில், அறுபத்து ஒன்பதில்

எழுதிய கதைகள் இவை. ஒரு முறை திண்டுக்கல்லில் நண்பர் கமலவேலன் வீட்டில் இருந்தேன். எல்லோரும் இணைந்து வாழும் ஒரு வீட்டில் அவரவர் தனித்து வாழ ஒரு அறையை, அல்லது இருக்க ஒரு நாற்காலியைத் தானே நாம் புழங்குவதற்குத் தேர்ந்து கொள்கிறோம். சிலந்தியைப் போல், இரு சுவர்கள் கூடும் ஒரு மூலையில் தானே, பொதுவாக என் இயல்புள்ள ஆண்கள் அவர்களின் வலைகளைப் பின்னிக்கொள்கிறோம். அவரும் அவருக்கு அப்படி ஒரு மாடி ஒற்றை அறையை வைத்திருந்தார். சிறுமலை நீலவரை தென்படும் அந்த அறையை ஒரு பேழையைத் திறப்பது போல அவர் திறந்து காட்டினார். ரயில் எஞ்சின் ஓடுகிற மஞ்சள் நிறப் பெருங்காய டப்பாவைத் திறந்து நான் எத்தனை முறை இப்படி நான் வளர்க்கும் வண்ணாத்திப் பூச்சிகளை அப்பருக்கும், கனகுவுக்கும் சின்னக் கோபாலுக்கும் காட்டியிருப்பேன். (அப்போதெல்லாம் வண்ணத்துப் பூச்சிகளை வண்ணாத்திப் பூச்சி என்றுதானே எனக்குச் சொல்லத் தெரிந்தது. வண்ணாத்திப் பூச்சிகள் பறந்த கனவு லோகங்களில், இந்த இலக்கணப் பிழையற்ற வண்ணத்துப் பூச்சிகள் பறக்கவே இல்லை என்பது தானே நிஜம்).

கமல வேலன் என்னைப் போலவே பணி ஒய்வு பெற்றவர். அவருக்கும் நரைத்திருந்தது. ஒரு வங்கி ஊழிய வாழ்வின் தட்டையான சாயல்களை விட, ஒரு தமிழாசிரியராகப் பணியாற்றிய அவருடைய முகத்தின் நிறைவான சாயல்கள் கூடுதல். எப்போதும் இருக்கிற அவருடைய சிரிப்புடன், சற்றுக் கூச்சத்தோடும் தன்னுடைய பதின்வயதுகளுக்கு அவர் திரும்பிக்கொண்டு இருந்தார். அவர் கைகளில் அவ்வப் போது வரைந்த, இப்போதும் வரைந்து கொண்டு இருக்கிற பென்சில் சித்திரங்கள் இருந்தன. ஒரு குறிப்பிட்ட படத்தைக் காட்டி, 'இதை எப்போது வரைந்தீர்கள்?' என்று கேட்டேன். அது அவருடைய மிகச் சமீபத்திய ஓவியம் என்று சொன்னவர், 'இப்போ வரையிற எல்லா முகத்துக்கும் கிழடு தட்டிப் போகுது. நரைச்ச மீசை, மூக்குக் கண்ணாடி, ஒரு நாற்பது ஐம்பது வயசு தாண்டிய முகக் களை' முகக் களை பற்றிச் சொல்லும் போது ஒரு காட்சியை நடிப்பது போல, ஒரு

வயோதிக முகத்தின் முகச் சதைத் தொங்கல்களை காற்றில், அவருடைய முகத்துக்கு ஒரு சாண் தூரத்தில் வரைந்து காட்டினார்.

மிகப் பெரும் உண்மையை சுலபமாக அவர் அறியாமல் சொல்லிவிட்டார். எல்லா உண்மைகளும் சுலபமாகவும் நாமறியாமலும் சொல்லப்படுபவை தானே. நான் வரையும் ஓவியங்களிலும் இந்த வயதும் மூப்பும் தெரியத் தான் செய்கின்றன. எனக்கு வயதாவது போல, நான் வரையும் ஓவிய மனிதர்க்கும். நான் எழுதும் கதை மாந்தர்க்கும் வயதாகிக் கொண்டே வருகின்றன. இந்தக் கதைகள் அனைத்தும் வயதானவர்கள் நடமாடுகிற, சற்று வயதான கதைகள்.

எல்லாத் தடைகளையும் தாண்டத் தாண்ட, மனதும் தடையற்றதாகி வருகிறது. அப்படியே தடைகள் இருப்பினும், அட, இதைத் தாண்டினால் தான் என்ன என்றும் தோன்றுகிறது. இலை வற்றி, இலை பழுத்து நிற்கையில் சற்று உள்ப்பக்கம் சுருண்டு, அதன் பின் பக்கம் தெரிவதில்லையா, அப்படி. முன் பக்கம் புடைத்துத் தெரியாத நரம்பெல்லாம், சருகின் பின் பக்கத்தில் தானே தெரிகின்றன. ஆ! இந்த பின்பக்கம் புடைத்த நரம்புகள் தான் எத்தனை அழகு!

இந்தக் கதைகளில் நான் வாழ்வின், மனிதர்களின் பின்பக்க நரம்புகளை வருடிப் பார்த்திருக்கிறேன். முன்பே என் கதைகளில் நடமாடவிட்ட, அல்லது அவர்களே மடிதற்றுத் தான் முந்துற்று நடமாடிய மனிதர்களும் மனுஷிகளும் தான். அவர்களின் பின் பக்க நரம்புகள் தெரிகிற கதைகள் இவை. நரம்புகளில் முன் பக்கம் என்ன, பின் பக்கம் என்ன? எல்லா நரம்புகளிலும் ரத்தம் தானே ஓடுகிறது. இந்தப் புரிதலில், இந்தத் தெளிவில் உண்டாகிய தடையின்மையில் எழுத எழுத, நான் இதுவரை எழுதியவர்களை விட, இப்போது எழுதும் கதை மனிதர்களை மிகவும் விரும்ப ஆரம்பித்தேன், முன்பு விருப்பத்தின் காரணமாக எவரையெல்லாம், அவரின் எதையெல்லாம் ஒளித்து வைத்தேனோ, அவரை, அதையெல்லாம் இப்போது அதே விருப்பத்தின் காரணமாகத் திறந்து வைக்கிறேன். கதவு போல, கதையும் சில சமயம் மூட, சில சமயம் திறக்க.

சிலருக்கு இப்படித் திறப்பது பிடித்திருக்கிறது. இப்போது தான் உனக்கு ஒரு கதவைப்பற்றித் தெரிந்திருக்கிறது. இன்னும் திறந்து வை என்கிறார்கள். எனக்குக் கதவைப் பற்றி மட்டும் அல்ல, வெளிச்சத்தையும் இருட்டையும் பற்றிக் கூட முன்னை விடக் கூடுதலாக இப்போது தெரிந்திருக்கிறது. என் இருட்டுக்குத் தேவையான அளவு வெளிச்சத்தை, என் கதவின் மூலம் திறந்திருக்கிறேன். அதிகம் வெளிச்சம் என எனக்குப் பட்டால் மறுபடியும் மூடவும் செய்வேன்.

நான் திறப்பதற்கு முன்பே மூடச் சொன்னவர்களும் இருக்கிறார்கள். என்னுடைய 'ஒளியிலே தெரிவது' கதைத் தொகுப்பை, தன்னுடைய மகளுக்குக் கூட வாசிக்கத் தருவதற்கில்லை என்று, ஒரு கெட்ட குமாரனிடம் சொல்வது போல என்னிடம் சொல்லி விலகிப் போன ஒரு பேராசிரிய வாசகியும் எனக்கு உண்டு. அதுவரையில் மிக நுணுக்கமாக என் கதைகளை வாசித்து வந்த அவரிடம், எழுதுகிறவனாகிய எனக்கு, ஒளியிலே தெரிவது' தொகுப்பு உள்ளடக்கியிருந்த கதைகள் மிக முக்கியமான, என் அடுத்த கட்டத் துவக்கத்தைச் சொல்பவை என்று பதில் சொன்னேன். அந்தக் கதைகளை விடவும் நான் சொன்ன பதில் அவருக்கு மிகவும் கசப்பை உண்டாக்கி விட்டது.

அவை கசப்பவை எனில், நான் அந்தக் கசப்பை மிகவும் விரும்பியவனாகவே, 'ஒரு சிறு இசை' தொகுப்பின் கதைகளையும், இந்த 'நாபிக் கமலம்' தொகுப்பின் கதைகளையும் எழுதியிருக்கிறேன். இவை கசப்பு எனில், இதை எழுதிய என் வாழ்வின் பருவம் கசப்பு அல்லது ஒரு வகையில் நானே கசந்து போயிருக்கிறேன் என்றும் கொள்ளலாம்.

எப்போதெல்லாம் என் தனிப்பட்ட வாழ்வு கைத்தும் கசந்தும் போகிறதோ, அப்போது எல்லாம் நான் இந்த வாழ்வின் உன்னதத்தையும் என் உடன் வாழும் சக மனிதரின் உன்னதத்தையும் மிகத் துல்லியமாக அறிய முடிந்து இருக்கிறது. இந்த வாழ்வு என்னைக் கைவிட்டதே இல்லை. இந்த மனிதர் என்னைப் புறம் தள்ளியதே இல்லை.

நான் இனித்திருக்கிறேனா கசந்திருக்கிறேனா என்பது பற்றி எல்லாம் அறியாமல், ஒரு உள்ளுணர்வின் மிகுதியால்

இருக்கக் கூடும் என நான் கருதிக் கொள்கிற வகையில், சமீபத்திய ஐந்து ஆண்டுகளாக, என் கவிதைகளையும் கதைகளையும் தொடர்ந்து வெளியிட்டு என் இன்னொரு பகுதியை உயிரோடு வைத்திருக்கிறவராக 'உயிர் எழுத்து' பத்திரிக்கையின் சுதீர் செந்தில் இருக்கிறார். அவரை இரண்டு முறைகள் சந்தித் திருப்பேன், நான்கு முறைகள் தொலைபேசியிருப்பேன், ஆறு மின்னஞ்சல்கள் பத்து குறுஞ்செய்திகள் அனுப்பியிருப்பேன். அவ்வளவுதான்.

இந்த 'அவ்வளவுதான்' என்ற சொல்லை எந்த மனிதன் மேலும் ஒட்ட வைக்க முடியாது. சுதீர் செந்தில் மேல் முடியவே முடியாது. அவர் என் கணபதி அண்ணனின் முகத்தை முகப்பில் இட்டார். என் தந்தையிடம் வே. முத்து குமார் எடுத்த ஒரு நீண்ட நேர்காணலை வெளியிட்டார். கணபதி அண்ணன் படத்தை இளைய ராஜாவின் கை வண்ணத்தில் அட்டையில் வெளிட்டதற்கும், அப்பாவின் முகப்பில் 'இலக்கியத் தந்தை' என அட்டைக்குறிப்பு எழுதியதற்கும் அவர் மேல் மிக மோசமான விமர்சனங்கள் வந்திருப்பதை அறிவேன்.

இவற்றிற்கு முன்பும் சரி, பின்பும் சரி, இவை எவற்றையும் பொருட்படுத்தாது, என்னை அவர் கல்யாண்ஜியாகவும் வண்ணதாசனாகவும் மட்டும் தொடர்ந்து பொருப்படுத்திக் கொண்டே இருந்து வருகிறார். தொடர்ந்து என்னை 'உயிர் எழுத்து'வில் கடைசிப் பக்கத்தில் கவிதை எழுத வைத்தார், இதற்கு முன்பு ஒரு முறையும் இப்போதும் இதழுக்கு இதழ் என்னைக் கதை எழுதத் தூண்டிக்கொண்டே இருக்கிறார். ஜூலை *2015*, உயிர் எழுத்து இதழில் இருந்து இந்த நாபிக் கமலம் தொகுப்பு பதிப்பிற்குச் செல்லும் இந்த முன்னுரை தினம் வரை நான் சொந்த ஊரில் வாழ்கிற மாதிரி, எங்கள் வீட்டில் புழங்குகிற மாதிரி எழுதிக்கொண்டு இருக்கிறேன். நான் மட்டும் அல்ல, என்னைப் போல வேறு எத்தனையோ சிறுகதை ஆசிரியர்கள் உயிர் எழுத்து குறித்து என் போன்றே உணர்வு பூர்வமாக உணரவும் கூடும்.

மிகுந்த உள்ளன்போடும் மரியாதை செலுத்தும் முகத்தானும் இந்தக் தொகுப்பை, 'உயிர் எழுத்து' சுதீர் செந்திலுக்குப் படைக்கிறேன்.

உயிர் எழுத்துவைப் போலவே, இந்தத் தொகுப்பின் கதைகளை வெளியிட்ட 'அம்ருதா', 'ஆனந்த விகடன்' மற்றும் 'மலைகள்.காம் இணைய இதழ்' ஆகியவற்றிற்கும் என் நன்றியைத் தெரிவிக்கிறேன்.

இந்தப் பேரிடர்ச் சேதாரங்களுக்கு இடையிலும், என் மேலும் என் எழுத்தின் மேலும் உள்ள தொடர்ந்த பரிவோடு, என்னுடைய இந்தத் தொகுப்பையும் வெளியிட முன்வந்து என்னை நிலை நிறுத்தும் சந்தியா பதிப்பகத்தினர்க்கு என் வணக்கமும் போற்றுதலும்.

கல்யாணி.சி

மார்கழி முதல் நாள் 17/12/2015

19. சிதம்பரம் நகர்,
பெருமாள்புரம்,
திருநெல்வேலி - 627007.
தொலைப்பேசி: 9994431085

உள்ளே....

1. சற்றே விலகி	*13*
2. போதாமை	*21*
3. எது தெரிகிறதோ அது	*33*
4. காற்று வெளியிடை	*41*
5. தரையோடு தரையாக	*51*
6. நாபிக் கமலம்	*61*
7. அகஸ்தியம்	*75*
8. மகா மாயீ	*87*
9. சல்லாத் துணிகளின் ஊடாக மலைகள்	*98*
10. இக்கரைக்கும் அக்கரைக்கும்	*108*
11. ஸ்படிகம்	*119*
12. இனிமேல் என்பது, இதில் இருந்து	*128*
13. கருப்பும் வெள்ளையயும்	*139*

பின்னிணைப்பு

சிறுகதை எழுதுவது எப்படி?	*149*

சற்றே விலகி

கபாலியா பிள்ளைக்கு இது ஒன்றும் புதிது இல்லை.

எப்போதும் போல, நன்கு வெயில் ஏறினபிறகு, இடுப்பில் ஒரு துண்டைக் கட்டிக் கொண்டு, சூடு பறக்க உச்சந்தலையில் தேங்காய் எண்ணையை வைத்து அரக்கித் தேய்த்து, பூஜை அறையில் சாமி படத்துக்கு நேற்றைக்கு வைத்த பூவை எல்லாம் ஒவ்வொன்றாக எடுத்து, மூலையில் வைத்திருக்கிற குடலையில் போட்டு, இடையில் ஒரு தடவை வென்னியறை என்கிற வென்னீர் அறைக்குப் போய் அடுப்பில் இருக்கிற செப்புப்பானையில் விரலைவிட்டு சூட்டுப் பதம் பார்த்து விட்டும்தான் வந்து கொண்டு இருந்தார்.

'உங்களுக்கு என்ன கிறுக்கா? பட்டாசலில் யார் இருக்கா, அடுப்படியில் யார் இருக்கா என்று பார்க்காமல், இப்படி ரெண்டு சாண் உயரத்துக்கு ஒரு பீத்தல் துண்டைக் கட்டிக்கிட்டு அலையணுமாக்கும்? வீட்டாள் இருந்தாலும் சரி, விருந்தாள் இருந்தாலும் சரி, ஆம்பிளையா பொம்பிளையாண்ணு பார்க்காமல் தேரோட்டத்துக்கு சவ்வு மிட்டாய் விக்கிறவன் மாதிரி புறவாசலுக்கும் முன் வாசலுக்கும் நடமாடுகிறது என்ன பழக்கம்? எனக்குத் தான் மானமா இருக்கு. குச்சு வீட்டுக்கு யாரோ ஒரு சமஞ்ச பிள்ளை வந்திருந்தது உங்களை இந்தக் கோலத்தில

பார்த்திருக்கும் போல. 'ஆச்சி. இனிமே தாத்தா குளிக்கப் போனா நீங்களாவது கையில செம்பை எடுத்துக் கொடுங்க. தாத்தா துண்டைக் கட்டிக்கிட்டுக் குனிஞ்சு எடுக்கதப் பார்த்து நான் பயந்தே போனேன்'ணு சிரிக்காமல் சொல்லுது. எனக்கு நாண்டுக் கிட்டு நிண்ணுறலாம் போல இருக்கு'

கபாலியா பிள்ளை வீட்டு ஆச்சி இருக்கிற வரை ஒரு தடவை இல்லை நூறு தடவை இப்படிச் சொல்கிறது உண்டு. அந்த அளவுக்கு ஆச்சிக்கு அவரைப் பற்றித் தெரியும். 'நான்தான் ஒருத்தி குத்துலக்கை மாதிரி இருக்கேனே. கண்ணு தெரியலையா. அது என்ன மருமக கிட்டே போயி, சீயக்கா எங்கே இருக்கு, புண்ணாக்கு எங்கே இருக்குண்ணு கேக்கிறது', என்று தலையில் அடித்துக் கொள்வாள். 'மழை பெய்ஞ்சுதுண்ணா, அவ அவள் வீட்டு உருப்படியை எடுத் துட்டுப் போக அவ அவளுக்குத் தெரியாதா? அடுத்த வீட்டுக்காரி உள்பாடி வரை கொடியில இருந்து உருவி எடுத்துத் தோளில போட்டுக்கிட்டுப் போய்க் கொடுக்கணும்னு அவசியமா?' என்று திட்டுவாள். போதும். போதும். கண்ணாஸ்பத்திரிக்கு உங்க கிட்டே யாரும் வழி கேட்டாங்களா? என்னமோ அங்கேயே குடியிருந்த மாதிரி, இத்தனாம் நம்பர் பஸ்ஸில போனா டாண்ணு வாசலிலேயே இறக்கிவிட்டிருவான்'னு கீரைக்காரிக்கிட்டே பல்லைக் காட்டி ஆகுது. 'அய்யா கிட்டே சொன்னா, பத்திரமா கையைப் புடிச்சுக் கூட்டிக்கிட்டுப் போயிட்டு, கூட்டியாந்து வீட்டு வாசலில் விட்டிருவா போல' என்று சிரிக்கிறவளிடம், 'ஏன். சொட்டு மருந்து எத்தனை வேளைக்கு விடணும்னு கேட்டு அதையும் அவ்வொளையே விட்டிரச் சொல்லீர வேண்டியது தானே' என்று விட்டுக்கொடுக்காமல் ஆச்சி சொல்லியதும் உண்டு.

ஆச்சியாவது கட்டின ஆம்பிளை ஆள் ஆயிற்றே என்று யார் காதிலும் படாமல், மெதுவாகச் சொல்லியிருக்கிறாள். ஆச்சி கிடையில் கிடக்கும் போது உதவிக்கு வைத்திருந்த பெருமாளக்கா கபாலியா பிள்ளையை வாசலில் நின்று கண்டமானைக்குத் திட்டியே விட்டாள். பெருமாள் அக்காவுக்கு ஐம்பது வயதாவது இருக்கும். எடுத்த எடுப்பிலேயே அவள் இப்படி ஆரம்பித்தாள், 'இந்த ஆம்பிளை களுக்கே இப்படித்தானே. குமரிண்ணும் கிடையாது. கிழவீண்ணும் கிடையாது. சீலையைச் சுத்தி இருந்தா போதும்.' பாதி விஷயத்தைச் சொல்லியும் பாதி சொல்லாமலும், அவள் மேற்கொண்டு, வாசல் பெருக்குகிற கையோடு புலம்பும் போது எல்லோர் காதிலும் விழத் தானே செய்யும். 'எழுவது வயசுலே இண்ணைக்கோ நாளைக்

கோண்ணு ஒண்ணு கட்டிலில் கிடக்கு. எந்தப் பிறவியிலேயோ செய்த பாவத்துக்கு, இருநூறுக்கும் முன்னூறுக்கும் இப்படிப் பீ மூத்திரம் கசக்கிப் போடச் சொல்லி என் தலையிலே எழுதி யிருக்கான். இதிலே இந்த மனுஷன் என்னன்னா, இருந்த இடத்தில இருந்துக்கிட்டு வென்னியைக் கொண்டா, தண்ணியக் கொண்டாங்கான். வேட்டி விலகிக் கிடக்கு. அது தெரியுமோ தெரியாதோ. கட்டில்ல படுத்துக்கிட்டு, 'கருப்பட்டி கொதிக்க வாடை வந்துதே. காப்பி போட்டாச்சா?'ண்ணு தாலி கட்டின ஆமக்கன் மாதிரி எம் பேரைச் சொல்லிக் கூப்பிடுதான், இப்படியே விட்டா, கோமணங்கூட கட்டிவிடச் சொல்லுவான் போல இனிமேல. எனக்கு வாயில என்னமாதான் வருது' என்று சத்தம் போட, கபாலியா பிள்ளை மருமகள் ஜன்னல் திரையையும் அழிக்கதவுத் திரையையும் இழுத்துவிட்டுக்கொண்டு உள்ளேயே இருந்தாள். முடிவெட்டிக்கொள்ளப் போயிருந்த பாக்கியம் வீட்டுக்குள் வந்ததும் வராததுமாய், 'எங்கே போய்த் தொலைஞ்சீங்க? நான் இங்கே வெளியேயும் வரமுடியாம, உள்ளேயும் இருக்க முடியாம ஜெயில்ல போட்ட மாதிரித் தவிச்சுகிட்டு இருக்கேன்... இந்தப் பெருமாக்கா பேசுதைக் கேட்டா, நாக்கைப் பிடிங்கிக் கிட்டு சாகலாம் போல இருக்கு. உங்க அய்யா பண்ணியிருக்கிற அசிங்கத்துக்கு நான் கேவலப்பட்டுக்கிட்டுக் கிடக்கேன். நீங்க வரட்டும்ணு இருந்தேன். கூடக் கொஞ்சம் லேட்டாகி இருந்ததுண்ணா, நானே போயி உங்க அய்யாவை, 'ஒண்ணு இந்த வீட்டில நீங்க இருக்கணும் அல்லது நா இருக்கணும்'னு சொல்லி இருப்பேன். வயசாக வயசாக ஏன் இவருக்கு இப்படிப் புத்தி கீழாறப் போகுது?'

கபாலியா பிள்ளை இத்தனை கூத்துக்கும் ஒன்றுமே நடக்காதது போல, 'மேல ரூம்பு' என்று சொல்லப்படுகிற அவர் இப்போது புழங்குகிற அறையில்தான் எல்லாவற்றையும் கேட்டுக்கொண்டே இருந்தார். கட்டிலில் இருந்து எழுந்திருந்து, அவருடைய மர நாற்காலியில் இரண்டு காலையும் உயரத் தூக்கிவைத்துக்கொண்டு அவருக்கே இஷ்டமான ஒரு பிரத்யேக விதத்தில் உட்கார்ந்திருந்தார். எப்போதும் போல, அப்படி உட்காருவதற்கு முன், தன் அரைக்குக் கீழே எல்லாம் பத்திரமாக இருக்கிறதா என்பது போலவும் பார்த்துக் கொண்டார். அவருக்கு அப்படியொரு பழக்கம் ரொம்ப நாளாகவே வந்திருக்கிறது. குறிப்பாக ஆச்சியின் நடமாட்டம் குறைந்து, ஆச்சி கையால் காப்பியோ சுக்குவென்னியோ வாங்கிக் குடிக்காமல், முன்னைப் போல தலையணை உறை, பெட் ஷீட் எல்லாம் ஆச்சி நேரா நேரத்துக்கு மாற்றிக்கொடுக்காமல், 'எம்புட்டு நேரம் ஆச்சு.

இன்னம் எழுந்திருக்கலை. உடம்புக்கு ஏதாவது செய்யுதா ?' என்று ஆச்சி நெற்றியில் கைவைத்துப் பார்க்காமல், எல்லாம் தானே செய்துகொள்ள வேண்டியது ஆன பின், இப்படி தன் உடம்பைத் தானே திறந்து பார்த்துக்கொள்வது கூடிவிட்டது. சில சமயம் அப்படிப் பார்த்துக்கொள்வது அவருக்கு சந்தோஷமாகக் கூட இருந்தது.

மருமகள் என்ன சொல்கிறாள், அதற்கு மகன் பாக்கியம் என்ன சொல்கிறான் என்று கவனித்துக்கொண்டு இருந்தார். பாக்கியத்தைப் பற்றி அவருக்குத் தெரியும். அவன் அப்படி ஒன்றும் நேரில் வந்து கேட்கமாட்டான், சொல்லமாட்டான் என்று அவருக்கு ஒரு தைரியம் தான். இதுவே சின்னவன் சுப்பையாவாக இருந்தால், கையை நீட்டினாலும் நீட்டி விடுவான். அவனுக்குக் கல்யாணம் ஆன புதிதில், அவன் வீட்டுக்காரி மத்தியானம் படுத்துத் தூங்கிக் கொண்டிருந்த அறைப்பக்கம் தற்செயலாகப் போனவர், அதிக பட்சம் ஐந்து நிமிடம் கூட இராது, அந்த இடத்திலேயே நின்று விட்டார். அது எப்படித்தான் தெரியுமோ? அசந்து தூங்கி கொண்டு இருந்தவள், சட்டென்று தலையைத் தூக்கிப் பார்த்துவிட்டாள். பதறிக்கொண்டு எழுந்திருந்து உட்கார்ந்திருந்தவள் தலையைக் கொண்டை போட்டுக்கொண்டு அந்தச் சுவரோடு சுவராகச் சாய்ந்து அழ ஆரம்பித்துவிட்டாள். அவரிடம் ஒன்றும் சொல்ல வில்லை. அத்தையிடமும் ஒன்றும் சொல்லவில்லை. சுப்பையா வந்தவுடன் சொல்லிவிட்டாள். அவன் நேராக கபாலியா பிள்ளையிடம் தான் வந்தான்.

முகம் பார்க்கிற கண்ணாடிக்குப் பின் விசிறியைச் செருகி வைப்பது போலவும் அங்கு விலாஸ் தினசரிக் காலண்டரில் அமாவாசை பாட்டிமி பார்ப்பது போலவும் அவர் பாவலா பண்ணிக்கொண்டு இருந்தார். அவர் பின் பக்கம் வந்தவன், தோளைப் பிடித்து அவரைத் தன் பக்கம் திருப்பினான். வேறு ஒன்றும் சொல்ல வில்லை. 'அப்பன்'னு பார்க்கமாட்டேன். செருப்பு பிஞ்சிரும்.' என்றான். தோட்டத்தில் எரு தட்டிக்கொண்டிருந்த சாணிக் கையோடு வந்த சுப்பையாவின் அம்மா, 'நல்லா இருப்பே. உன்னைக் கை எடுத்துக் கும்புடுதேன். வெளியிலே தெரிஞ்சா அசிங்கம். சத்தம் போடாதே; விடு' என்று கும்பிட்டாள். அவன் தனியாக வீடு பார்த்துக்கொண்டு போனதோடு அது முடிந்தது. அப்போது கூட, வீட்டுக்குப் பெரியவன் என்கிற முறையில் பாக்கியம், 'என்னப்பா இப்படி?' என்று ஒரு வார்த்தை இது பற்றிப் பேசவில்லை.

அதற்குப் பிறகு இத்தனை வருஷம் ஆகிவிட்டது. சுப்பையாவுடைய இரண்டு பையன்களும் எட்டாம் வகுப்பு, பத்தாம் வகுப்பு வந்துவிட்டார்கள். இதுவரை என்ன செய்கிறது, எப்படி இருக்கீங்க அப்பா என்று ஒரு வார்த்தை பேசமாட்டான். சண்டையும் கிடையாது, சமாதானமும் கிடையாது என்று இருந்து விட்டான். அம்மாவிடம் பேசும் போது மட்டும் சுப்பையா 'எப்படி இருக்காரு, உங்க மைனர்?' என்று கேட்டுக்கொள்வான். அம்மா அதற்குக் கூட அழவில்லை. பாக்கியத்தின் இரண்டு மகள்களில் சின்ன மகள் பெரிய மனுஷியான அன்றைக்குத் தலைக்குத் தண்ணீர் விட சுப்பையா குடும்பத்தோடு வந்திருந்தான். ஏத்தி இறக்கி, விஷேசம் எல்லாம் முடிந்து புறப்படும் போது, பாக்கியத்தைத் தனியாகக் கூப்பிட்டான். 'அண்ணேன். நான் இப்படிச் சொல்லுதனேன்னு தப்பா நினச்சுக்கிடாதே. உனக்கு ஒண்ணுக்கு ரெண்டும் பொம்பளைப் பிள்ளைக. இண்ணியத் தேதிக்கு ரெண்டும் உக்காந்துட்டுது. அது அது வயசுக்கு உண்டான வளத்தியும் சதையும் அதுக்கு. நாம தான் ஜாக்கிரதையா இருக்கணும்... இந்த ஆளை வீட்டில வச்சுக் கிட்டு இதுக ரெண்டும் நடமாடணும் பார்த்துக் கோ. மத்தவங்க யாரும்னா இதுக்குள்ளே பெரிய வீடாப் பார்த்துப் போயிருப்பாங்க. நீ கொஞ்சம் யோசிப்பே. அம்மா,ம் பே. அப்பா'ம் பே. நம்மளை விட்டா யாரு இருக்கா அவங்களுக்கு'ம் பே., யோசிச்சுக்கோ. என்னடா இப்படிச் சொல்லுதானேன்னு நினைக்காதே. நல்லதுக்குத் தான் சொல்லுதேன்' என்றான். இதைக் கேட்டுக்கொண்டு பட்டாசலில் விளக்கு மாடத்துக்கு முன்னால் இருந்த அம்மா பொங்கிப் பொங்கி அழ ஆரம்பித்துவிட்டாள். 'சீக்காளி ய்யா. சீக்காளிண்ணு அவரை நினைச்சுக்கோ. சீக்கு வந்தா பண்டுவம் தானே பாக்கணும். ஜமுக் காளத்தோடு இழுத்து தெருவிலயா போட்டிரமுடியும்' என்று இரண்டு கைகளையும் கூப்பிக்கொண்டு அழுதாள். பாக்கியத்தின் வீட்டுக்காரி மட்டும் அல்ல, சுப்பையாவின் வீட்டுக்காரியும் அத்தையின் பக்கத்தில் போய்க் கையைப் பிடித்து, கும்பிட்ட கையைப் பிரித்துவிட்டார்கள்.

பாக்கியம் வீடு மாற்றி எல்லாம் போய்விடவில்லை. இங்கேயே தான் இருக்கிறான். அவன் இரண்டு பெண் பிள்ளைகளும் இங்கே தான் இருக்கிறார்கள். கபாலியா பிள்ளையை அது இரண்டும் விலக்கி எல்லாம் வைக்கவில்லை. தாத்தா தாத்தா என்று பிரியமாகத் தான் இருக்கிறது, சொல்லப் போனால் சின்னப் பேத்திக்கு அவரை ரொம்பப் பிடித்துக் கூட இருந்தது. பாக்கியமும் சரி, மருமகளும்

சரி, தங்கள் பிள்ளைகளை அவர் பக்கத்தில் போகக் கூடாது, தூரத்தில் போகக் கூடாது என்று ஒன்றும் சொல்லவில்லை. பெரியவளுக்குத் தான் ஆச்சி பெயர். அப்படியே வைக்கவில்லை. திரவியம் என்கிற திரிவேணி என்று வைத்துக் கொண்டார்கள். பாக்கியம் திரவி என்று கூப்பிடுவான். அம்மாக்காரி வேணி என்று கூப்பிடுவாள். திரவி அதிகம் பேசமாட்டாள். எதையாவது படித்துக் கொண்டு பாட்டுக் கேட்டுக்கொண்டு, தாத்தா கேட்காமலேயே, அப்பாவோடு வெளியே போகும் போது தனலட்சுமி பேக்கரியில் இஞ்சி பிஸ்கட் வாங்கி வந்து கொடுத்துக்கொண்டு இருப்பாள்.

திரவி தான் இன்று கபாலியா பிள்ளை குளிப்பதற்குத் துண்டு கட்டிக்கொண்டு இங்கும் அங்கும் போய்க்கொண்டு இருந்த போது அவளுடைய லேப் டாப்பில் அதை ஓட விட்டிருந்தாள். அப்போது தான் அவள் எழுந்து போயிருக்க வேண்டும். பக்கத்தில் ஒரு கிண்ணத்தில் வேர்க்கடலைப் பருப்பு இருந்தது. ஃபேன் காற்றில் பறந்து இளம் சிவப்பில் ஒன்றிரண்டு வேர்க்கடலைத் தொலி தரையில் விழுந்து நகர்ந்தது. கபாலியா பிள்ளைக்கு லேப் டாப்பில் இருந்து வந்த அந்த ஒலி பிடித்திருந்தது. ஒரு பெட்டியைப் போலத் திறந்திருந்த அது அவரை அழைக்கிறது போல உணர்ந்தார். தன்னை அறியாமல் துண்டைத் தளர்த்தி, நன்றாக இடுப்பில் இறுக்கிக் கொண்டு பக்கத்தில் போய் நின்றார்.

லேப் டாப் திரையில் ஒரு சிவப்புத் திண்டில் அமர்ந்து ஒரு பெண் தோளில் சார்த்திக்கொண்டு வாசித்துக்கொண்டு இருந்தது. அது வீணையா தம்பூரா என்று அவருக்குத் தெரியவில்லை. தம்பூரா என்றே நினைத்துக்கொண்டார். அந்தப் பெண் பின்னால் வரிசையாக அதே போன்ற வாத்தியங்களை நிறுத்தி வைத்திருந்தார்கள். வடக்கத்திப் பெண்ணோ என்னவோ கண்ணைத் திறக்காமல் வாசித்துக் கொண்டு இருந்தது. அந்தப் பெண்ணுக்கு ஓரடி முன்னால் வாழைத் தண்டு பருமனுக்குப் பத்துப் பன்னிரண்டு மெழுகு வர்த்திகள் எரிந்துகொண்டிருந்தன. சேர்ந்தாற் போல ஒரு நிமிஷம் கூட ஒன்றைக் காட்டவில்லை. முகத்தைக் காட்டுகிறார்கள். கையைக் காட்டுகிறார்கள். தம்பூராவைக் காட்டுகிறார்கள். அந்தப் பெண்ணின் கண்மை போட்ட கண்கள் மூடியிருப்பதைக் காட்டுகிறார்கள். அடுத்த வினாடி அந்தப் பெண்ணின் உதடுகளைக் காட்டுகிறார்கள். அலைந்து அலைந்து நிமிரும் மெழுகுவர்த்தியைக் காட்டுகிறார்கள். இத்தனையும் பூ பூவாக விரிய, அதைக்

கோர்க்கிறது போல அந்த ஒலி அவர் மேல் ஒரு பாம்பைப் போல உச்சியில் இருந்து இடுப்பு வரை சுற்றிச் சுற்றி வழுகி வருவது போல இருந்தது.

கபாலியா பிள்ளைக்குச் சொடுக்கியது. பொட்டு வைக்காத, ஏறு நெற்றியும் ஒடுங்கிய கன்னமுமாக இருந்த அந்தப் பெண் முகம் அவரை என்னவோ செய்தது. பருசு பருசாக இருந்த அத்தனை மெழுகுவர்த்தியுமாக அவரே சுடர்வது போல, அவர் மேல் ஒரு வெளிச்சம் வந்துவிட்டது போல இருந்தது. சட்டையைக் கழற்றி எறிவது போல அந்த வெளிச்சத்தைக் கழற்றி எறிகிறார். மறுபடியும் அது கால் வழியாகச் சுழன்று ஏறி, வழுவழுத்த தன் உடலால் அவர் இடுப்பைச் சுற்றிக் கொண்டு, அவருடைய தொப்புள் குழியைத் துழாவுகிறது. கபாலியா பிள்ளைக்கு தன்னுடைய அரையைப் பார்க்கவேண்டும் போல இருந்தது. தன்னுடைய இடுப்புத் துண்டை மீறிக் கொண்டு தன்னுடைய உடல் பீறிடுவதை அவரால் கட்டுப்படுத்த முடியவில்லை. துண்டைக் கால்களோடு இடுக்கி அழுத்திக்கொண்டு அவர் உற்றுப் பார்த்தார். இன்னொரு தடவை அந்த முகத்தைப் பார்க்கவேண்டும் போல இருந்தது. திரையில் கைவிரல் மட்டும் தம்பூராவில் ஒரு கம்பியை அழுத்தி, பைய விடுவித்தது, அத்துடன் முடிந்துவிட்டது. 'பகவதி' என்று சத்தம் கொடுத்தபடி கபாலியா பிள்ளை அப்படியே சரிந்து விழுந்தார்.

வேர்க்கடலைக் கிண்ணம் சிதறிக் கிடந்தது. திரவியம் என்கிற திரிவேணி சத்தம் கேட்டு ஓடிவந்து, தாத்தா விழுந்துகிடக்கும் நிலையைப் பார்த்தாள். இடுப்பில் எதுவும் இல்லாமல் துணி விலகிக் கிடக்கும் தாத்தா பக்கத்தில் அமர்ந்து, கைவாக்கில் அவர் இடுப்பைத் துண்டால் போர்த்திவிட்டு, குளியலறையில் இருந்த அம்மாவிடம் கதவைத் தட்டி விஷயத்தைச் சொன்னாள். அப்பாவுக்கு செல்ஃபோனில் தகவல் சொல்லி, உடனே வரச் சொன்னாள்.

ஏற்கனவே, அவள் குடிப்பதற்காக லேப் டாப் பக்கம் உள்ள கண்ணாடி மேஜையில் வைத்திருந்த தண்ணீர் பாட்டிலை எடுத்துப் பக்கத்தில் வைத்துக் கொண்டு, தாத்தா தாத்தா என்று கூப்பிட்டாள். கால் மடித்து அமர்ந்து, அவருடைய தலையை எடுத்து மடியில் வைத்துக்கொண்டு, அவர் முகத்தையே உற்றுப் பார்த்து, 'கபாலி தாத்தா; என்று மறுபடி அழைத்தாள்.

தாத்தாவின் தலை இரும்பால் செய்யப்பட்டது எனக் கனத்துக் கிடப்பது போல இருந்தது. தண்ணீர் பாட்டிலில் இருந்து அவர்

உதட்டில் சரித்த சிறிது நேரத்தில், அவருடைய உதடு பாளம் பாளமாக உலர்ந்து விரிந்தது. உதடுகளை ஒட்டுவதும் பிய்த்து எடுப்பதுமாக, அவர் முதலில் எதையோ முனங்கினார். சற்றுப் பிளந்திருந்த வாயில், திரவி ஒரு மடக்குத் தண்ணீரைப் புகட்டினாள்.

'பகவதி போயிட்டாளா?' என்று இப்போது அவர் தெளிவாகவே கேட்டார்.

திரவி வெறுமனே போர்த்திவிட்டிருந்த இடுப்புத் துண்டை தானாகவே அவருடைய கைகள் இப்போது சரியாகக் கட்டியிருந்தன.

சிறிது கூட விலகல் இல்லை.

உயிர் எழுத்து
நவம்பர்- 2015

போதாமை

கதவு திறந்து இருந்தது.

தாயம்மாள் தான் 'கதவு திறந்து இருக்கட்டும். பார்த்தி வந்துவிடுவான்.' என்று சொல்லிவிட்டாள். மதியம் மூன்று மணிதான் அப்போது இருக்கும். காசி ராஜன் அதையெல்லாம் கணக்கில் எடுத்துக்கொண்டுதான் கல்யாண வீட்டில் முதல் பந்தியிலேயே சாப்பிட்டுவிட்டு உடனடியே இங்கே புறப்பட்டு வந்தான். பார்த்திபன் வர எப்படியும் ஐந்து மணி வரை ஆகும். கொஞ்ச நேரம் தாயம்மாவுடன் பேசிக்கொண்டு இருக்கலாம் என்று நினைத்திருந்தான். பேசிக்கொண்டு இருக்கலாம் என்று தானே சொல்லமுடியும்.

எத்தனையோ வருடங்களுக்குப் பிறகு காசி தாயம்மாவைப் பார்க்கிறான். கடைசியாக ஒரு ஆறு வருடங்களுக்கு முன்பு சாத்தூரில் வைத்துப் பார்த்தது. இவன் ஒரு கவியரங்கத்துக்குத் தலைமை. கேள்விப்பட்டு அவளே வந்திருந்தாள். பார்த்திபனையும் கூட்டிக்கொண்டு வந்திருந்தாள். சபாபதி வரவில்லை. ஏதோ ஜோலியாக வெளியூர் போயிருந்ததாகச் சொன்னாள். பொதுவாகவே, எந்தப் பட்டிமன்றத்துக்குப் பேச வந்தாலும், தாயம்மாவுடன் சபாபதியும், பார்த்திபனும் கூட வருவார்கள். ஒருத்தர் பாக்கிவைக்காமல்.' இது என் கணவர், இது என் பையன்

என்று அறிமுகப்படுத்திவைப்பாள். அத்துடன் சரி. சபாபதி கூட்டத்தோடு எங்கேயாவது போய் உட்கார்ந்து கொள்வார். தாயம்மா படபடவென்று பேசுவதும் சிரிப்பதும் நன்றாக இருக்கும். போலியாகவும் இராது, மிகையாகவும் இராது. அப்படி ஒரு மரியாதையான பழக்க வழக்கம். 'அளவாக நகம் வெட்டின விரல்கள் மாதிரி கச்சிதமான, அழுக்கே இல்லாத ஒரு ரோஸ் நிற ஆரோக்கியம் உடைய மனம் உனக்கு' என்று காசிராஜன் ஒரு கட்டத்தில் சொன்னது தாயம்மாவுக்குப் பிடித்திருந்தது.

தாயம்மாள் பட்டிமன்றங்களில் கலந்துகொண்டு இருந்த நாட்களில், முக்கியமாக பாரதியை, கண்ணதாசனைப் பற்றியவைகளில், மிக நேர்த்தியாகத் தன் பேச்சை வடிவமைத்துக் கொள்வது காசிராஜனுக்குப் பிடித்திருந்தது. காசிக்கு மனனப் பழக்கம் நிறைய. கம்பன், பாரதி இரண்டிலும், ஒவ்வொரு கூட்டத்திலும், தன்னுடைய பேச்சின் உச்சமான ஒரு பகுதியில் மூன்று நிமிடங்கள் மூச்சுவிடாமல் ஒப்பிப்பதற்கான வரிகளை அவன் வைத்திருந்தான். அந்த வரிகளைச் சொல்லி முடிக்கையில் அரங்கத்தின் மொத்தக் கைதட்டலையும் அள்ளி இருப்பான். அதற்குப் பிந்திய பேச்சாளராக எதிர் அணியில் வருவது அனேகமாகத் தாயம்மாள் ஆக இருக்கும். அதிகம் குரல் உயர்த்தாமல், பம்ப் செட் பீச்சலில் இருந்து விலகி, வரப்புகளில் நடந்து, தன்னுடைய நாற்றங்காலை அடைவது போல ஒரு நிதானத்துடன் பேசி, ஒவ்வொரு நாற்றாக நட்டுவிட்டு அவள் நிமிர்கிற விதம் அப்படி இருக்கும்.

நடுவராக இருக்கிறவர் சில சமயம் மேடையிலும், சில சமயம் மேடையை விட்டு இறங்கிய பின்னும், 'உன் அணி தோற்றாலும், நீ எப்போதும் ஜெயித்துவிடுகிறாய் தாயி' என்பார். அந்த நடுவர் எல்லாப் பெண்களையும் இப்படித் தாயி என்றே சொல்கிறவர். ஆனாலும், இரண்டு வாய்க் கடையிலும் லேசாக எச்சில் நுரைக்கத் தாயம்மாவிடம் பேசும் போது, ஒரு அப்பனைப் போல, முகம் இளகிப் போயிருக்கும். காசிராஜன், அவர் எல்லாம் காரில் ராத்திரி அடுத்த ஊர் அம்மன் கோவில் திருவிழாவுக்குப் பேசுவதற்குப் போகும் போது, 'அந்தப் பிள்ளை தனி ரகம் யா. அது உண்டு. அது பேச்சு உண்டுன்னு இருக்கும். நல்ல வாசிப்பு. நல்ல செரிமானம். இலை முழுதும் அம்பாரம் மாதிரி சோத்தைத் தட்டி, சாப்பிடு சாப்பிடுன்னு சொல்லாது. அளவாப் பரிமாறும். இத்தனைக்கும் பரம்பரைப் படிப்பு எதுவும் கிடையாது. சம்சாரி வீட்டுப் பிள்ளை. தரிசைத் திருத்தி, உழுது விதைச்ச மாதிரி, முதல் தலைமுறைப் படிப்பு. அத்தனை சத்தும் சாரமுமா, பால் வச்சு, கதிர் பிடிச்சிருக்கு.

எங்கேயோ போக வேண்டிய வித்து. எத்தனை எத்தனை தலை முறைக்கோ போய்ச் சேர வேண்டிய தானியம். இந்தக் குப்பையில வந்து சிந்தியிருக்கு' என்று மனதாரச் சொல்வார். காசிராஜனுக்குப் பட்டிமன்றத்தைக் குப்பை என்று அவரே சொல்வது ஆச்சரியமாக இருக்கும்.

தாயம்மாவை நம்முடைய பேச்சாளர் பட்டியலில் ஒருவராக வைத்துக் கொள்ளலாம் என்று அவரிடம் ஓரிரு தடவை சொல்லிப் பார்த்திருக்கிறான். 'அய்யா, நம்ம எல்லாரும் நையாண்டி மேளம். அது ராஜ மேளம். ராஜ மேளம் வாசிக்கிறதைப் போய் எதுக்கு நையாண்டி மேளம் வாசிக்கக் கூட்டியாரணும். நமக்கு இது சரி. இந்த செட்டு கும்பக் குடம் னா, இந்த செட் நையாண்டி மேளம்னு ஆயிப் போச்சு. அதை தேரு, மண்டபம், திருவிழாண்ணு இருக்க விட்டிருவோம், நம்ம பிழைப்போடு நாம நிறுத்திக்கிடுவோம் யா. என்ன நான் சொல்கிறது?' என்று சொல்வார். கண் லேசாக அவருக்குக் கலங்கித்தான் போகும்.

காசி ராஜனுக்கு அவர் சொல்வது எல்லாம் சரிதான் என்று படும். என்றாலும் அவனுடைய மனதிற்குள் தாயம்மாள் நடமாடிக் கொண்டே இருப்பதைத் தவிர்க்க முடியாது. பிரத்யேக கவனம் இராது. சேலை நிறங்கள் கூட அழுத்தமானவை தான். பூ கொஞ்சம் ஜாஸ்தியாக, ஏதோ சாமி கும்பிடுக்குப் புறப்பட்டு வந்தது போல இருக்கும். சமீபத்தில் அவ்வளவு கனகாம்பரம் வைத்துக்கொண்டு மேடையில் இருப்பது தாயம்மாள் மட்டும்தான். ஒருமுறை எதிரணிப் பேச்சாளர், தங்கச்சி தலையில் இருக்கிற கனகாம்பரம், சபாபதி மச்சான் தோளில் போட்டிருக்கும் கிழிசல் பீதாம்பரம், அப்படி இப்படி என்று வழக்கம் போல நடக்காத விருந்துச் சாப்பாட்டை நடந்தது போலச் சொல்லிக் கிண்டல் செய்ய, தாயம்மாள் தன்னுடைய பேச்சில், நேரடியாகவே பிடி பிடி என்று பிடித்து விட்டாள். தன் கணவர் வெற்றுக் காலோடு விவசாயம் பார்ப்பதில் தாயம்மாளுக்கு எந்த வருத்தமும் இருந்தது இல்லை.

அப்படிப் பேசியவர் பிற்பாடு தாயம்மாள் கணவரிடம் நேரில் மன்னிப்புக் கேட்கவேண்டியது ஆகிவிட்டது. 'சர்த்தான் விடும்மா. சார், வழக்கம் போல தமாசுக்குப் பேசுகிற மாதிரி பேசியிருக்கும். கூத்துக் கோமாளியைப் போயி யாரும் கோவிச்சிகிட்டு நிப்பாங்களா? பார்க்கப் போனா எல்லா வித்தையும் தெரிஞ்சவனா அவந்தான் இருப்பான். பத்து பேரு உன்னைக் கேக்கதுக்கு வந்தா, நூறு பேரு செத்த நேரம் உட்காந்து அவரைக் கேட்டு வாய்விட்டுச் சிரிச் சுட்டுப் போவோம்'னு தானே வாராக' என்று சமாதானம்

சொன்னார். காசிராஜன் அப்போது பக்கத்தில் நின்று அவரையே பார்த்துக்கொண்டுதான் இருந்தான்.

ஒரு தூசு தும்பு இல்லாத சிரிப்பு. பசு மாட்டின் கண்கள் போல நீலமும் கருப்புமாக அகன்று விரியும் கண்கள். ஒரு காலத்திலும் ஒருத்தரையும் சந்தேகித்தே இருக்காது என்பது போன்ற பார்வை எல்லோர் மேலும் ஒரு சிறு பறவை மாதிரி உட்கார்ந்து உட்கார்ந்து போயிற்று. இது கருப்பு இது வெள்ளை என்று சொல்லிக் கொடுத்தால் கூட, இல்லை எல்லாம் வெள்ளை என்று எடுத்துக் கொள்ளும் இயல்பு. காசிராஜனுக்கு அப்படி ஒரு மனிதனாக அவர் இருப்பது பிடித்திருந்தது. கொஞ்சநேரம் அவர் கையைப் பிடித்துக்கொண்டே நின்றான். யாரோ புகைப்படம் எடுக்க வந்தார்கள். அவர் கொஞ்சம் கூட யோசிக்கவில்லை. 'நீங்களும் நில்லுங்க' என்றார். காசி தாயம்மாளுக்கும் அவருக்கும் தாண்டி, அவருடைய வலது புறம் போய் நின்றான். அவர், 'நீங்க அப்படிப் போயி, தாயிக்கு இடது பக்கமா நில்லுங்க. பாக்கதுக்கு சாமி படம் மாதிரி நல்லா இருக்கும்' என்றார். தாயம்மாளும் ஒன்றும் பெரிதாக அதை எடுத்துக் கொள்ளவில்லை.

கொஞ்ச நேரம் தான் என்றாலும், தாயம்மாளின் சேலையின் ஏதோ ஒரு பகுதி காசியின் மேல் பட்டுக்கொண்டே இருந்தது. அந்தப் புதுச் சேலையின் வாசம் அவனுக்குப் பிடித்திருந்தது. பக்கத்தில் நின்ற பார்த்திபனை, 'மாமா பக்கத்தில, வா' என்று காசி இழுத்துத் தன்பக்கத்தில் நிறுத்திக்கொண்டான்.

'மூங்கில் இலை உரசின மாதிரி உங்க சேலைத் தலைப்பு பட்டுக்கிட்டே இருந்த குறுகுறுப்பு அந்த ஃபோட்டோவில என் முகத்தில தெரியும். அதுக்காகவே எடுத்து எடுத்து அதைப் பார்த்துக் கிட்டே இருப்பேன்' என்று பின்னால் காசி சொல்லி இருக்கிறான். 'எனக்கு ஒண்ணும் தெரியலை. முண்டக் கண்ணுதான் தெரியுது' என்று தாயம்மாள் பிரியமாகச் சொல்வாள். 'அது எனக்கு மட்டும் தான் தெரியும்' என்று காசி திருப்பிச் சொல்வதை அவள் விருப்பமாகக் கேட்பாள்.

ஒரு தடவை, தாயம்மாள் பேசுவதை, காசிராஜன் சபையோடு சபையாக உட்கார்ந்து கேட்க நேர்ந்தது. அப்போதும் சபாபதி, வாங்க' என்று கூப்பிட்டுத் தன் பக்கத்தில் இருந்த பார்த்திபனை எழுப்பி அவரை உட்காரச் சொன்னார். கொஞ்சம் வளர்ந்து விட்டான் என்றாலும் பார்த்தி, காசியின் மடியில்தான் இருந்தான். காசியை அவனுக்குப் பிடித்திருந்தது.' நீங்க ஏன் மாமா, பேசலை இன்றைக்கு' என்று கேட்டுக்கொண்டான்.

24 ❦ நாபிக் கமலம்

காசிராஜன் பார்த்திபனின் தலையை வருடிக்கொண்டே மேடையைப் பார்த்துக்கொண்டு இருந்தான். அன்றைக்கு அந்த மேடையில் ஒரே ஒரு மைக் பலகையே இருந்தது. இடது ஓரம் உட்கார்ந்திருந்த தாயம்மாள் வலது ஓரத்திற்கு நடந்துவந்து பேச நின்ற விதம் காசியின் மனதில் பதிந்துவிட்டது. கற்றாழை நார் மாதிரி ஒரு நிறத்தில், சற்றுப் பளபளப்பாக நீலக் கரைவைத்த புடவையில் தாயம்மாள் ரொம்ப அழகாக இருந்தாள். அந்தச் சேலையையும் அந்த மேடையில் அவள் நின்றவிதம் பற்றியும் காசி அவளிடம் இப்படிச் சொன்னான், ‘உங்க உயரம் என்னான்னு தெரியாது. அஞ்சு ரெண்டு அஞ்சு மூனு இருப்பீங்க. மேடையில உட்கார்ந்திருக்கும் போது கூட, ஒரு டீச்சர் மாதிரி குட்டியா இருந்தீங்க. பேசுகிறதுக்கு மைக் பக்கம் போன உடனே, அப்படியே நெடு நெடுன்னு ஒரு கொடி மாதிரி வளந்துட்டீங்க. ஒரு இடத்தில கூட வளர்கிறது நிற்கலை. அப்படியே வளர்ந்து வளர்ந்து எவ்வி மேலே போயிக்கிட்டே இருக்கீங்க.’ இதைச் சொல்லும் போது காசிராஜன் கொஞ்சம் கூடப் பொய்சொல்லவில்லை. அவனுக்கு அப்படியே தோன்றியது. கொடி சுற்றிச் சுற்றி மேலே படர்வது போலத் தன்னுடைய கையை உயரத்தில் சுழற்றிக்கொண்டே சொன்ன விதம் தாயம்மாளுக்கு ரொம்பப் பிடித்திருந்தது. காசியையும் வைத்துக்கொண்டே, சபாபதியிடம், ‘கொடி மாதிரி நெட்டுக்கு வளந்துக்கிட்டே போற மாதிரி இருந்தேனாம். இவர் சொல்லுதாரு. அப்படியா?’ என்று கேட்டாள். ‘நல்லாத் தானே சொல்லியிருகாரு. குத்தமா ஒண்ணும் சொல்லலியே’ என்று சிரித்தார். காசி அவருடைய கையை எடுத்துப் பிடித்து, தன் கையில் வைத்துக் கொண்டான்.

இந்தக் கையைப் பிடித்துக்கொள்ளத் தனக்கு யோக்கியதை உண்டா என்றுதான் ஒவ்வொரு முறையும் தோன்றும். எப்போது, எதில் இருந்து தாயம்மாவை நீங்கள் என்று சொல்வது நீ என்று ஆயிற்று என்பதைச் சொல்ல முடியவில்லை. இது போல் எல்லாம் நிகழ்வதற்கு நுனி எது அடி எது என்று யாராலும் சொல்லமுடியுமா. எவ்வளவோ காசிக்கும் தாயம்மாளுக்கும் நடந்துவிட்டது என்றாலும், அவருடைய கையை அவன் பிடிக்காமல் இருந்ததே கிடையாது. அவருடைய அகலமான நீலமும் கருப்பும் மினுங்கும் கண்களைப் பார்க்காமல் குனிந்துகொண்டதே கிடையாது. சொல்லப்போனால், தாயம்மாளிடம் உண்டாகியிருக்கும் நெருக்கத்தை விட, சபாபதியிடமும் பார்த்தியிடமும் அதிக நெருக்கத்தை அவன் உணர்கிறான்.

‘மாமா, குரு எத்தனாம் கிளாஸ் படிக்கிறான்?’ என்று பார்த்திபன் கேட்பான். அப்படிக் கேட்டது ஒரு பத்து வருஷத்துக்கு முந்தி

இருக்கும். 'குமரகுருபரன் உன்னையே மாதிரி, நாலு படிக்கிறான். அவனோட அக்கா பேரு பூரணி. முழுப்பேரு பூரண புஷ்கலா. எங்க சாமி பேரு. அவள் ஏழு படிக்கிறா' என்று சொல்வான். காசிராஜன் மனதில் ஒரு கோடை விடுமுறைச் சித்திரம் எப்போதும் வந்துகொண்டே இருக்கும்.

சபாபதி, தாயம்மாள், பார்த்தி எல்லோரும் காசியின் வீட்டுக்கு வருகிறார்கள். சிறு சிறு கோவில்களுக்குப் போகிறார்கள். ஆற்றில் குளிக்கிறார்கள். தண்ணீர் எப்போதும் இருக்கிற தலையணை வரை போய், உட்கார்ந்து கூட்டாஞ்சோறு சாப்பிடுகிறார்கள். சபாபதி விரும்பினால், அதியரசனின் அப்பாவிடம் சொல்லி ஒரு மரத்துக் கள்ளை இறக்கச் சொல்லிக் குடிக்கிறார்கள். தாயம்மாவுக்கு கருத்த முதலியாரின் தறியில் சொல்லி இரண்டு சேலை வாங்கி மஞ்சள் துண்டும் குங்குமச் சிமிழும் வைத்துப் பரிமளாவைக் கொடுக்கச் சொல்லவேண்டும். சபாபதி ஒரு அவசரத்துக்கு காசியின் கைலியைக் கட்டிக்கொண்டு உட்கார்ந்திருப்பார். 'வீட்டு ஓரமா, நூல் பிடிச் சாப்புல, மூணு தென்னம் பிள்ளையை வச்சிருந்தா, இதுக்குள்ளே காய்ப்புக்கு வந்திருக்கும்' என்று அவர் சொல்வதற்கு, பரிமளா, 'சனி, ஞாயிறு ஆனால், ஊரு ஊராப் போயி தொண்டைத் தண்ணியை வத்த வைக்கிறதுக்கே நேரம் சரியா இருக்கு. இதிலே தென்னம் பிள்ளை, அணிப் பிள்ளைக்கு அவருக்கு நேரம் இருக் காக்கும். இதுக்கே, அவரு பள்ளிக்கூடத்திலே இன்னும் இவரு சீட்டைக் கிழிக்காம இருக்கிறது ஆச்சரியமா இருக்கு?' என்று அலுத்துக்கொள்வாள். பூரணி, பார்த்திக்கு நீர்வண்ண ஓவியம் வரையச் சொல்லிக் கொடுப்பாள். பரிமளாவும் தாயம்மாவும் மருதாணி அரைத்துவைத்த கை உலர, தரையில் படுத்துக்கொண்டே தூங்காமல், அவரவர் அம்மா அப்பா வீட்டுக் கதைகளைப் பேசிக் கொள்வார்கள். அம்மா அப்பா வீட்டுக் கதை பேசினால் அழுகை வராமல் இருக்குமா? எழுந்து போய் தண்ணீர் குடிப்பார்கள். பாத் ரூம் போவார்கள். இப்படி எல்லாம் காசி நினைத்துக் கொண்டாலும், அவை ஒருபோதும் நடக்கவே இல்லை என்பது தான் நிஜம்.

சபாபதி எந்தத் தடுமாற்றமும் இல்லாமல் தன் கையைப் பிடித்துக்கொள்வது போல, பரிமளாவும் தாயம்மாவின் கையைப் பிடித்துக்கொள்ள முடியாமல் ஏன் போயிற்று என்பது அவனுக்குப் புரியவே இல்லை. ஆண்களைவிட, இந்தப் பெண்களிடம் ஏதோ ஒரு நுட்பம் இருக்கிறது. கண்ணுக்குத் தெரியாத ஒரு நூல் இழை போல ஒரு கோட்டைப் போட்டுக்கொள்கிறார்கள். அதைத் தாண்டி அடுத்த பெண்ணை அவர்களிடம் நெருங்க விடுவதில்லை, அவர்களும் நெருங்கிப் போவதில்லை.

காசிராஜன் வந்ததில் இருந்து இப்படி எதை எதையெல்லாமோ யோசித்துக்கொண்டு சும்மாவே உட்கார்ந்து இருக்கிறான். மனம் எந்த நேரத்திலும் ஏதாவது ஒன்று நிகழ்ந்துவிடாதா என்ற இடைவிடாத பரபரப்பிலேயே இருக்கிறது. அது திரும்பத் திரும்ப ஒரே வரியை எழுதி எழுதி அழிக்கிறது. ஆளுயரக் கண்ணாடியில் இருந்து வெளியே வரும் பிம்பங்கள், இவன் எதிர்பார்த்த எந்த நடனமும் இடாமல் மறுபடியும் கண்ணாடிக்குத் திரும்பி விடுகின்றன. யாரோ ஒரு பெண் ஆற்றில் அமிழ்ந்து குளித்துவிட்டு வட்டப் பாறையில் வெயிலாற உட்கார்ந்து, ஈரம் உலர்வதற்கு முன்பு மறுபடி ஆற்றுக்குள் இறங்கிக் காணாமல் போய்விடுகிறாள். எவ்வளவு நேரம் தான் இப்படியே இந்த பிளாஸ்டிக் நாற்காலியே கதி என்று காசிராஜன் உட்கார்ந்திருப்பது.

வெளியே இருக்கிற வேப்ப மரத்தின் அடியில் தரை முழுவதும் வேப்பம் பழங்கள் உதிர்ந்து கிடந்தன. மரம் அப்படியொன்றும் பெரியது இல்லை. இங்கே இரண்டு கொப்பு, அங்கே இரண்டு கொப்பு என்றுதான் விட்டிருக்கிறது. ஆனால் அப்படி ஒரு காய்ப்பு. தரை முழுதும் மஞ்சள் தோலுடன் உப்பியும் நசுங்கியும் கிடக்கிறது. கசப்பதற்குப் பதில் இனிக்குமோ என்னவோ? தரை முழுவதும் கட்டெறும்பு மொய்த்துக்கொண்டு நகர்கிறது. உற்று அதையே பார்த்துக்கொண்டு இருந்தால், கட்டெறும்புகள் உதிர்ந்துகிடப்பது போலவும், வேப்பம் பழங்கள் நகர்வது போலவும் இருந்தன. நிற்கிற ரயில் ஊர்ந்து, ஊர்கிற ரயில் நின்று, தாயம்மாள் நிற்கிறாளா நகர்கிறாளா என்று காசிக்குத் தெரியவில்லை.

தாயம்மாளிடம் இங்கு வருவது பற்றிச் சொல்லிக்கொண்ட பிறகே காசிராஜன் வந்திருக்கிறான். இது அப்படியொன்றும் கண்டிப்பாக அவன் கலந்துகொள்ள வேண்டிய கல்யாணம் கிடையாது. பரிமளாவின் தூரத்துச் சொந்தம். அந்த மண்டபமே ஊருக்கு வெளியே தான் இருந்தது. விசாரித்ததில், அங்கிருந்து பஸ்ஸில் வந்தால் முக்கால் மணிநேரம் கூட ஆகாது இந்த ஊர் என்று சொன்னார்கள். இத்தனை வருடங்களுக்குப் பிறகு, எதனாலோ காசி ராஜனுக்கு தாயம்மாளைப் பார்க்கவேண்டும் என்று தோன்றி விட்டது. அது ஒரு கட்டத்தில் பார்த்தே ஆகவேண்டும் என்று தீப் பிடித்து, கூரை வரை தாவி அவன் சாம்பலாக உதிர்ந்து கொண்டு இருந்தான். தாயம்மாவைக் கையோடு கூப்பிட்டான். அவள் அதே நம்பரில்தான் இருந்தாள், நல்லவேளை மாற்றியிருக்க வில்லை.

காசி மிகுந்த தயக்கத்தோடு, எடுத்துப் பேசுவாளோ மாட்டாளோ என்றுதான் ஆரம்பித்தான். ‘நல்லா இருக்கீங்களா?’ என்று தாயம்மாள்

உடனே கேட்டதும் மூச்சுத் திணறல் குறைந்தது. குரலில் கண கணவென்று வெக்கை அடிக்க, 'அவரு, பார்த்தி எல்லாரும் நல்லா இருக்கீங்களா?' என்று கேட்டதற்கு, 'நானும் நல்லாதான் இருக்கேன்' என்று பதில் வந்தது. எச்சிலை முழுங்குவது போல ஒரு சிரிப்பு இருந்தது. வெயிலே தெரியவில்லை. பக்கத்து ஊரில் ஒரு கல்யாணத்திற்கு வரவேண்டியது இருக்கிறது. பார்க்க வரலாம் என்று நினைக்கிறேன்' என்றான். அவள் யார் வீட்டுக் கல்யாணம், என்ன தேதி என்று எல்லாம் விபரம் கேட்டாள். கரைபுரண்டு ஓடுகிற ஒரு ஆற்றின் இக்கரையில் இருந்து மறு கரைக்கு ஒரு தொங்கு பாலத்தில் நடப்பது போல இருவரின் பேச்சும் இருந்தது. சபாபதி கூட, அதே தினத்தில் அவருடைய அக்காள் மகள் கல்யாணத்திற்கு, திருக்கோயிலூர் வரை போகிறார்' என்றாள். அவளே கொஞ்ச நேரம் கழித்து, 'அது வடக்கே எங்கியோ தூரத்துலே இருக்கும் போல, செட்டிகுரிச்சியில் இருந்து வேன் எடுத்துக்கிட்டு, உறவுக் காரங்க எல்லாருமா ஒண்ணா போறாங்க' என்றாள். 'பார்த்திபன் என்ன படிக்கிறான் என்று கேட்டதற்கு அவன் கல்லூரியில் இரண்டாம் ஆண்டு வணிகவியல் படிக்கிறான் என்றும், பிற்பகல் மூன்று மணிக்கு வகுப்பு முடியும். அவன் தேசிய மாணவர் படையில் இருப்பதால் மேலும் இரண்டு மணி நேரம் ஆகும் என்று தாயம்மாள் சொல்லியிருந்தாள். பரிமளாக்கா எப்படி இருக்காங்க என்று எப்போதும் கேட்பாள். இந்த மட்டம் கேட்கவில்லை. வா என்றோ, இல்லை வரவேண்டாம் என்றோ ஒரு வார்த்தை அவளிட மிருந்து கிடையாது.

காசிக்கு அது போதுமானதாக இருந்தது. இத்தனை வருடமாக விழுந்துவிட்ட இடைவெளியைத் தாண்டிவிடலாம், இந்த மஞ்சளும் சிவப்புமான காகிதத்தில் பச்சை எழுத்துகளில் அச்சடித்த கல்யாண அழைப்பிதழ் வழியாகப் போவதற்கு ஒருபாதை விழுந்திருக்கிறது என்று காசி சந்தோஷப் பட்டான். தாயம்மாள் ஊர் இந்தக் கல்யாணம் நடக்கிற இடத்துக்கு ரொம்பப் பக்கம் என்று பரிமளாவிடம் காசி சொல்லவில்லை.

காசி வந்த பஸ் முதலில் விலக்கு என்ற இடத்தில் நின்றது. ஊருக்குள் வந்து ஊராட்சி ஒன்றியம் பக்கம் நிறையப் பேர் இறங்கினார்கள். காசியும் இறங்கினான். பக்கத்துக் கடையில் ஒரு டீ குடித்துக் கொண்டு தெருவை விசாரிக்கலாம் என்று யோசித்தான். யார் வீட்டுக்கு என்று கேட்பார்கள். சபாபதி வீடு என்று சொல்ல வேண்டும் என்று முடிவு செய்துகொண்டான். ஒரு சபாபதிக்கு மேல் இருந்து, எந்த சபாபதி என்ற கேள்வி வந்தால், தாயம்மாள் பெயரைச் சொல்லாமல், 'இந்த மீட்டிங்லே எல்லாம் பேசுவாங்களே,

அந்த அம்மா வீட்டுக்காரரு' என்று சொல்வது சரியாக இருக்கும் என்று பட்டது. அப்படி காசி யோசித்துக்கொண்டு 'டீ வேண்டாம். அதுக்குப் பதிலா பவண்டோ இருந்தா குடிப்போம்' என்று கடைக்காரர் பக்கம் போகையில், தெருவில் சங்குச் சத்தம் கேட்டது. மணி அடிக்கிறவர் நடந்து நெருங்கிக்கொண்டே வந்தார்.

கடைக்காரர் மூங்கில் கழியில் கிடந்த துண்டை எடுத்து மேலே போட்டபடி வர சாப்பிட்ட கையோடு கூட இரண்டு பேர் வெளியே வந்தார்கள். ஒருத்தர் உள்ளே போய் அவசரமாக சினிமாப் பாட்டை நிறுத்திவிட்டு வந்தார். பெரிய சாவாக இருக்கவேண்டும். தள்ளு வண்டிக்குப் பின்னால் ஆட்கள் போன வண்ணமாக இருந்தார்கள். சைக்கிளைத் தள்ளிக்கொண்டு சென்ற ஒருத்தர், கழன்று போன செயினை புளிய மரத்தடியில் நிறுத்தி மாட்டிக் கொண்டு இருந்தார். பைக் வைத்திருந்தவர்கள் குறுக்குப் பாதையில் புறப்பட்டுப் போகும் புழுதி தெரிந்தது. குளத்தில் குளிப்பாட்டின ஏழெட்டு எருமைகள், தோலை உரித்து எடுத்துவிட்டது போலப் பளபள வென்று வந்து கொண்டு இருந்தன. அரசமரத்தடியில் ஒரு புற்று வளர்ந்திருந்தது.

இவ்வளவு பெரிய சாவு என்றால் சபாபதி அயல் ஊருக்குப் போயிருக்கமாட்டார் என்று காசிக்கு முதலில் தோன்றியது. 'பார்த்திபனும் வீட்டில் இருப்பானோ? தாயம்மாள் துக்கம் விசாரிக்கப் போயிருந்தால் என்ன செய்ய?' காசிக்கு ஒன்றும் ஓடவில்லை. ஒரு மாற்றுடையும் சற்று அளவுக்கு அதிகமாகவே வாங்கி யிருந்த பழங்களும் இருந்த பை ரொம்பக் கனப்பது போல இருந்தது. மூன்று வருடங்களுக்கு முன்பு இவனே தொகுத்து வெளியிட்ட இவனுடைய கவியரங்கக் கவிதைகள் புத்தகம் ஒன்றையும் வைத்திருக்கிறான். ஏற்கனவே அனுப்பியது, கிடைத்திருந்தாலும் கிடைத்திருக்காவிட்டாலும், தன் கை எழுத்திட்டு தாயம்மாளுக்கு இதை நேரில் கொடுக்கக் காசி விரும்பினான். சில கவிதைகளைத் தான் அவளுக்கு வாசிக்கவேண்டும் என்றும், தன்னிடம் சிலவற்றை அவள் வாசித்தால் நல்லது என்றும் நினைத்திருந்தான். அதை எப்போது எந்த நிலையில் வாசிக்கவேண்டும் என்பது குறித்த கற்பனைகள் நிறைய இருந்தன.

தாயம்மாள் அதிகம் வெளியே வந்து, இவன் இருக்கிற அறைப் பக்கம் நடமாடாமல் உள்ளே இருந்தே பேச்சுக்கொடுத்துக் கொண்டு இருந்தாள். கிரைண்டர் ஓடுகிற சத்தம் கேட்க, அந்தச் சத்தத்தின் மேல் அமர்ந்திருப்பது போல, அவள் சாதுர்யமாகத் தன்னை வைத்துக் கொள்வது தெரிந்தது. காசிக்கு தன் முன்னால், அவள் சொந்த வீட்டில் அவள் இருக்கிற சுதந்திரத்துடன், தாயம்மாள் இங்கேயும்

அங்கேயும் போய்வந்தால் நல்லது என்று பட்டது. ஒளிவதும் தெரிவதுமாக ஒரு விளையாட்டை அவள் விளையாட வேண்டும் என விரும்பினான். முகத்தைக் கழுவும் தண்ணீர்ச் சத்தத்தைத் தொடர்ந்து பவுடர் வாசனை வர ஆரம்பித்ததும் காசிக்கு அப்படியே உட்கார்ந்திருக்க முடியவில்லை. ஒரு வேளை தாயம்மாள் கண்ணாடி முன்னால் இப்போது நிற்கலாம் என்று தோன்றியது. அவள் அப்படிக் கண்ணாடி முன் நிற்கிற தோற்றத்தைத் தன்னால் இழக்க முடியாது என்ற அவஸ்தையில் காசி இருந்தான்.

'பாத் ரூம் எங்கே இருக்கு?' என்று சத்தம் கொடுத்தான். முகம் கழுவ வேண்டுமா? என்று உள்ளே இருந்து கேட்டாள். 'இல்லை.' என்று அவன் ஆரம்பிப்பதற்குள், 'வெளியில, லாஸ்ட்லே இருக்கு பாருங்க' என்று வந்த பதிலில் இருந்த, எறும்பு கடிப்பது போன்ற சிரிப்பு அவனைத் தவிக்கவிட்டது.

வீட்டின் கடைசி வரை எந்தக் கதவும் மூடப்படவில்லை. இங்கிருந்து பார்க்கிற இடத்தில் சடை சடையாய்க் காயும் பூவுமாய் ஒரு முருங்கை மரம் இருந்தது. ஒரு நொடியினுள் நொடி, வேறு எந்த மரத்திலோ அவன் பார்த்த தலைகீழ் அணில் அதில் தொங்கி அடுத்த கிளைக்குத் தாவுவதாகக் காசி நினைத்துக்கொண்டான். தாவிய பின், அமுங்கி எழுகிற கிளை போலத்தான் அந்தச் சிறு பொழுது இருந்தது.

எதற்கும் இருக்கட்டும் என்று பரிமளாவைக் கூப்பிட்டுப் பேசி விடலாம். கல்யாணம் எப்படி நடந்தது, யார் யாரைப் பார்த்தேன், பெண்ணும் மாப்பிள்ளையும் எப்படி இருந்தார்கள், பஸ்ஸில் கூட்டம் இருந்ததா, ஃப்ரண்ட்ஸ் யாரும் வந்திருந்தார்களா என்று தானே சொல்லிவிட்டால் அவள் தன்னைக் கூப்பிடுவதைத் தவிர்த்து விடலாம் என்று காசிக்குத் தோன்றியது. எப்படியும் அவள் கூப்பிடாமல் இருக்கமாட்டாள். இதற்குள்ளேயே கூப்பிட்டு இருக்க வேண்டியவள் தான். கூப்பிட்டுப் பார்த்தான். ரிங் போய்க் கொண்டே இருந்தது. பேசி முடித்துவிட்டால் நிம்மதியாக இருக்கும் என்று மறுபடி முயன்றான். இப்போதும் போய்க்கொண்டே இருந்ததே தவிர, பரிமளா எடுக்கவில்லை. காசிராஜன் அலுத்துக் கொண்டே மறு படியும் நாற்காலியில் உட்கார்ந்தான்.

'அங்கே என்ன பண்ணிக்கிட்டு இருக்கீங்க? இங்கே வந்து உட்கார்ந்து கொஞ்சம் பேசிக்கிட்டு இருந்தா என்ன?' காசியால் வாய்விட்டுச் சொல்லாமல் இருக்க முடியவில்லை. 'பார்த்தி, என்.சி.சி முடிச்சுட்டுப் பசியோடே வருவான். அவனுக்கு ஏதாவது ஒரு டிஃபனைப் பண்ணிவைத்துவிடலாம்னு பார்த்தேன். முடிஞ்சது.

அதை முடிச்சுட்டுதான் முகம் கழுவப் போனேன்' என்று சொல்லிக் கொண்டே வரும் தாயம்மாளைப் பார்க்கையில் காசிக்கு, அவள் எங்கே உட்கார்வாள் என்ற இம்சை உண்டாயிற்று. வீட்டின் பின் பகுதியில் விழுகிற பிற்பகல் வெயிலால் பரவின வெளிச்சம் தாயம்மாவை ஏந்திக்கொண்டு வந்து தன் முன்னால் இறக்கிவிடுவது போல இருந்தது. அவள் எதிரே வந்து நின்றதும், ஒரு மரவுரி போல வெளிச்சம் தன்னை உருவிக்கொண்டு மறுபடியும் பின்பக்க வெயிலோடு போய் முன் போல இணைந்துகொண்டு விட்டது என காசிராஜன் நினைத்தான். தன் தொகுப்பில் இருந்து ஒரு கவிதையை வாசிக்க இது மிகப் பொருத்தமான கணம் என்று தோன்றியது அவனுக்கு. பழங்களை முதலில் எடுத்து, 'இந்தாங்க' என்று அவளிடம் கொடுத்துவிட்டு, அவனுடைய தொகுப்பை எடுத்து, எழுந்து நின்று அவளிடம் தந்தான். அவள் மிகச் சாதாரணமாக, பழங்கள் இருந்த பையையும் புத்தகத்தையும் வாங்கி இடப்பக்கம் இருந்த மேஜையில் வைத்த பின் கேட்டாள்.

'பின்னாடி போகணும்னு சொன்னீங்க?'

'அதுக்குள்ளே வீட்டுக்கு ஒரு ஃபோன் போட்டிரலாம்னு நினைச்சேன்' ட்ரை பண்ணுனேன். கிடைக்கலை காசி சொன்னான். முகத்தில் எந்த உணர்வும் இல்லை. கல் போல இருந்தது. தன்னைப் பார்ப்பதற்குச் சுற்றுலா வந்தவர்களை, சிலை பார்த்தால் எப்படி இருக்குமோ அப்படி இருந்தது.

'இன்னோரு தடவை ட்ரை பண்ணிப் பாருங்களேன். இங்கே விட வாசலில் சிக்னல் நல்லா கிடைக்கும்' என்று தாயம்மாள் வாசல் பக்கம் போவது போல நகர்ந்தாள். 'நானும் கூட அவருகிட்டே பேசணும். வேலை முடிஞ்ச உடனே நீங்க வந்திருக்கிறதைச் சொல்லலாம்னு இருந்தேன். நச்சு நச்சுண்ணு சின்னச் சின்னதா இதுவரைக்கும் வேலை இழுத்துட்டுது.' என்றாள்.

இதுவரை தான் சபாபதி பற்றிக் குறிப்பாக எதுவுமே கேட்க வில்லை என்று காசிக்குத் தோன்றியது. 'எப்படி இருக்காரு அவரு?' என்று மொட்டையாகக் கேட்டான். தாயம்மாள் சட்டென்று முகம் எல்லாம் இளகி, 'அவருக்கென்னங்க, நல்லா இருக்காரு?' என்று சிரித்தாள், தாயம்மா அப்படிச் சிரித்ததைப் பார்க்கக் காசிக்குப் பிடித்திருந்தது என்றாலும், இந்த நிமிடம் வரை, குறிப்பாக தன்னை வீட்டுக்குள் வரும் போது முதன் முதல், இத்தனை வருடங்களுக்குப் பிறகு பார்த்த சமயம், இப்படி ஒன்றும் அது தன்னிச்சையாக ஒளிரவில்லை என்று கஷ்டமாக இருந்தது.

சம்பந்தமே இல்லாமல், 'நீங்க எப்பவும் போல பட்டிமன்றம் அது இதுன்னு தொடர்ந்து பேசிக்கிட்டு இருந்திருக்கலாம். டி.வி சேனல் இப்போ பெருத்துப் போச்சு. ஆள் கிடைக்க மாட்டேங் கிறாங்க. கல்யாண மாலையில எல்லாம் துபாய், அமெரிக்கான்னு அவங்களே கூட்டிகிட்டுப் போறாங்க.' காசி ராஜன் சொன்னான். அவன் இரண்டு முறை அப்படிப் போய்வந்தது தெரியும் என தாயம்மாள் சொல்வாள் என நினைத்தான்.

தாயம்மாள் ஒன்றுமே சொல்லவில்லை. காசி முகத்தையே பார்த்துக்கொண்டு இருந்தாள். அவன் மேற்கொண்டு எதுவும் பேச வில்லை என்று உறுதியானதும், 'போதும்னு தோணிடுச்சு' என்றாள்.

'சபாபதி ஏதாவது சொன்னாரா?' காசி அவசரமாகக் கேட்டான்.

'அவரு என்னைக்குமே எதுவும் சொல்றதில்லையே' தாயம்மாள் தொடர்ந்து அதே முகத்து நெகிழ்வுடன் சற்று அமைதியாக இருந்தாள். தேவையான இடைவெளியை எடுத்துக்கொண்டது போல. 'அவரு என்ன சொல்கிறதுங்க? எனக்கே போதும்னு தோணிடுச்சு' என்றாள். சரியாகச் சொல்லி முடிக்கவில்லை என்று உணர்ந்தது போல, 'போதும்கிறதே எப்பவும் அவங்கவங்களுக்கே தோணுகிறது தானே' என்று வாசலைப் பார்த்தாள். 'பார்த்தி வந்துட்டான். மொப்பெட் சத்தம் கேட்கு' என்று இன்னும் அதிகமாக வெளிச்சம் படரும் முகத்துடன் முன் பக்கம் போனாள்.

காசிராஜன் வெளியே பார்த்தான். இப்போதும் அந்த வேப்ப மரத்தடியில் உதிர்ந்துகிடந்த பழங்களைக் கட்டெறும்பு மொய்த்துக் கொண்டு இருப்பது தான் அவன் கண்ணில் பட்டது.

அம்ருதா

செப்டம்பர் - 2015

எது தெரிகிறதோ அது

இடது கைக்குக் கீழ் ரவிக்கை ரொம்ப நனைந்திருந்தது.

இரண்டு கைகளையும் உயர்த்தி ஊஞ்சல் சங்கிலியைப் பிடித்திருந்ததில் முகத்தை அதிக நேரம் இடது பக்கம் ஒதுக்கியே ஆடிக்கொண்டு இருந்திருக்க வேண்டும். அந்தப் பக்கக் காதோரம் முடி அதிகம் பறந்து பறந்து முகத்தில் விழுந்ததால் பிரேமா ஒரு சௌகரியத்துக்காக முகத்தால் அதை அழுத்திக்கொண்டு இருந்தாள். பிரேமாவுக்கு அந்த ஈரத்தையும் வியர்வை வாடையையும் பிடித்திருந்தது. அவளுடைய ஈரத்தை, தான் எந்தக் காற்றிலும் வெயிலிலும் உலர்ந்துபோக விட்டுவிடக் கூடாது என்று நினைத்துக்கொண்டே வீசி வீசி ஊஞ்சலில் தன்னைப் பறக்கவிட்டுக் கொண்டாள்.

இரண்டு கால்களுக்கு இடையிலும் தோளுக்குப் பின்னாலும் சேலை படபடத்துக் கொண்டே இருந்தது. அவள் முதுகுப் புறத்திலும், நீட்டியிருந்த கால்களின் பக்கமும் தானியங்கள் சிதறிக் கிடப்பதாகவும், அதைக் கொத்துவதற்கான சிறு பறவைகள் அவளை மொய்த்துக் கொண்டு, இவள் ஆடுகிற ஊஞ்சல் போல இன்னொரு ஊஞ்சலைக் காற்றில் வரைவது போலவும் பிரேமா நினைத்துக் கொண்டாள்.

இந்த ஊஞ்சலில் எந்தத் திசை நோக்கி உட்கார்ந்து, எந்தத் திசையைப் பின்னால் உதறி ஆடுகிறோம் என்று யோசித்தாள். இந்த நகராட்சிப் பூங்காவில் அறுகோணத்தில் ஆறு ஊஞ்சல்களைத் தொங்கவிட்டு, எவ்வளவு வேகமாக ஆடினாலும் அவரவர்க்கான விடுதலையை அடையமுடியும் படி விசாலமாக வடிவமைத் திருந்தார்கள். ஆறில் ஒரே ஒரு ஊஞ்சல் மட்டும் சங்கிலி இற்றுப் போய், பலகை தொங்கிக்கொண்டு இருந்தது.

ஒரு கணம் அவளுக்குத் திசை பிடிபடவில்லை. நான்கு தெருவுக்கு அப்பால் வீடு இருக்கிற, கல்யாணம் ஆவதற்கு முன் எட்டு வருடங்கள் தினசரி நடமாடிய இந்த இடத்தின் திசை எப்படி விடுபட்டது என்பதை அவளால் தாங்கமுடியவில்லை. கல்யாணம் ஆகிப் போன இந்தப் பதினோரு வருடங்களில் தான் இதுவரை, நான்கு, எட்டு, பதினாறு என அறிந்திருந்த அத்தனை திசைகளையும் பிடுங்கிக் கொண்டு, இப்படி உச்சி வெயிலில், தன்னந்தனியாக ஊஞ்சலாட விடும்படி, எப்படி ஆண் ஒன்று பெண் ஒன்று என இரண்டு குழந்தைகளைப் பெற்றவன் இருக்கமுடிகிறது என்று கோபம் உண்டாயிற்று.

இம்முறை முன்னைவிடவும் வேகம் கூட்டுவதற்காக, தரையில் உதைத்து உடலைப் பின்னுக்குச் சாய்ந்து உந்திய நேரத்தில், எட்டித் தூரப் போய் 'நவீனாப்பா' எப்படி விழுந்திருப்பான் என்று நினைக்க பிரேமாவுக்கு சந்தோஷமாக இருந்தது. மகளுக்கு நவீனா என்ற பெயரை பிரேமா தான் வைத்தாள். நவீனாவுக்கு அப்பா என்பதால், நவீனாப்பா என்பது ஒரு அடையாளமாக இருக்கிறதே தவிர, பிரேமா அவனுடைய பெயரைக் கூட இப்போது அதிகம் உச்சரிப்ப தில்லை.

பிரேமாவுடைய அம்மா கோபத்திலும், கோபத்தை விட வருத்தத்திலும் அவளிடம் கேட்டிருக்கிறாள், 'ஒரு ஆத்திர அவசரத்துக்கு, கட்டினவன் பெயர் என்ன என்று கேட்டால் கூட, வாயால் சொன்னால் குறைஞ்சா போயிருவே?.' அதற்கு பிரேமா ரொம்பக் கடுமையான பதிலைச் சொன்னாள், 'வாயால சொல்லச் சொல்லுதே இல்லே. வாயின்னா என்ன? எச்சில். எச்சிலோடு எச்சிலா அவனைச் சேர்த்து எவ்வளவோ முழுங்கியாச்சு. துப்பணும்'னா சொல்லு. உன் ஆசைக்கு அந்தப் பெயரை என் வாயால சொல்லி, உன் முன்னாலேயே துப்பீருதேன். ஓரமாகப் போயி'ன்னா ஓரமா. இல்லை. நடுச் சந்தியிலே'ன்னா, அப்படியே'.

பிரேமாவுக்கு அது ஞாபகம் வந்தது. ரொம்பவும் தான் குரூரமாகப் பேசிவிட்டதாகவும், அப்படிக் குரூரமாக இருப்பதுதான்

சரியென்றும் இப்போது அவளுக்குத் தோன்றிற்று. நிஜமாகவே தான் எட்டி உதைத்தது போலவும், நவீனாப்பா அங்கேதான் எங்கேயோ விழுந்து கிடப்பான் என்பது போலவும், ஊஞ்சலில் ஆடிக்கொண்டே கீழே பார்த்தாள்.

ஒரு அரைவட்டமாக, இந்தப் பூங்காவைப் பிட்டுப் பிட்டு வீசுவது போல, ஒரு பக்கம் ஆகாயமும் இன்னொரு வீச்சில் வேப்ப மரக் கிளைகளின் கவிந்த பச்சையும் கண்ணில் விழுந்துகொண்டு இருந்தன. காலுக்குக் கீழ் செம்மண் பரல்களும், சிதறிக் கிடந்த வேப்பம் பழங்களுமாக, தரை அதன் உடலைப் பாளமாகக் கிறு கிறுத்து நகர்த்துகிறது என்று அவள் நினைத்துக் கொண்டாள்.

ஐஸ் க்ரீம் வண்டி வருகிற சத்தம் கேட்டது. இந்த ஐஸ் க்ரீம் வண்டியின் மணிச் சத்தம் இந்தப் பகுதிக் குழந்தைகளின் காதில் தூக்கத்திலும் ஒலிக்கும் படியாக, அவர்கள் ஒரு குறிப்பிட்ட விதத்தில் ஒலியெழுப்பி, இடைவிடாத தன்னுடைய விளம்பர வாசகங்களைப் பரப்பிக்கொண்டே வருவார்கள். ஒரு சுற்று முடிந்ததும் இந்தப் பூங்காவின் ஓரத்தில் நிறுத்தி வியாபாரம் செய்வார்கள். கடிகாரத்தில் நேரம் பார்த்துவிட்டுக் கிளம்புவது போல, மறுபடியும் மணி அடித்துக்கொண்டே இன்னொரு பகுதிக்குக் கிளம்பி விடுவார்கள்.

நவீனாவுக்கு இந்த ஐஸ் க்ரீம் வண்டிச் சத்தமும் மணி யோசையும் தெரியும். ஏற்கனவே இங்கு வந்திருக்கும் இரண்டு வாரங்களில் பிரேமா அவ்வப்போது வாங்கிக் கொடுத்தும் இருக்கிறாள். சொல்லப் போனால் இங்கு வந்து ஊஞ்சலாட வேண்டும் என்றும், சாக்கோ பார் ஐஸ்க்ரீம் வாங்கித் தரச் சொல்லியும் அம்மாவிடம் நவீனா கெஞ்சி, பிரேமா, 'தினசரி எல்லாம் ஐஸ்க்ரீம் கேட்கக் கூடாது' என்று இன்றைக்கு மறுத்திருந்தாள். பேத்திக்கு, தான் வாங்கிக் கொடுப்பதாக முன்வந்த பிரேமாவின் அம்மாவையும், 'நான் மாட்டேன்'னு சொன்னால் நீ வாங்கிக் கொடுக்கிறதா சொல்லுவியா? என்னைக் கெடுத்தது போதாதா? இவளையும் கெடுத்துரணுமா உனக்கு?' என்று பிடுங்கி இருந்தாள்.

'வாயைத் திறந்தாலே வெடுக்கு வெடுக்குன்னு தேள் கொட்டின மாதிரி இல்லா இருக்கு. யார் மேல உள்ள கோவத்தையோ என் மேல காட்டினால் எப்படி? எல்லாம் நான் செஞ்ச பாவம்' என்று அம்மா அழுதுகொண்டே போய்ப் படுத்துவிட்டாள். அழுதால் அம்மாவுக்கு எப்படி அப்படி ஒரு தூக்கம் வந்துவிடுகிறது? இப்போது எல்லாம் பிரேமாவுக்குத் தூக்கமும் வருவதில்லை.

அழுகையும் வருவதில்லை. 'எங்கேயாவது தப்பிச்சு ஓடிப் போயிரலாம் போல இருக்கு' இதை யாரோ அவளிடம் கேட்பது போல, அவளே அடிக்கடி சொல்லிக் கொள்கிறாள்.

இரண்டு முறை பாத் ரூம் போய்விட்டு வந்துவிட்டாள். கிச்சன் பக்கம் போய்ப் பார்த்தாள். சமையல் எல்லாவற்றையும் முடித்து, ஒவ்வொரு பாத்திரத்தையும் தட்டைப் போட்டு அம்மா மூடி வைத்து விட்டிருந்தாள். பரிமாறுவதற்குத் தோதுவாக அதனதன் பக்கத்திலேயே அது அதற்குரிய அளவில் கரண்டிகள். கரண்டிகளை இவ்வளவு சரியாகத் தேர்ந்தெடுத்து வைக்கத் தெரிந்த அம்மாவுக்கு, ஏன் தனக்குச் சரியான ஒருத்தரைக் கண்டுபிடிக்க முடியாமல் போனது? வந்து இரண்டு வாரங்கள் ஆயிற்று. ஒரு ஃபோன் கிடையாது. நீ எப்படி இருக்கிறாய்? பிள்ளைகள் எப்படி இருக்கின்றன? என்று ஒரு விசாரிப்புக் கிடையாது.

பிரேமா ஒவ்வொன்றாகத் திறந்து பார்த்தாள். சேப்பங்கிழங்குப் பொரியலில் ஒரு துண்டை வெறுங் கையால் எடுத்து வாயில் போட்டுக்கொண்டாள். புறவாசல் கொடிக்குப் போய், துணிகளை வெயிலில் திருப்பிப் போட்டாள். போட்டு ஒரு மணி நேரம் ஆகவில்லை. கிட்டத் தட்டக் காய்ந்துவிட்டிருந்தது. அவ்வளவு வெயில். பக்கத்து வீட்டிலிருந்து விழுந்த சப்போட்டா நிழலில் படுத்துக்கொண்டிருந்த பூனை, காம்பவுண்ட் சுவரிலிருந்து பிரேமாவையே பார்த்தது. 'கொண்ணுருவேன்' என்று கையைப் பிரேமா அதை நோக்கி வீசினாள். கண்ணை லேசாகச் சுருக்கி விட்டு அது அசையாமல் அப்படியே இருந்தது. நவீனா ராத்திரி நனைத்திருந்த நீல பெட்ஷீட் மாத்திரம் அதிக நீளத்துடன் தாழ்ந்து தொங்கியது. அலசின பின்னும் நவீனா நனைத்த வாடை மிச்சம் இருந்தது.

பிரேமாவுக்கு நவீனாவைக் கூட்டிக்கொண்டு பூங்காவிற்குப் போய் அது விரும்பியபடியே ஊஞ்சலாடிவிட்டு வரலாம். ஐஸ் க்ரீம் வாங்கிக் கொடுக்கலாம். அது என்ன பெரிதாகக் கேட்டு விட்டது. ஒரு சிறு பிள்ளை இதைக் கூடக் கேட்காவிட்டால் அப்புறம் அது என்ன சிறு பிள்ளை? என்று தோன்றியது. பிரேமா உள்ளே போய் பர்சை எடுத்துக்கொண்டாள். குடையை ஒரு தடவை விரித்துப் பார்த்துத் திருப்திப் பட்டபடி, படுக்கையறைக்குப் போய் அம்மாவையே பார்த்து நின்றாள்.

தூங்குகிற அம்மா, தூங்குகிற படிக்கே இறந்துவிட்டாளோ என்று தோன்றியது. அம்மாவின் மெலிந்து நீண்ட கால்

விரல்களையும் மிஞ்சியையும் பார்த்தபடி, 'யம்மா. நான் பார்க் வரை போயிட்டு வந்திருதேன்' என்றாள். அம்மா கேட்டுக் கொண்டாளா என்று தெரியவில்லை. புரண்டு படுத்தாள். அம்மா இப்படிக் கேட்பது போலவும், கேட்காதது போலவும் அவள் வாழ்க்கையில் எத்தனை நூறு முறைகள் புரண்டு படுத்திருப்பாள்? ஒரு நசுங்கின தலையணையைத் தவிர அவளுக்குத் தன்னைப் போல அல்லது நவீனா போல, ஒரு நகராட்சிப் பூங்காவோ, ஊஞ்சலோ கிடைத்திருக்குமா?

பிரேமாவுக்குப் பாரமாக இருந்தது. அவள் நகர்ந்து முதல் அறைக்கு வந்தபோது நவீனாவும், அவளுக்கு எப்போதும் பிடித்த, நார் பிய்ந்த அந்த பிரம்பு சோஃபாவிலேயே படுத்துத் தூங்கி விட்டிருந்தது. இப்படி ஒவ்வொருத்தரையும் அழுகையோடும் நிராசையோடும் தூக்கத்தில் தள்ளுகிற தன் மேல் பிரேமாவுக்கு வெறுப்பாக இருந்தது. இந்தப் பகல் ஏன் அவளை இப்படி முற்றுகை இடுகிறது? எந்தச் சத்தமும் இல்லாமல், வீட்டைச் சுற்றி நான்கு புறமும் ஒரு அமைதி ஏன் தீ பிடித்தது போல எரிகிறது? வெயில் கூட சாணை பிடிக்கக் கொடுத்திருப்பதாக, பொரிப் பொரியாகச் சிதறி நான்கு புறமும் தெறிக்கிறது.

இந்த வீட்டைத் தாங்க முடியாது. எங்கேயாவது வெளியே போய்விட வேண்டும். மணி என்ன? பதினொன்றே முக்கால் ஆகிறது. இந்த வெயிலில் வேர்க்க விறுவிறுக்க நடந்துபோக வேண்டும். நவீனா தூங்கிவிட்டால் என்ன? தான் ஊஞ்சல் ஆடவேண்டும். இந்த வயதில் ஒருத்தி வெயிலில் ஊஞ்சல் ஆடக்கூடாது என்று இருக்கிறதா என்ன? அவளே பார்த்திருக்கிறாள். அதுவும் இந்த பார்க் ஊஞ்சலிலேயே பிள்ளைகளும் அம்மாவுமாக சாயுங்காலம் நிறையப் பேர் ஆடுகிறார்கள்.

பிரேமா வீட்டில் வேலை பார்த்த மாரியின் மகள் திரௌபதி, அவளுடைய மகளையும் மகனையும் வைத்து ஊஞ்சல் ஆடிக் கொண்டிருப்பதை அவள் பார்த்திருக்கிறாள். இத்தனைக்கும் திரௌபதியை முதலில் கல்யாணம் கட்டியவன் எங்கே போனான் என்றே தெரியவில்லை. திரௌபதி லட்சணமாக இருப்பதைப் பார்த்தே, கொத்து வேலைக்குப் போகிற அவளுடைய அப்பாவுடன் கையாளாக நிற்கிற ஒரு பையன் அவளைத் திரும்பவும் கட்டிக் கொண்டான். இப்போது இரண்டு பிள்ளைகள். அந்தப் பிள்ளைகளை வைத்துத் தான் அவள் ஊஞ்சல் ஆடிக்கொண்டு இருந்தாள்.

வண்ணதாசன் ✤ 37

பிரேமாவைப் பார்த்ததும் ஊஞ்சலை நிறுத்திவிட்டு, 'எப்போது வந்தீர்கள் ஆச்சி? நம்ம வீட்டு அய்யா வந்திருக்கிறார்களா? பிள்ளைகள் நன்றாக இருக்கிறார்களா?' என்று கேட்டாள்.

திரெளபதி முன்னைவிட அழகாக இருந்தாள். அவளுடைய முன் பற்கள் மேலும் உயர்ந்து, அவளுடைய அம்மா, மாரி ஜாடைக்கே வந்துவிட்டது போல இருந்தது. பிரேமாவுக்கு அவளிடம், அவளை முதலில் கட்டினவனைப் பற்றித் தகவல் உண்டா என்று கேட்க வேண்டும் என்றே தோன்றியது. அடக்கிக்கொண்டு, 'எல்லாரும் நல்லா இருக்கீங்களா?' என்று கேட்டாள். திரெளபதி தன் மூத்த பிள்ளை எல்.கே.ஜி படிப்பதாகச் சந்தோஷத்துடன் சொன்னாள். பிரேமாவுக்கு அவள் சிரித்துச் சிரித்துப் பேச, உள்ளுக்குள் தான் சுள்ளி போலக் காய்ந்து ஒடுங்குவது போல இருந்தது. 'நம்ம வீட்டுப் பிள்ளைகளையும் கூட்டிக்கிட்டு வாங்க பிரேமாம்மா. ஆறு ஊஞ்சல் கிடக்கு. லீவு நாள் 'ன்னா கூட, எப்படியும் ரெண்டு சும்மா கிடக்கும்' என்றாள். பிரேமா சரி என்று சொல்லவில்லை. 'பிள்ளைகளைப் பாரு. விழுந்திரப் போகுது' என்று சிரித்தாள். அது சிரிப்போடு சேர்த்தி இல்லை என்று அவளுக்கே தெரிந்தது.

திரெளபதி சொன்னது போல, இரண்டு இல்லை, இன்றைக்கு எல்லாமே வெயிலில் ஆள் இல்லாமல் தான் கிடந்தது. ஆளில்லாமல் கிடக்கிற ஊஞ்சல்களைப் பார்த்ததும் பிரேமாவுக்குக் கூடுதல் உற்சாகம் வந்தது. நவீனாவை மட்டும் அல்ல, வீட்டில் இருக்கிற அத்தனை பேரையும் கூட்டிக்கொண்டு வந்திருந்தால் கூட, எல்லோரும் ஊஞ்சல் ஆடியிருக்க முடியும். ஒரு நொடியிலும் நொடி, நவீனாப்பா ஞாபகமும் ஒரு ஊஞ்சலில் உட்கார்ந்து ஆடியது. பிரேமா அந்த ஊஞ்சலைக் கீழிருந்து மேல் வரை முறுக்கி, தளரச் செய்து, அது தறிகெட்டுச் சுற்றுவதையே பார்த்துவிட்டு, அதற்கு நேர் எதிரில் இருந்த ஒன்றில் உட்கார்ந்து ஆட ஆரம்பித்திருந்தாள்.

இவ்வளவு நேரம் ஆகிவிட்டது. வேர்க்க வேர்க்க ஆடியாகி விட்டது. உடலில் இருந்து வெக்கை கொடிக்கொடியாக ஆவி யடிப்பது தெரிந்தது .நவீனா தூக்கத்தில் இருந்து முழித்திருப்பாளா தெரியவில்லை. முழித்திருந்து இருப்பாள். அவள் விரும்பியபடி ஊஞ்சல் ஆடத்தான் அவளை அழைத்து வரவில்லை. போகும் போது ஐஸ்க்ரீமாவது வாங்கிக்கொண்டு போகவேண்டும்.

பிரேமா ஆடிக்கொண்டு அரைவீச்சில் இருந்த ஊஞ்சலில் இருந்து கால் உரசிக் குதித்தாள். ஐஸ்க்ரீம் வண்டியை நிறுத்தச் சொல்லிக் கையைக் காட்டினாள். அவள் எதிர்பார்த்த ஒரு வேப்ப

மர நிழலைத் தாண்டி, இன்னொரு வேப்ப மரத்தடியில் வண்டியை நிறுத்திப் பின் கதவுகளை இரண்டு புறமும் திறந்தார்கள். இரண்டு சாக்கோ பார், இரண்டு ஸ்ட்ராபெர்ரி கோன் வாங்கினாள். எவ்வளவு என்று கேட்டுக் கொடுத்தாள். அம்மா ஞாபகம் வந்தது. அம்மா சிறு பிள்ளை போல ஆசையாக ஐஸ்க்ரீம் சாப்பிடுவாள். வெனிலா கப் ஒன்று கேட்டாள். 'கோன் தான் இருக்கிறது' என்று சொல்லிவிட்டு, 'அரைக் கிலோ வெனிலா வாங்கினால் அரைக் கிலோ இலவசம்' என்று ஒரு பெட்டியைச் சிரித்துக்கொண்டே நீட்டினவரிடம், 'இன்றைக்கு வேண்டாம்' என்று பிரேமா சொல்லும் சமயம், பக்கத்தில் ஒரு ஸ்ப்லெண்டர் பைக் வந்து நின்றது. 'பிரேமாக்காவா?' என்று கேட்டபடி, ஹெல்மெட்டைச் கழற்றிச் சிரித்தவனை பிரேமா திரும்பிப் பார்த்தாள்.

'உங்களை மாதிரி இருக்கே'ன்னுதான் வந்தேன்' அதே சிரிப்பு மாறாமல் முன் வழுக்கை விழத் துவங்கி இருந்த தலையைக் கைக் குட்டையால் துடைத்துக்கொண்டே, 'அடையாளம் தெரியலையா? சரவணன்' என்றான்.

'ஏய்ய். நீயா...ப்பா?' பிரேமா பக்கத்தில் போய் நின்று, 'நிஜம்மாவே அடையாளம் தெரியலை' என்று கையைப் பிடித்தாள்.

'அடையாளம் தெரியாமல் போயிட்டால், இப்போ எது தெரிகிறதோ அது தான் அடையாளம்' என்று காலைச் சுழற்றிப் போட்டு இறங்கினான். பைக் சீட்டில் அவன் வைத்த ஹெல்மெட் நழுவியது. பிரேமா விழாமல் பிடித்து, அதைப் பக்கவாட்டுக் கண்ணாடியில் தொங்கவிட்டாள். அப்படித் தொங்க விடும்போது, அடையாளம் தெரிகிற மாதிரித் தன் முகம் அப்படியேவா இருக்கிறது என்று நினைத்துக்கொண்டு பிரேமா சற்றுக் குனிந்து, அவசரமாக ஒருமுறை தன்னைக் கண்ணாடியில் பார்த்துக்கொண்டாள்

'இன்னும் இரண்டு ஸ்ட்ராபெர்ரி கோன்' சரவணனே சத்தம் கொடுத்துவிட்டு, 'இங்கே எங்கே பிரேமாக்கா?' என்றான்.

'ஊஞ்சல் ஆட' பிரேமா ஊஞ்சல் பக்கம் கையைக் காட்டினாள்.

'இந்த உச்சி வெயிலிலா?' சரவணன் தான் ஒன்றை வைத்துக் கொண்டு பிரேமா கையில் மற்றொன்றைக் கொடுத்தான்.

பிரேமா சரவணனைப் பார்த்தாள். கண்ணைச் சுருக்கிக் கொண்டு வெயிலைப் பார்த்தாள். இப்போது அசைவெல்லாம்

நின்றுவிட்ட ஊஞ்சல்களையும் பார்த்தாள். எது அவள் ஆடியது என்று சொல்ல முடியாமல், எல்லாம் அவள் ஆடியது போலவே இருந்தன.

மீண்டும் சரவணனைப் பார்த்துக் கொண்டே, கையில் இருக்கிற ஐஸ்க்ரீமை விடக் குளிர்ந்த, உருகுகிற குரலில் சொன்னாள், 'உச்சி வெயிலில் ஊஞ்சல் ஆடுகிறவர்களும் இருக்கிறார்கள் அல்லவா சரவணன்?.' சொல்லிமுடித்து, அதையே வேறு விதமாகச் சொல்வது போல, 'ஊஞ்சல்கள் உச்சி வெயிலில் ஆடாதா என்ன?' என்று சிரித்தாள்.

சரவணன் ஒன்றும் சொல்லவில்லை. பிரேமாக்காவுக்குச் சொல்ல வேண்டிய பதில் அந்த ஐஸ்க்ரீமுக்குள் இருப்பதைப் போல, அதனுடைய மேல் தகடுகளை அவன் விரிக்க ஆரம்பித்திருந்தான்.

உயிர் எழுத்து
அக்டோபர் – 2015

காற்று வெளியிடை

'**மீ**ன் எடுத்துக்கிட்டு வரட்டுமா மல்லி?' ராஜாங்கம் கேட்பதற்கு,

'அடுத்த சனி ஞாயிறு மதினி, பிள்ளைங்க எல்லாரும் லீவுக்கு வரும். அப்போ எடுத்துக்கிடலாம்' மல்லிகா சொல்லிவிட்டாள். அவளே, 'மழை வேறு வரட்டுமா வரட்டுமாண்ணு கேட்டுக்கிட்டு இருக்கு' என்றாள். குழாயடியில் உட்கார்ந்து அருணாவின் யூனிஃபார்ம் துணிகளைத் துவைத்துக்கொண்டு இருக்கிறாள். கொஞ்சம் மழைக்காற்று அடித்ததில், செய்தித் தாள் தரையோடு தரையாகச் சருகி, படுத்திருக்கிற அவன் பக்கம் வந்தது பிடித்திருந்தது. சற்று நேரம் நாற்காலியை வெளியே எடுத்துப் போட்டு உட்கார்ந்திருந்தான்.

எப்போதும் பார்க்கிற வேப்பமரம்தான். இ.பி.காரர்கள் கம்பியில் படுகிறது என்று வெட்டியதில் தாறுமாறாக வளர்ந்திருந்தது நன்றாக இருந்தது. அங்கங்கே தாமிர நிறத் துளிர்ப்பு. ராஜாங்கத்தை 'வீட்டில் இருக்காதே. வெளியே போ' என்று சொன்னது அதன் மினுமினுப்பு தான். மறுபடி வேப்பங் கிளையையே பார்த்தான். சட்டையைப் போட்டுக்கொண்டு வெளியே கிளம்பி விட்டான்.

‘ஏதாவது கடைச் சாமான் வாங்கணுமா?’ மோட்டார் சைக்கிளைத் தட்டியபடி கேட்கும் போது, மல்லிகா பின்னாலிருந்து வந்தாள். சேலையை இழுத்துவிடவில்லை. வளையல்களை மேலே உயர்த்தி இருந்தாலும் உறை மாதிரி சோப்பு நுரை தங்கி இருந்தது.

‘சொல்ல விட்டுப் போச்சு. தேவராஜ் அண்ணன் பேசுச்சு. உங்க தமிழ் சார் செத்துப் போச்சாம். பேரு கூட ஏதோ சொன்னாரு. ஞாபகத்துக்கு வரலை’ மல்லிகா சொல்லிக்கொண்டு இருக்கும் போதே

‘மகேந்திரன் சாரா?’ ராஜாங்கம் பதறினான்.

‘அப்படித்தான் ஏதோ சொல்லுச்சு. எதுக்கும் செல் போட்டு வேணும்னா கேட்டுக்குங்க’ மல்லிகா சிறு ஓட்டமாகப் பின்பக்கம் ஓடினாள். ‘குழாயை மூடாம வந்துட்டேன்’ குரல் நாக்கைக் கடித்துக் கொண்டு சிரித்தது.

மல்லிகாவுக்குக் கொஞ்சம் வடக்குப் பக்கம். இவ்வளவு காலம் ஆகியும் இந்த ஊர்ப் பேச்சு வரவில்லை. சமயா சமயத்துக்கு, சம்பந்தமே இல்லாமல் இப்படிச் சிரிப்பதும் அப்படித்தான்.

‘கதவைச் சும்மா சாத்திட்டுப் போனால் போதும். அம்மு கொஞ்ச நேரத்தில் விளையாடிட்டு வந்திரும்’ சத்தத்தில் ஒரு காந்தம் இருந்தது. பைக்கை மறுபடி ஸ்டாண்ட் போட்டுவிட்டு உள்ளே போய், அப்படியே மல்லிகாவைக் கட்டிக்கொண்டால் என்ன என்று ராஜாங்கத்திற்குத் தோன்றியது. வெளிப்பக்க சன்னல் வழியாகப் பார்த்தால், வீடு முழுவதும் இருட்டு ஒரு புதுவித வெளிச்சத்தைக் கொடுத்து, இரண்டாவது அறையின் தரை பளபளப்பது தெரிந்தது.

மகேந்திரன் சார் வீட்டிலும் இப்படிப் பளபளப்பான தரை உண்டு. அது வாடகை வீடு அல்ல. அவருடைய பூர்வீக வீடுதான். எல்லா இடங்களிலும் ரெட் ஆக்சைட் போட்ட சிவப்புக் கட்டங்களாக இருக்கும். ஒரு தடுக்கு அளவுக்கு மொஸைக் கல்லில் தாமரைப் பூ வடிவம். அநேகமாக எந்த நேரத்தில் போனாலும் மகேந்திரன் சார் வீட்டுப் பட்டாசலில் குத்துவிளக்கு எரியாமல் இராது. விளக்குப் பூசை செய்துகொண்டே, ‘சார். உள்ளே இருக்காங்க’ என்று சார் வீட்டம்மா சொல்வார்கள்.

ராஜாங்கமும் தேவராஜும் அந்த அம்மாவைப் பார்த்தபடியே உள்ளே போவார்கள். தேவராஜ் அந்த வயதிலேயே வேண்டாதது எல்லாம் பேசுவான். ‘அமலா மாதிரி இருக்காங்க’ என்று சொன்னான்.

முகத்தை மட்டும் வைத்துச் சொல்லியிருந்தால் கூடப் பரவா யில்லை. அவன் அவ்வப்போது இப்படி எதையாவது காதுக்குள் சொல்லிவிடுவான். அதை வெளியிலேயும் சொல்லமுடியாது. மகேந்திரன் சாருக்குப் பிள்ளை இல்லை என்பது ராஜாங்கத்திற்கே தெரியும். அதை தேவராஜ்தான் கண்டுபிடித்துச் சொல்லவேண்டும் என்ற அவசியம் இல்லை. அந்த அம்மா பெயர் பானுமதி என்பதை முதலில் தேவராஜ் தான் சொன்னான்.

மகேந்திரன் சார் மேஜையில் ஒரு புத்தகம் இருக்காது. இடது பக்கம் ஒரு கண்ணாடிக் கதவுகள் உள்ள அலமாரி. சார் நாற்காலியில் இருந்து எழுந்திருக்காமல் எட்டி எடுக்கிற மாதிரி, ஜாதிக்காய்ப் பெட்டிப் பலகையில் செய்த ஒரு அடுக்கு. உட்கார்ந்தால் நேரே தெரிகிறதாக ஒரு பாரதியார் படம். சில சமயம் சார் அதையே பார்த்துக்கொண்டு இருப்பார்.

'சார் அதைப் பார்த்துக்கிட்டே லவ் சீன் பாட்டு எல்லாம் படிப்பார் தெரியுமா?' தானே கேட்டது போல தேவராஜ் சொல்வான். அது நிஜமா இல்லையா என்று யாரிடம் போய்க் கேட்கமுடியும்? மகேந்திரன் சார் இன்னொரு படத்தைக் காட்டி, 'அது யார் தெரியுமா?' என்று ராஜாங்கத்தைப் பார்த்துக் கேட்டிருக்கிறார். அவனுக்குத் தெரியவில்லை. பாரதியார் மாதிரியும் இருக்கிறது. இல்லவும் இல்லை.

'செல்லம்மா" மகேந்திரன் சார் ஒரு நாடக பாணியில் சொன்னது இப்போதும் ஞாபகம் இருக்கிறது. கொஞ்ச நாட்கள் கழித்து அதே படம் தினமணியிலோ தினமலரிலோ ஞாயிறு மலரில் வந்திருந்தது. ராஜாங்கம் அதை வரைந்தான். அதை தேவராஜ் எடுத்துக்கொண்டு போய் மகேந்திரன் சாரிடம், 'ராஜாங்கம் வரைஞ் சிருக்கான் சார்' என்று காட்டினான். சார் அதையே பாத்தபடி இருந்தார். ராஜாங்கத்தைப் பக்கத்தில் வரச் சொல்லி உச்சி முகர்ந்தார். மேஜை டிராயரைத் திறந்து ஆளுக்கு ஒரு புது பென்சில் கொடுத்தார். பாட ஆரம்பித்தார். 'காற்று வெளியிடைக் கண்ணம்மா, நிந்தன் காதலை எண்ணிக் களிக்கின்றேன்' சார் முழுப்பாட்டையும் பாடிக்கொண்டே போனார்.

எங்கே இருந்து வந்தார்களோ தெரியவில்லை. 'உருப்படியா ஏதாவது சொல்லிக் கொடுக்கப் பாருங்க. ஒழுங்கா இருக்கிறது களையும் கெடுத்துராதீங்க' நடையில் இருந்து கத்தலாகச் சொன்ன வரிடம், 'மெதுவாப் பேசு பானு' என்று மகேந்திரன் சார் கெஞ்சுவது போலச் சொன்னார். 'நீங்க போயிட்டு அப்புறமா வாங்க' என்று

சிரித்து எங்களை அனுப்பினார். 'உனக்கு நல்லா ட்ராயிங் வருது ராஜாங்கம்' என்று மறுபடியும் தட்டிக் கொடுத்தார். 'நல்லா படிங்க என்ன?' என்று தேவராஜ் பக்கம் பார்த்தார். வெளியே வந்து நடையில் கால் வைத்து இறங்குகையில், தேவராஜ், 'டேய். சார். அழுகுறார் டா' என்றான்.

'அந்தப் படத்தைத் தூக்கித் தெருவில எறிஞ்சிருவேன். பாட்டு என்ன வேண்டிக் கிடக்கு, பாட்டு?' பின்னால் கேட்ட சத்தத்திற்குத் திரும்பிப் பாராமல் வந்துவிட்டார்கள் இரண்டு பேரும். ராஜாங்கம் அந்தப் பென்சிலை அப்புறம் சீவக் கூட இல்லை.

மகேந்திரன் சார் தான் பள்ளிக்கூடத்தில் வைத்து ராஜாங்கத்தை ஸ்டாஃப் ரூமுக்கு வரச் சொன்னார். 'இவன் தான் நான் சொல்லுவம்லா, அந்தப் பையன்' என்று ட்ராயிங் மாஸ்டரிடம் சொன்னார். அவர் இவனுக்கு ட்ராயிங் வகுப்பு எடுப்பதில்லை. எட்டு ஒன்பதுக்கு எடுக்கிறார்.

பக்கத்தில் கூப்பிட்டு, 'எந்த க்ளாஸ் அய்யா', 'வீடு எந்தத் தெருவிலே அய்யா', 'அப்பா என்ன செய்யுதாங்க அய்யா' என்று எதற்கு எடுத்தாலும் அய்யா அய்யா என்று பேசுவது ராஜாங்கத்திற்குப் பிடித்திருந்தது. ராஜாங்கம் ரொம்ப மெதுவாகப் பதில் சொன்னான்.

ட்ராயிங் சார் கழுத்துப் பட்டையில் கைக்குட்டையை மடித்து வைத்திருந்தார். சிகரெட் வாசனை அடித்தது. அதோடு சென்ட் வாசம் கலந்திருந்தது. அது சென்ட் இல்லை என்று தேவராஜ் கட்டை விரலை வாய்க்கு உயர்த்திக் காட்டினான். அது மட்டும் இல்லை. மகேந்திரன் சாரும் அவரும் அந்த விஷயத்தில் ரொம்ப நெருக்கம் என்ற தகவலையும் சொன்னான். அவன் சொன்ன இன்னொன்று வேடிக்கையாக இருந்தது. மகேந்திரன் சார் வட்டக் கழுத்து ஜிப்பா போட்டிருக்கிறார் என்றால், மேற்படி விஷயத்துக்காக அவர் புறப்பட்டு விட்டார் என்று அர்த்தமாம். ராஜாங்கத்திற்கு அப்படி எல்லாம் தோன்றவே இல்லை. ஒன்று மட்டும் உண்மை. மகேந்திரன் சார் ஜிப்பா போடுகிறார். ஜிப்பா போட்டிருக்கும் போது ரொம்ப அழகாக இருக்கிறார். அவ்வளவுதான்.

ஒரு தடவை ராஜாங்கமும் தேவராஜும் ரத்னா டாக்கீஸில் மாட்டினி ஷோ பார்த்துவிட்டு வந்துகொண்டு இருக்கிறார்கள். அரைப் பரீட்சை லீவுதான் அது. ஜிப்பா போட்டுக்கொண்டு மகேந்திரன் சார் எதிரே வருவதைப் பார்த்து ராஜாங்கத்திற்குப் பயமாக இருந்தது. தேவராஜ் பயப்படாமல், 'வணக்கம் ஐயா'

என்றான். அவர் கேட்காமலேயே, 'சினிமா பார்த்துட்டு வாரோம் சார்' என்றான். அது மட்டும் அல்ல. 'இந்த ட்ரெஸ் உங்களுக்கு நல்லா இருக்கு சார்' என்று தேவராஜ் சொல்லும்போது, மகேந்திரன் சார், 'இங்கே பாருய்யா' என்று தலையைப் பின்னால் சாய்த்துக்கொண்டு உரக்கச் சிரித்தார். பக்கத்துப் பெட்டிக் கடையின் கீழே உட்கார்ந்து, பித்தளைத் தாம்பாளத்தில் வட்டமாக வெற்றிலையை அடுக்கிக்கொண்டு இருந்தவர் கூட அந்தச் சிரிப்பில் சேர்ந்து கொண்டார்.

தெப்பக் குளம் பக்கம் வந்திருப்பார்கள். ராஜாங்கத்தின் தோளை தேவராஜ் இடித்தான். 'அங்கே பாரு. அங்கே பாரு' என்று கீழே குனிந்து ரகசியமாகச் சொன்னான்.

சைக்கிளைத் தள்ளியபடி ட்ராயிங் சாரும் நெட்டையாக ஒரு பெண்ணும் வந்துகொண்டு இருந்தார்கள். 'இது அவரு ஒய்ஃப். கல்லணை ஸ்கூல் டீச்சர்' தேவராஜ் சொன்னான்.

ராஜாங்கத்திற்கு அந்த டீச்சரை ரொம்பப் பிடித்திருந்தது. இன்றைக்குத் தான் முதலில் பார்க்கிறான். நிறையத் தடவை பார்த் திருக்கிறது போல இருந்தது. சேலையைக் கட்டியிருக்கிற விதமும் வளர்த்தியும் சதையும் ராஜாங்கத்திற்குப் பெருமாள் அத்தையை ஞாபகப்படுத்தியது. லீவுக்கு களக்காட்டு ஆச்சி வீட்டிற்குப் போகும் போது எல்லாம், பெருமாள் அத்தை ராஜாங்கத்தை முத்தம் கொஞ்சிக் கொண்டே இருப்பாள். ரொம்ப நாளைக்கு அப்புறம் கல்யாணம் ஆகி, கொஞ்சம் புத்திக்குச் சரியில்லாமல் இருந்து செத்துப் போனாள். இப்போது கூட தன்னை அறியாமல் ராஜாங்கத்தின் கைக்கு கன்னத்தில் இருக்கிற எச்சில் நுரையைத் துடைத்துக் கொள்ளத் தோன்றுகிறது.

இந்த டீச்சரும் அச்சு அசல் அப்படியே இருக்கிறார்கள். ட்ராயிங் சாரை விட உயரமாகத் தெரிந்தது. தலை நிறைய மல்லிகைப் பூ. டீச்சரையே ராஜாங்கம் பார்த்துக்கொண்டு வருகையில் தேவராஜ், 'டேய். இது மகேந்திரன் சார் சைக்கிள் டா' என்கிறான். டீச்சர் இந்தப் பக்கம் பார்த்த மாதிரி இருந்தது. இரண்டு பேரில், ராஜாங்கத்தை மட்டும் துண்டாக விலக்கி, 'இந்தா. இது உனக்கு' என்று சிரித்ததாக ராஜாங்கம் நினைத்துக் கொண்டான்.

தேவராஜிடம் சொல்லவில்லை. மகேந்திரன் சாரிடம் தான் ட்ராயிங் சார் வீடு எங்கே இருக்கிறது என்று ராஜாங்கம் கேட்டுக் கொண்டான். அவர் சொன்னது படியே, குற்றால ரோடு போய், பர்வதராஜ சிங்க தெருப்பக்கம், தெரு முக்கில் இரண்டு மூன்று

சுடலைமாட சாமி பூடம் இருந்த வீட்டுக்கு அடுத்த வீட்டில் நின்றான். அழிக்கதவு ஓரத்தில் காலிங் பெல் கூட இருந்தது. ராஜாங்கம் 'சார்' என்றான்.

'குருமணி, யாருண்ணு பாரு ப்பா' அது ட்ராயிங் சார் குரல்தான்.

மேலே கையை உயர்த்தி ஒரு தாழ்ப்பாளையும் நடுவில் ஒரு கொண்டியையும் அகற்றிக் கதவைத் திறந்த குருமணி டீச்சரிடம் அதே சிரிப்பு இருந்தது. வீட்டில் இருக்கும் போது கூடநேர்த்தியாகச் சேலை கட்டியிருந்தார்கள். 'பூ வைக்கலையா?' ராஜாங்கம் மனதுக்குள் கேட்டுவிட்டான். உடல் கிடுகிடுவென்று நடுங்கியது. பெருமாள் அத்தை கொடுத்த முத்தம் கன்னத்தில் சுட்டது.

'உங்க ஸ்டூடண்ட் போல' அவர் நடந்து போவதையே ராஜாங்கம் பார்த்துக்கொண்டு இருக்கையில், 'உள்ளே வா அய்யா' என்று சார் கரகரப்பான குரலில் கூப்பிட்டார். படம் வரைந்திருந்த தாள்களை நீட்டியதும் 'உட்காரு அய்யா' என்றார். ராஜாங்கம் குறுக்காகக் கிடந்த மர பெஞ்சில் உட்கார்ந்தான். சன்னலில் இருந்து வருகிற வெளிச்சம் நன்றாகப் படும்படி இருக்கிற சுவரில் இங்கேயும் அந்தப் படம் இருந்தது. பாரதியும் செல்லம்மாவும் இருக்கிற அதே படம். அவனை அறியாமல் ராஜாங்கத்தின் தலை பாரதியாருடையது போல் லேசாகச் சாய்ந்தது. கைலி கட்டி, மேல் சட்டை போடாமல் ட்ராயிங் சார் உட்கார்ந்திருக்கிற இந்த நாற்காலியில் மகேந்திரன் சார் உட்கார்ந்து பாடுவது போல இருந்தது. பெஞ்சின் விளிம்பை விரல்களால் தடவியபடி ராஜாங்கம் தலையைக் குனிந்து கொண்டான்.

'குருமணி. தம்பிக்கு ஏதாவது கொண்டு வா' ட்ராயிங் சார் சொல்லிய நேரமும் குருமணி டீச்சர் நிலைப்படி இடிக்காமல் கொஞ்சம் குனிந்து, தட்டும் கையுமாக வருவதும் சரியாக இருந்தது. .பெஞ்சில் தட்டை வைப்பதற்கு இடம் நிறைய இருந்ததால் அங்கே வைப்பார்கள் என்றுதான் ராஜாங்கம் நினைத்தான். குருமணி டீச்சர் அவன் கையில் கொடுத்துவிட்டுச் சிரித்தார். சுண்டு விரலில் மட்டும் கத்தி மாதிரி நகம் வளர்த்து இருந்தது.

பிறகு எப்படியோ, ராஜாங்கம் மட்டும் குருமணி டீச்சர் வீட்டுக்குப் போனது தேவராஜிற்குத் தெரிந்துவிட்டது. ரொம்பத் திட்டினான். அப்புறம் வேறு மாதிரிப் பேச ஆரம்பித்துவிட்டான். மகேந்திரன் சாரையும் குருமணி டீச்சரையும் பற்றி மோசமாகச் சொன்னான். அந்த சமயத்தில் அவன் கை சைகைகள் நன்றாக இல்லை. 'நம்ம

சார் நல்ல ஆளு டா. அந்தப் பொம்பிளை தான் அவரைக் கெடுத்துட்டுது. அது சுத்த மோசம்' என்றான்.

குருமணி டீச்சர் என்று பெயர் சொல்வதைக் கூட விட்டுவிட்டு 'அவள், இவள்' என்றான். 'கன்யாகுமரி லாட்ஜில் வைத்து இரண்டு பேரையும் போலீஸ் பிடிச்சுக்கிட்டுப் போயிட்டுது. சார் ஒய்ஃப் வீட்டு ஆட்கள்தான் கையில காலில விழுந்து, வெளிக்குத் தெரியாம கூட்டிக் கிட்டு வந்தாங்க' என்றான். ஹைஸ்கூல் படிப்பு முடிகிற வரைக்கும் இப்படி ஏதாவது தேவராஜ் சொல்லிக் கொண்டேதான் இருந்தான். ராஜாங்கம் ஒன்றுமே சொல்லாமல் கேட்டுக் கொண்டே இருப்பான். அவனுக்கு மகேந்திரன் சாரைப் பார்த்தாலும் சந்தோஷமாக இருந்தது. ட்ராயிங் சாரைப் பார்த்தாலும் சந்தோஷமாக இருந்தது. குருமணி டீச்சரைப் பார்த்தாலும் அப்படித்தான்.

எது சரி, எது தப்பு என்று அப்போதும் தெரியவில்லை. ராஜாங்கத்திற்கு இப்போதும் தெரியவில்லை. மகேந்திரன் சார் செத்துப் போனதை விட குருமணி டீச்சர் முகமே ஞாபகம் வந்தது. இது வரைக்கும் இல்லாமல் ஒரு தண்ணீர்க்கரை பாசி வாசம் அந்த ஞாபகத்துடன் வருவது போல இருந்தது. ராஜாங்கம் சுற்றிப் பார்த்துக்கொண்டான்.

இன்றைக்குப் போல அன்றைக்கும் இருட்டித்தான் கிடந்தது. 'அடிக்கிற வெயிலுக்கு ரெண்டு மழை ஓங்கிப் பெய்ஞ்சா நல்லது தான்' என்று ஒருவருக்கு ஒருவர் சொல்லிக் கொண்ட முழுப் பரீட்சை லீவு அது. ஏற்கனவே, விட்டுவிட்டு ராஜாங்கம் ட்ராயிங் சார் வீட்டுக்குப் போய் வந்துகொண்டு இருந்தான். அவர் வரையச் சொல்கிற கூம்பு, உருளை, செவ்வகம் எதையும் வரைய ராஜாங்கத் திற்குப் பிடிக்கவில்லை. போவான். உட்காருவான். குருமணி டீச்சர் நடமாடுவதைப் பார்ப்பான்.

அது ஒரு மத்தியானம். சிகரெட் குடித்து முடித்தவர், ராஜாங்கத்தைப் பார்த்து, 'உள்ளே போய் ஒரு செம்பில் தண்ணீ எடுத்துக்கிட்டு வா. அரவம் இல்லாமல் போ. டீச்சர் கண்ணு அசந்திருக்கும்' என்று உலர்ந்த குரலில் சொன்னார். சார் கீழ் உதட்டில் ஒரு சிகரெட் துரும்பு ஒட்டியிருந்தது.

ராஜாங்கம் உள்ளே போனான். பக்கவாட்டு அறைகள் இல்லாத வீடு. இரண்டாவது அறையில் தரையில் ஜமுக்காளம் விரித்து குருமணி டீச்சர் படுத்து இருந்தார். ஒரு கவிழ்ந்த புத்தகம். ஒரு பனையோலை விசிறி. இம்மி கூட விலகாத சேலை. ஒரு

செவிலிப் பெண் கட்டுவது போல, ஊதா பார்டர் வைத்த வெளிர் நிறம் அதற்கு. போகும் போதும் கனத்த பித்தளைச் செம்புத் தண்ணீருடன் திரும்பி வரும்போதும் பார்த்த குருமணி டீச்சர், பின்னால் ஒரு கட்டம் வரை திரும்பத் திரும்ப ஞாபகம் வந்து கொண்டு இருந்தார். இடையில் ஒரு மாதிரியான ஒரு சொப்பனம் கூட உண்டு. வேலைக்குப் போகும் வரைக்கும், டீச்சர் படுத்திருந்தது ஒரு ஓவியம் போலத் தெரிந்துகொண்டே தான் இருந்தது... கல்யாணத்திற்கு அப்புறம், ஏதோ ஒரு நெருக்கமான தருணத்தில், அவன் அருணா அம்மாவிடம் குருமணி டீச்சரைப் பற்றிச் சொல்லி இருக்கிறான். 'கிறுக்கு' என்று மட்டுமே மல்லிகா சொன்னாள்.

ராஜாங்கம் பைக்கைத் தெருவில் இறக்கும் போது வானத்தை ஏறிட்டுப் பார்த்தான். மழை வரலாம். கண்டிப்பாக மழை வர வேண்டும் என விரும்பினான். மழை வந்தால், ஒதுங்காமல் சொட்டச் சொட்ட நனைந்து கொண்டே போய் குருமணி டீச்சரைப் பார்ப்பது என்பது பொருத்தமானது.

குருமணி டீச்சர் இங்கே தான் தியாகராஜ நகரில் எங்கேயோ இருக்கிறார் என்று தெரியும், குருமணி டீச்சர் பையன் ஹாக்கி விளையாடிவிட்டு வ.உ.சி மைதானம் பக்கம் வரும்போது தற்செயலாகப் பார்த்துப் பேசியிருக்கிறான். அவன் தான் எல்லா விபரமும் சொன்னான். ட்ராயிங் சார் இறந்துவிட்டதாகவும் அவனும் அம்மாவும் மட்டும் தியாகராஜ நகரில் இருப்பதாகவும் விலாசம் சொல்லி வரச் சொல்லியிருந்தான். விலாசம் தற்சமயம் அப்படித் துல்லியமாக நினைவு இல்லை. ஆனால் குருமணி டீச்சர் வீட்டுக்கு எல்லாம் விலாசம் இருந்தால் தான் போக முடியுமா?

இங்கே ஒரு கடையில் முன்பு முடிவெட்டிக் கொள்வான். அந்தக் கடையையே காணோம். செந்தில் காப்பி கடையின் முன்னால் பைக்கை நிறுத்திய இரண்டாவது நிமிடம் வரை படம் போல விபரம் தந்துவிட்டார்கள். ராஜாங்கத்திற்கு அந்தக் காப்பிப் பொடி வாசனையை ரொம்பப் பிடித்திருந்தது.

தெற்கு வரிசையா வடக்கு வரிசையா என்று பார்த்து, ஏழாவது, எட்டாவது தெரு தாண்டி ஒன்பதாவது தெருவில், ரத்தப் பரிசோதனை நிலையத்திற்குப் பின் புறம், ஒரு தூசி படிந்த சிவப்பு மாருதி ஆம்னி நிற்கும் காலி மனைக்கு அடுத்த வீட்டில் பன்னீர் மரம் இருந்தது. மலை அரளி இருந்தது. கதவைத் திறந்து உள்ளே போனால் முன் புறத்தில் சிறு பறவைகள் கீச்சிட்டு இடம் மாறும் வலைக் கூண்டு.

மகேந்திரன் சார் ஞாபகம் வந்தது. ஒரே ஒரு அழுத்தில் விரலை எடுத்துக் கொண்டான். அழைப்பு மணி எல்லா அறைகளுக்கும் ஒரு பூனைக்குட்டி போலப் போய்க்கொண்டு இருந்தது. கழுத்தில் உதிர்ந்த இலையை அனிச்சையாக எடுத்துப் போட்டபடி, ராஜாங்கம் உள்ளேயே பார்த்து நின்றான்.

நிழல் முன்னால் வர, கண்ணாடி அணிந்தவராக குருமணி டீச்சர் வந்தார்கள். எத்தனை வருடங்களுக்கு அப்புறமும் குருமணி டீச்சர் குருமணி டீச்சராகவே இருந்தார்கள். ராஜாங்கம் வணக்கம் சொன்னான். கதவைத் திறக்கவில்லை.

'தம்பி இல்லையே' என்று சிரித்தார்கள்.

'நான் உங்களைப் பார்க்கத்தான் வந்திருக்கேன். சாரோட ஸ்டூடண்ட். ராஜாங்கம்.'

டீச்சர் 'ராஜாங்கம்' என்று வாய்க்குள் உச்சரித்தார்கள். ஞாபகம் வரவில்லை.

'ராஜாங்கம். தேவராஜ் ஃப்ரண்ட். டவுண் வீட்டுக்கு வருவோமே'

டீச்சருக்கு ஏதோ ஒன்று ஞாபகம் வந்திருக்கிறது. அது தேவராஜ் என்று சொன்னதாலோ அவர்களுடைய பழைய வீட்டைக் குறிப்பிட்டதாலோ தெரியவில்லை. எங்கோ ஒரு இடத்தில் அவருடைய மனம் சமாதானம் அடைந்திருந்தது. கதவைத் திறக்க முடிவு செய்திருந்தார்கள்.

ராஜாங்கம் முதல் முதல் குருமணி டீச்சர் கதவு திறந்துவிட்ட இடத்திற்குப் போயிருந்தான். நிலைப் படிக்குக் குனிந்து, தட்டில் தின்பண்டம் கொண்டுவந்தது ஞாபகம் வந்தது. இப்போது கேட்க முடிகிற புடவை விசிறலின் சத்தம் அப்போது கேட்டிருக்கவில்லை. அதையும் விட, தண்ணீர் கொண்டு வர உள்ளே போகும் போதும், செம்புடன் திரும்பி வரும் போதும் பார்த்த குருமணி டீச்சர் நிலை அப்படியே முன்னால் வந்தது. தான் வரைந்திருக்க வேண்டிய, இன்னும் வரையாமல் போன ஒரே ஒரு சித்திரம் அதுதான் என்று தோன்றியது.

'உங்களை நான் வரையணும்னு நினைச்சிருக்கேன் டீச்சர்' ராஜாங்கம் சொல்லும் போது, குருமணி டீச்சர் அந்தக் கணத்திலேயே தான் வரையப்பட்டு விட்டது போலச் சிரித்தார். சட்டமிடப் படாத ஒரு கித்தான் போல உலராத வண்ணங்களுடன் எதிரே நின்றார்.

ராஜாங்கத்திற்கு என்ன ஆயிற்றோ?

'உங்க கையைப் பிடிச்சுக்கிடலாமா டீச்சர்?' என்றான். இப்படிக் கேட்கப்படக் காத்திருந்தது போல, ஒரு கையை அல்ல, இரண்டு கைகளையும் அவர் நீட்டினார். எழுந்து நடனம் இடப் போகிற ஒரு பாவனையில் ராஜாங்கம் அந்த இரண்டு கைகளையும் பற்றிக் கொண்டு அப்படியே இருந்தான்.

அவனுடைய பார்வை ஒவ்வொரு சுவராக அந்தப் படத்தைத் தேடியது.

'என்ன தேடுகிறாய்?' சாருடைய புகைப் படமா?' குருமணி டீச்சர் முழுமையாக ராஜாங்கத்தின் முகத்தைப் பார்த்துக் கேட்டார். அவர் எந்த நொடியிலும் அழக்கூடும் படியாக கண்களில் ஈரம் பூசியிருந்தது.

'இல்லை டீச்சர். அந்த பாரதி படம்'. ராஜாங்கம் சொல்லி முடிப்பதற்குள் 'ஓ. அது என் படுக்கை அறையில் இருக்கிறது' என்று குருமணி டீச்சர் சொன்னார்.

முன்னை விட, அவருடைய விரல்களில் இப்போது கூடுதலாக ஒரு வெது வெதுப்பு வந்திருந்தது.

மலைகள்.காம்
02.05.2015

துரையோடு துரையாக

வழக்கமாக முப்பிடாதி அம்மன் கோவில் பக்கம் தான் டவுண் பஸ் நிற்கும். அங்கேயிருந்து கொஞ்சம் முருகேசன் நடக்கவேண்டியது தேவைப்படும். இன்றைக்கு அதைத் தாண்டி கிட்டத் தட்ட ரத்னவேல் மாமா தெரு வரைக்கும் வந்த பிறகுதான் கண்டக்டர் விசில் ஊதினார்.

டிரைவர் பக்கத்தில் இருந்து கதை பேசிக்கொண்டு இருந்ததில் இறங்கவேண்டிய இடம் தாண்டிவிட்டது. அங்கிருந்தே கையை உயர்த்தி இவனிடம் மன்னிப்புக் கேட்பது போலச் சிரித்தார். முருகேசன் தோள்ப் பையைச் சரிசெய்துகொண்டு இறங்கத் தயாரான சமயம், அவசரம் அவசரமாக அவனுக்கு முந்தி ஒருவர் இறங்கினார். முருங்கைக் காய்க் கட்டு ஒன்றை சீட்டிற்குக் கீழே இருந்து இழுத்ததில், கொஞ்சம் அவர் இறங்க நேரம் ஆயிற்று. ஒரே ஒரு ஒடிந்து தொங்கிய முருங்கைக்காயில் இருந்து உண்டான பச்சை வாசனையை முருகேசனுக்குப் பிடித் திருந்தது.

ரத்ன வேல் மாமா வீட்டுப் புறவாசலில் இரண்டு முருங்கையும் ஒரு மாதுளையும் உண்டு. சடை சடையாய்க் காய்க்கும். குஞ்சம்மா அத்தை மாதுளையின் பூவைப் பறித்துச் சாப்பிட்டுக்கொண்டே இருப்பாள். மாமா சத்தம் போடுவார். 'பூவாத் தின்னா என்ன? பழமாத் தின்னா என்ன? அணிலுக்கு உண்டான பாத்தியதை எனக்கும் இருக்கு அல்லவா?' என்று அத்தை சிரிப்பாள்.

முருகேசன் வீடு அடுத்த வீடுதான். வேலியாவது ஒன்றாவது. மேல்பக்கம் ஒரு வேப்பமரம், எருக் குழிப் பக்கம் ஒரு பூவரச மரம். தற்செயலாக கொடியில் கிடக்கிற அப்பாவின் சாரத்தை எடுக்க வந்திருப்பான். உருவி எடுத்ததில் கம்பிக் கொடி மேலும் கீழும் ஆடும். ரத்னவேல் மாமா இவன் பக்கம் திரும்பி, 'கேட்டியா மருமகனே. உன் அத்தைக்காரி பஞ்சாயத்தை?' என்பார். முருகேசன் ஒன்றும் சொல்லமாட்டான். குஞ்சம்மா அத்தை ஏதாவது அசிங்கமாகச் சொல்லி முருகேசனை வம்புக்கு இழுப்பாள். வீட்டுக்கு உள்ளே இருந்து, 'ஏய். கொடியிலே கிடக்கிறதை எடுத்துக் கிட்டு வாரதுக்கு இவ்வளவு நேரமா?' என்று அப்பாவின் சத்தம் வரும். முருகேசன் உள்ளே போய்விடுவான். கொடியில் கிடந்ததால் உண்டான துணிச் சுருக்கத்தை அவன் விரல்கள் நீவிக்கொண்டு இருக்கும்.

குஞ்சம்மா அத்தை துறட்டி வைத்து முருங்கைக் காய் பறிக்கிற ஞாபகத்தோடேயே பஸ்ஸைவிட்டு இறங்கி நடந்துகொண்டு இருந்தான். உயரமாக இருக்க வேண்டும் என்பதற்காக, கீழே ஒரு மூங்கில் கழியும், மேலே ஏதாவது ஒருகுச்சியும் வைத்துக் கட்டிய துறட்டி ஒரு மாதிரி வசம் இல்லாமல் திரும்பும். காய் பிடிபடாது. குஞ்சம்மா அத்தை சுண்டி இழுப்பாள். மேல் பகுதி அவிழ்ந்து முருங்கைக் கிளையில் தொங்க, கீழ்ப் பாதி அத்தை கையில் இருக்கும். அதற்கு அத்தை சொல்கிறதும் ஒரு மாதியாகத்தான் வரும்.

முருகேசனின் அம்மா, அம்மியில் தேங்காய்ச் சில்லைத் தட்டிக் கொண்டே, 'குஞ்சம்மா, ஆரம்பிச்சிட்டியா உன் திருவாசகத்தை?' என்று சத்தம் கொடுப்பாள். சிரித்தபடியே தான் இதைக் கேட்பாள். கண்டிக்கிற அம்மா முகத்துக்கு என்ன அப்படி ஒரு சிரிப்பு என்று முருகேசனுக்குப் பிடிபடாது. அப்போது மட்டும் அல்ல, இது வரைக்கும் கூடப் புரியவில்லை.

தையல் வேலைக்குப் போய்விட்டு ஆறு ஏழு பெண் பிள்ளைகள் வந்துகொண்டு இருந்தார்கள். முருகேசன் முன்னாடி ஒன்றிரண்டு தடவைகளும் இதே நேரத்தில் இப்படி அவர்கள் டவுண் பஸ்ஸை எதிர்பார்த்தபடி நிற்பதைப் பார்த்தது உண்டு. எல்லாம் சின்ன வயது. காலேஜ் போக வேண்டிய பருவம். ஒரு தடவை இவன் பார்க்க எல்லோரும் ஆளுக்கு ஒரு பஞ்சு மிட்டாய் வாங்கித் தின்றுகொண்டு இருந்தார்கள். முருகேசனுக்கும் காலேஜ் போக முடியவில்லை. பாலிடெக்னிக்கில் தான் அப்பா சேர்த்து விட்டார். இப்போது அவனுக்கு முன்னால் காலைக் கெந்திக் கெந்திப் போகிற பிள்ளையும் தையல் வேலைதான் பார்க்கிறதா?

வெயில் தாழ்ந்துவிட்டது. ஆனாலும் ஒரு பிள்ளை குடையைப் பிடித்துவர, தோளில் ஆதரவுக்குக் கையை ஊன்றி சாய்ந்தவாக்கில் நகர்ந்து செல்லும் அதற்கு நீண்ட சடை.

சத்திரம் தெரு முனைக்கு வந்துவிட்டான். ரத்னவேல் மாமா தற்சமயம் அந்தத் தெருக் கடைசியில்தான் ஒரு வாடகை வீடு எடுத்து இருக்கிறார்.

குஞ்சம்மா அத்தையும் இரண்டு பெண் குழந்தைகளும் சினிமாவுக்குப் போய்விட்டு வரும்போது லாரி ஏறி அந்த இடத்திலேயே குழந்தைகள் இறந்துபோனார்கள். குஞ்சம்மா அத்தையை முருகேசன் பெரியாஸ்பத்திரியில் போய்ப் பார்த்தான். ரத்தம் தேவைப்பட்டால் கொடுப்பதற்கு அவனை வரச் சொல்லியிருந்தார்கள். அதற்கு அவசியம் இல்லாமல் போய்விட்டது. ரத்னவேல் மாமா இவன் கையைப் பிடித்துக்கொண்டு அழுதார். இத்தனைக்கும் முருகேசனின் அப்பா பக்கத்தில்தான் நின்றுகொண்டு இருந்தார்.

'கொஞ்ச நேரம் எங்கேயும் போயிராதே' என்று அப்பா ரத்னவேல் மாமாவைக் கூட்டிக்கொண்டு போனார். வாடகைக் கார் அமர்த்திக்கொண்டு வரும் போது இரண்டு பேரும் குடித் திருந்தார்கள். அப்பாவைப் பற்றி முருகேசனுக்குத் தெரியும். ரத்னவேல் மாமா அப்படிக் கிடையாது. அன்றைக்குத்தான் அப்படிப் பார்க்கிறான். ஆனால் ரத்னவேல் மாமா லம்பவில்லை. அதிகம் பேசவில்லை. அழுகையும் பேச்சும் இப்போது சுத்தமாக இல்லாமல் போய்விட்டிருந்தது.

இப்படி மாமா வீட்டிற்கு முருகேசன் வந்து கிட்டத்தட்ட ஒரு மாதத்திற்கு மேலேயே இருக்கும். அதையும் விடக் கூடுதல் என்று தான் சொல்ல வேண்டும். கோவில் கொடைக்குக் கூட மாமா வந்த மாதிரி தெரியவில்லை. அதற்கு அப்புறம் முருகேசன் கூட வேலை செய்கிற பையன்களுடன் பழனி, கொடைக்கானல் என்று டூர் போய்விட்டான். இரண்டு மூன்று மாதம் வரத்து இல்லை. இந்த வாரம் அவன் வருவதாக ரத்னவேலு மாமாவிடம் தகவல் சொல்லவில்லை. அப்படிச் சொல்லிவிட்டு வரவேண்டும் என்று அவர் எதிர்பார்க்கிறதும் கிடையாது.

குஞ்சம்மா அத்தைக்கும் பிள்ளைகளுக்கும் அப்படி ஆன பிறகு மாமா அங்கே பார்த்துக்கொண்டிருந்த மில் வேலையை விட்டு விட்டார். பிடித்தம் போக வந்த பணம், வீட்டைக் கிரயம் பண்ணிய எல்லாவற்றையும் போட்டு, இரண்டாம் கையாக ஒரு அம்பாசிடர் கார் வாங்கிக்கொண்டு இந்த ஊருக்கு வந்து டாக்சி அடிக்கிறார்.

அந்தப் பழைய வண்டியும், இப்போது கூடுதலாக ஒரு இண்டிகாவும் இருக்கிறது. முக்கியமான வாடிக்கை என்றால் மாமா வண்டி எடுத்துக்கொண்டு போவார். மற்றப் படிக்கு திருஞானம் அண்ணன் தான். 'நம்ம மாப்பிளை' என்று முருகேசனை திருஞானத்திடம் அறிமுகமாகச் சொல்லிவைத்தார். பெண்ணைக் கட்டின மருமகன் என்கிறது போல, முருகேசனைப் பார்த்தால் சிவஞானம் அண்ணன் மரியாதையாக சிகரெட் கையைப் பின்னால் வைத்துக் கொள்வார்.

சத்திரம் தெருவுக்குள் நுழையும் போது முருகேசன் பையைத் தோள் மாற்றிக்கொண்டான். கொஞ்சம் கனம்தான். நான்கைந்து லைப்ரரி புத்தகங்கள், துவைக்க வேண்டிய துணிகள், ரிப்பேருக்குக் கொடுக்க வேண்டிய ஒரு அயர்ன் பாக்ஸ், இங்கே உள்ள ஒரு பட்டறையில் சேர்ப்பிக்க வேண்டிய ஒரு ஸ்பானர் செட், எல்லாம் அதில் இருந்தது. அதைத் தவிர, ரத்னவேல் மாமா சாப்பிடுவதற் கென்று ஒரு முழு பாட்டிலும் கொண்டுவருகிறான். மலேஷியா போய்விட்டு வந்த சினேகிதன் ஒருத்தன் முருகேசனுக்குக் கொடுத்தது. மாமாவுக்கு முருகேசன் வைத்துக்கொடுக்கிற முட்டைப் பொரியல் ரொம்பப் பிடிக்கும். சி.எஸ்.ஜெயராமன் பாட்டாகப் பாடுவார். 'மும்தாஜே, முத்தே என் பேகமே...' என்று வரும்போது விரைப்பாக எழுந்து நின்று, ஜன்னல் பக்கம் போய் 'பேசும் முழுமதியே' என்று தொடர்வார். வீட்டுக்குள் சட்டென்று ஒரு பௌர்ணமி வெளிச்சம் வந்து நிரம்பிவிட்டது போல ஆகிவிடும்.

முருகேசனுக்கு ரத்னவேல் மாமாவை ரொம்பத் தேடிவிட்டது. தன் சொந்த உபயோகத்திற்கு அவர் ஒரு டி.வி.எஸ் 50 வைத்திருப் பார். ரத்னவேல் மாமா அதில் இப்போது வந்தால் கூட நன்றாக இருக்கும். தெருக் கடைசி வரை இதைத் தூக்கிக் கொண்டு நடப்பது மிச்சப்படும். காலை ஒருவிதமாக இரண்டு பக்கமும் அகட்டி வைத்துக் கொண்டு, மார்க்கெட்டில் இருந்து காய்கறி மூடையை எடுத்து லோட் அடிப்பது போல வண்டியை ஓட்டும் அவருடைய தோற்றம் தெரிகிறதா என்று தெருவைப் பார்த்தான். சின்னத் தெரு. இங்கிருந்து போகும் போது நல்ல இறக்கம். மழைத் தண்ணீர் ஒரு சொட்டுத் தங்காது.

ணிங் என்று ஒரு சத்தம் தூரத்தில் கேட்டது. எல்லா மணியும் அப்படித்தான் அடிக்கிறது என்றாலும், யானை மணி தனி இல்லையா? தெருக் கடைசியில் ஒரு யானை வந்துகொண்டு இருப்பதைப் பார்த்ததும் முருகேசனுக்கு நிரம்பிவிட்டது. பயம் வந்து, பயம் முற்றி, பயம் காணாமல் போய், ஒரு காட்டில் எதிர் எதிராக யானையும் முருகேசனும் மட்டும் இருப்பதாகத்

தோன்றிவிட்டது. தெருவின் வடக்கு வரிசை, தென் வரிசை இரண்டிலும் உள்ள வீடுகளில் யானை மாறி மாறி நின்று தும்பிக்கையை நீட்டுகிறது. ஒரு சிறகில் இருந்து மறு சிறகிற்கு அது திரும்பும் போது பாளம் போல அதன் உடல் திரும்புவதும், மணி அடிப்பது மாக ஒரு தோற்றம் நெருங்கிக்கொண்டு இருந்தது. கனத்த அதன் சாம்பல் நிறத் தோலில் இருக்கும் சுருக்கங்களை யார் முகத்திலோ பார்த்திருப்பது போன்று இருந்தது. பழவூர் ஆச்சி முகத்திற்குப் பதில் அவளுடைய முழங்கைகள் ஞாபகம் வந்தன. வெள்ளைச் சேலை விலகாமல் இருக்க, அந்த ஆச்சி, தளர்ந்துகிடக்கும் தன் மார்புகளுக்குக் கீழே மிக நேர்த்தியாகச் செருகிக் கொள்வாள். பழவூர் ஆச்சியை நினைத்தால் அந்த ஆச்சி வீட்டுக் குத்துப்புரை எதற்கு ஞாபகம் வருகிறது என்று தெரியவில்லை. உரலில் உலக்கை விழ விழ, தரையில் அதிர்ந்து அதிர்ந்து நகரும் குத்துமித் தவிட்டின் வாசம் கூட மூக்கு நுனிக்கு வந்துவிட்டது.

சத்திரம் தெருவில் யானை வருவதே அதிசயம். இன்னொரு அதிசயம் போல, பழவூர் ஆச்சி வீட்டுத் தவிட்டு வாசனை வரை ஞாபகம் வந்துவிட்டது. அந்தந்த வீட்டு வாசல்களில் நின்று யானை பார்த்துக்கொண்டு இருக்கிறார்கள். ஒரு வீட்டின் முன் ஒரு சிவப்பு மூன்று கால் சைக்கிள் நின்றது. யானையைப் பார்த்ததும் அந்தப் பிள்ளை பயந்து இறங்கி ஓடிப்போய் இருக்கவேண்டும். சிறியதோ பெரியதோ, அந்தந்த மிருகங்களின் எல்லையை அத்துமீறக் கூடாது அல்லவா? யானையைப் பார்த்து, யானையின் அளவுக்கான பெரிய குரலில் ஒரு நாய் வீட்டுக்குள்ளிருந்து விடாமல் குரைத்துக்கொண்டு இருந்தது.

அந்தப் பெண்ணுக்கு நேற்றோ அதற்கு முந்திய தினமோ தான் கல்யாணம் ஆகியிருக்க வேண்டும். வாசலில் சிக்கனமாக ஆர்ச் பந்தல் போட்டிருக்கிற இரும்புக் கதவுப் பக்கம், தான் போட்ட கோலத்தைத் தானே மிதிக்காத கவனத்துடன் நின்ற பெண்ணை முருகேசனுக்கு ரொம்பப் பிடித்துவிட்டது. முருகேசனிடம் ரத்னவேல் மாமா அவ்வப்போது, ‘மாப்பிளை. காலா காலத்தில் சட்டுப் புட்டென்று ஒரு ஏற்பாடு பண்ணிக்கிட வேண்டியது தானே. அந்த ஊரிலே உன்னை எப்படி இன்னும் ஒருத்தியும் கொத்திக்கிட்டுப் போகாமல் விட்டு வச்சிருக்காங்க?’ என்று கேட்பார்.

மாமா தான் ஒரு தடவை சொன்னார். ‘தீபாவளி, பொங்கலுக்கு ஊருக்குப் போகிறது சரி. பொசுக்குப் பொசுக்குண்ணு ஏன் துட்டைச் செலவழிச்சுக்கிட்டு மாசா மாசம் ஊருக்குப் போகிறே.? எப்போ தோணுதோ அப்போ இங்கே வந்திரு. நினைச்சா ஒரு

எட்டிலே வந்திரலாம். அம்பா சமுத்திரத்துலே பஸ் ஏறினால் மிஞ்சி மிஞ்சிபோன ஒண்ணரை மணி நேரம். என் கூட சனி, ஞாயிறு இருந்துட்டுப் போ. எனக்கும் நல்லது பொல்லது நாலு வார்த்தை யார் கிட்டேயாவது மனசு விட்டுப் பேசின மாதிரி இருக்கும். எல்லாத்தையும் வித்து விலைச் சாட்டிவிட்டு வந்துட்டாலும், ஒரு கொப்போ குழையோ அசைஞ்சால் எங்கேயோ செவல் குளத்தில் இருந்து அந்தக் காத்து அடிக்கிற மாதிரித் தானே இருக்கு'. மாமா அப்படிச் சொன்ன பிறகுதான் முருகேசன் இங்கே வந்து போக ஆரம்பித்தான்.

என்னவோ ரத்னவேல் மாமாவை மட்டும் அல்ல, இந்தத் தெருவையும் பிடித்துப் போயிற்று. அதுவும், ஒரு வீட்டு முன் தட்டுப் போல எல்லா இலையும் சிவப்பாக விட்டுக்கொண்டு ஒரு வாதா மரம் நிற்கும். சைக்கிளில் பூ விற்றுக்கொண்டு போகிற ஒரு அம்மா இவனைப் பார்த்து, 'பூ வேணுமா அய்யா?' என்று கேட்டது அவனுக்குப் பிடித்திருந்தது. ரத்னவேல் மாமாவும் முருகேசனும் செகண்ட் ஷோ சினிமாவுக்குப் போகும் போது சிவஞானம் அண்ணனும் வருவார். வீடு வரை கொண்டுவந்து விட்டுவிட்டு, 'அப்போ நான் வரட்டுமா?' என்று சொல்லிவிட்டுப் போகும் சிவஞானம் அண்ணன், 'கடலைக் கடைக்காரர் வீட்டுப் பக்கம், சவம் ரெண்டு நாயி கிடக்கும். பார்த்துப் போகணும்' என்று முனங்கியபடி, நான்கு வீடு தள்ளித் தெருவோரம் உதிர்ந்திருக்கிற பன்னீர்ப் பூ ஒன்றைப் பொறுக்கிக் கொண்டே போவார். முகர்ந்து பார்க்கிறது இங்கே இருந்தே இருட்டில் தெரியும். 'நல்ல பையன். இவனைப் பிடிக்கலைண்ணு எதுக்கு அந்தக் கேணப் பயல் கூட அந்தப் புள்ளை போச்சோ?' என்று ரத்னவேல் மாமா சொன்ன போது முருகேசனுக்குக் கஷ்டமாக இருந்தது. 'நானும் பார்த்துக் கிட்டே இருக்கிறேன். எனக்கு டிரைவிங் கத்துக்கொடுக்கிறேன்னு சொல்லவேமாட்டேன் என்கிறீங்களே' என்ற அளவுக்கு சகஜமாக சிவஞானம் அண்ணனிடம் முருகேசன் பேச ஆரம்பித்தது அதற்கு அப்புறம் தான்.

இவ்வளவு யோசனையோடு முருகேசன் அந்த ஒற்றைப் பனை வீடு வரைவந்துவிட்டான். ரத்னவேல் மாமா வீடு இதிலிருந்து சரியாக மூன்றாவது வீடு. இரண்டு காரையும் விடுவதற்கு, இதற்கு நேர் பின்பக்கம் உள்ள தெருவில் வாடகைக்கு ஒரு ஷெட் பிடித் திருக்கிறார். மற்றப்படி ரத்னவேல் மாமா வீட்டில் இருக்கிறார் என்றால் டி.வி.எஸ் 50 தான் அடையாளம். அது தெரு வாசலில்

நிற்கும். பூட்டமாட்டார். சைட் லாக் கூடப் போடமாட்டார். கேட்டால், 'அதை யாரு மாப்பிளே தொடப் போகிறாங்க?' என்று சிரிப்பதோடு சரி.

வீட்டு வாசலுக்கு இரண்டு பக்கமும், ரத்னவேல் மாமா கரம்பை வைத்துப் புல் வளர்த்து இருப்பார். 'நாம மட்டும் உசிரோடு இருந்தால் போதுமா? நம்ம முன்னாடி இன்னோண்ணு உசிரோடு இருக்க வேண்டாமா? நாயி, பூனை, அந்தப் பூ பூக்கிறது, இந்தப் பழம் பழுக்கிறதுண்ணு எதுவும் வேண்டாம். இப்படி ரெண்டு கை தண்ணி தெளிச்சால், தரையோடு தரையாக நாலு இலை விட்டால் போதும். அது பாட்டுக்கு அது பச்சையா இருந்தால் போதும் முருகேசு' இதைச் சொல்லும் போது அவர் மிகவும் மனம் நெகிழ்ந்திருக்க வேண்டும். எப்போதும் மாப்பிள்ளை என்றோ, மருமகனே என்றோ சொல்கிறவர், அன்றைக்கு அவரை அறியாமல் 'முருகேசு' என்று சொல்லியிருந்தார்.

முருகேசன் வாசலைப் பார்த்தான். இந்தச் சாயுங்காலத்திலும் வாசல் தெளித்துக் கோலம் இட்டிருந்தது. இவன் வருகிறவரை மேய்ந்துகொண்டு குனிந்திருந்த ஒரு கருப்புக் கன்றுகுட்டி இவனைப் பார்த்ததும் அடுத்த வாசலுக்கு நகர்ந்தது. கடிபட்ட பச்சை வாசம் அங்கேயேதானே அலையும். புல்லில் எல்லாம் துளித் துளியாக உருண்டு மினுங்கியது. டி.வி.எஸ் 50 இல்லை. ஆனால் வீடு திறந்திருந்தது. ரேடியோவில் மாமா செய்திகள் கேட்கிறது உண்டு. இது ரேடியோ சத்தம் இல்லை. டி.வி.யில் ஏதோ சினிமாப் பாட்டு. மட்டன் வேகிற வாசனையும் மசாலாவும் அறை அறையாகத் தாண்டி வாசலுக்கு வந்து பரவியது. ஆற்றுத் தண்ணீர்க் குழாயின் கீழ் ஒரு நிரம்பிய பிளாஸ்டிக் வாளியும் பித்தளைக் குடமும் இருந்தது. பித்தளைக் குடத்தைப் பார்த்ததும் முருகேசனுக்குக் குஞ்சம்மா அத்தை ஞாபகம் வந்துவிட்டது. குழாய் ஒழுகிச் சொட்டுச் சொட்டாக விழுந்து தெறிப்பது பிடிக்கவும் செய்தது, பிடிக்கவும் இல்லை.

இடது கால் செருப்பை முழுவதுமாகக் கழற்றி இருக்கவில்லை. வீட்டுக்குள் இருந்து வெளியே வந்து நின்று யாரோ 'வாங்க' என்று தலையை அசைப்பது தெரிந்தது. 'ஆமா' என்று பதில் சொல்லி ஏறிட்டுப் பார்க்கும் போது, முகம் முழுவதும் சிரிப்பாக இருந்த அந்த உருவம் மேலும் சிரித்தது. இளம் சிவப்பான ஈறுகள் வளையம் வளையமாக இறங்கியிருக்க, அளவில் மிகச் சிறிய, சற்று முன்பக்கம் தூக்கினாற்போல இருக்கும் அந்தப் பற்களையும் சிரிப்பையும் உடனடியாக முருகேசனுக்கு ஞாபகம் வந்துவிட்டது.

அது ஒருத்தரை ரயில்வே ஸ்டேஷனில் இருந்து வாகைக்குளம் விமான நிலையம் வரை கொண்டுபோய் விடுகிற ஆஃபர். ரத்னவேல் மாமாவே அவருடைய அம்பாஸிடர் வண்டியை எடுத்திருந்தார். வேலை என்று வரும்போது எப்போதும் அடைகிற சந்தோஷம் அவர் முகத்தில் இருந்தது. 'நீயும் ஏறு மாப்பிளே. இன்றைக்கு ஒரு இடத்தில் என்.வி சாப்பிடுவோம்' என்று கூட்டிப் போனார். 'தென்கரை மகராஜா மெஸ்' என்று பலகை இருந்தது. நிறைய சைக்கிளும் பைக்குமாக நின்றன. உடனே உட்கார இடம் கிடைக்க வில்லை. 'எத்தனை பேரு?, என்று மேஜையில் பணம் வாங்கிப் போடுகிறவர் வாசலில் நிற்கிற முகங்களைப் பார்த்துக் கேட்கிறார். பதிலைப் பொறுத்து, கொஞ்சம் இருங்க. இப்போ காலியாகிவிடும்' என்று சொல்கிறார். மாமாவிடம் ஒன்றும் கேட்கவில்லை. சிரித்தார். மாமாவும், 'அவசரம் இல்லை. இருக்கிறோம், இருக்கிறோம்' என்பது போல முருகேசன் பக்கத்தில் இருந்துகொண்டே கையைத் தணிக்கிறார்.

அன்றைக்குப் பரிமாறினது இந்த அம்மா தான். இதே சிரிப்புதான். ஈறு அதே இளஞ்சிவப்பு தான். 'இலையை எடுக்க வேண்டும்' 'வெளியே தொட்டி இருக்கிறது' என்பதைச் சைகையில் காட்டும் போது, 'மாப்பிளை இலையை எடுக்கணும்னு சொல்லுது' என்று மாமா சொன்னார். கையைக் கழுவிட்டு வரும் போது, 'சாப்பாடு எப்படி இருந்தது?' என்று கேட்டார். கொஞ்ச நேரம் கழித்து, இரண்டு வரியை மனதிற்குள்ளேயே எழுதிவிட்டு, மூன்றாவது வரியைப் பேச்சாக ஆரம்பிப்பது போல, 'இது, கல்லாவில் இருக்காரு'ல்லா அவருடைய கூடப் பிறந்த தங்கச்சி. பிறவியிலே இருந்தே இப்படி போல.' மாமா கை அவருடைய வாய்க்கும் காதுக்கும் போய்விட்டு, இரண்டு தடவை விரிந்து புரண்டு திரும்பி உதட்டைப் பிதுக்கியது. 'அண்ணன் தங்கச்சி இரண்டு பேருமே கல்யாணம், காட்சி. வேண்டாம்'னு இப்படியே இருந்துட்டாங்க' என்றார்.

ரத்னவேல் மாமா வண்டி ஒரு ஆலமரத்தின் கீழ் நின்றது. ரயில்வே ஸ்டேஷனுக்குப் போகிற வழியில் ஆலமரங்கள் இருப்பதும், அதன் கீழ் ஒரு கருப்புக் கார் நிற்பதும் எல்லாம் பார்க்கக் கூடிய ஒன்றுதான். என்றாலும் ரத்னவேல் மாமாவை அந்த இடத்தில் அப்படிப் பார்ப்பதில், எதுவோ ஒன்று கூடுதலாக வந்து சேர்ந்திருந்தது. தற்செயலாக விழுதுகளைத் தொடும் போது முருகேசனுக்கு பனங்கிழங்குத் தோலைத் தொடுகிறது போல இருந்தது. ரத்னவேல் மாமா, வண்டியின் மேல் விழுந்து சிதறியிருந்த எச்சத்தைத் துடைத்த படி அந்தக் கடையையே பார்த்துக்கொண்டு இருந்தார். கை தவறி

ஒரு டம்ளரோ தண்ணீர்ச் செம்போ உருளும் சத்தம் இங்கே வரை கேட்டது. ஆலமரத்திலிருந்து ஒரு கிளி பறந்து போயிற்று. முருகேசன் குனிந்து ஒரு ஆலம் பழத்தை எடுத்தான். ஆலம்பழம் தான் எவ்வளவு சிவப்பாக இருக்கிறது!

வாசலில் நின்ற முகம் சற்றுப் பின்னுக்கு நகர்ந்து, 'உள்ளே வந்து உட்காருங்க' என்பது போல் நாற்காலிப் பக்கம் கையைக் காட்டியது. எப்போதும் அந்த இடத்தில் கிடக்கும் அதே நாற்காலி தான். பக்கத்தில் இருக்கிற எவர்சிவர் போணியும் எப்போதும் மாமா தண்ணீர் குடிக்கிறதற்காக அங்கே வைத்திருப்பது தான். நாற்காலி முதுகில் ஒரு துண்டு இப்போது மடித்துப் போட்டிருந்தது. போணியின் வாய் அளவுக்குக் கச்சிதமாக ஒரு சிறு தட்டு வைத்து மூடியிருந்தது. 'வெளியே போயிருக்கிறார். இதோ வந்துவிடுவார். இதுவும் கையை அகலமாக நீட்டி, தன் பக்கத்துக்கு இழுத்துச் செய்கிற சைகையில் தான். எல்லாம் புரிகிறது. ஒரு நொடி கூட இடைவெளி இல்லாத சிரிப்பு. முருகேசனிடம் கேட்கக் கூட இல்லை. ஒரு செம்பும் டம்ளரும் அவன் முன்னால். சிறு உயிருடன் நகர்வது போல ஒரு துளி தாரையாக செம்புக்கு வெளிப் பக்கம் வழிந்தது. 'வேண்டாம்' என்று சொல்லச் சொல்ல, முருகேசனுடைய பையை, அவன் தண்ணீர் குடிக்கிறதற்காக முகத்தை அண்ணாந் திருந்த நேரத்துக்குள் எடுத்தாயிற்று.

"அய்யய்யோ. கனத்துக் கிடக்கும்" காது கேட்கிற ஒருத்தரிடம் சொல்வது போல, முருகேசன் மறுக்கிறான். மறுக்கிற கையைத் தன்னுடைய கைகளால் விலக்கி, பையைத் தன் கைக்கு மாற்றி, 'பேசாமல் இருங்க' என்று சொல்வதாக தோளிலும் ஒரு அழுத்து. அப்புறம் விறுவிறுவென்று, இந்த வீட்டில் பிறந்து வளர்ந்தது போல, மாமாவின் அறைக்குக் கொண்டு போய் கட்டில் மேல் வைத்தது. கட்டில் பக்கத்துச் சுவரோரக் கொடியில் கிடந்த தன்னுடைய சேலையை உருவி, நிதானமாக மடித்துத் தன் தோளில் போட்டபடி வெளியே வரும் அந்த முகத்தில் சிரிப்பு அப்படியே இருந்தது.

முருகேசனின் பையைத் தூக்கிச் சென்று வைத்த கை விரல்களை உதறி, முருகேசன் முகத்தின் முன்னால் நீட்டி, 'கை ரொம்பச் சிவந்துவிட்டது. பை ரொம்பக் கனம்' என்று சொல்வது போல இருந்தது அந்தப் பார்வை.

முருகேசன் அந்த விரல்களையே பார்த்துக்கொண்டு இருந்தான். முகத்துச் சிரிப்பு அப்படியேதான் இருந்தது. முன்னால் இருந்த

விரல்களுக்குள் இருந்து புல் வாசம் வருவது போல இருந்தது.. வாசலைத் திரும்பிப் பார்த்த போது கன்றுகுட்டி மறுபடியும் குனிவது தெரிந்தது.

சமையல் வாசனையை ரசித்து உறிஞ்சுவது போல, மூக்கை அதிகமாக விடைத்து மூச்சை உள்ளே இழுத்தான். கையைக் குவித்து, அந்தச் சிரிப்பின் முன், ஒரு கேள்வி போல சந்தோஷமாக உலுக்கி. 'என்ன சமையல்? வாசனை மூக்கைத் துளைக்குது?' என்று மூக்கின் மேல் விரல்களை வைத்தான்.

வாசலில் வண்டி வந்து நிற்கிற சத்தம் கேட்டது.

ரத்னவேல் மாமா அங்கிருந்தே, 'அட. நீ எப்பம் வந்தே?' என்றார். முருகேசன் எழுந்திருந்தான். வாசல் பக்கம் இருந்த குழாயில் காலைக் கழுவிக் கொண்டே, 'வந்து ரொம்பநேரம் ஆச்சா? ரெண்டு பேரு முகத்தையும் பார்த்தா அத்தையும் மருமகனும் அதுக்குள்ளே ஏக ராசி ஆயாச்சு போல இருக்கே' என்றார்.

ஈரம் போகத் தரையில் உதறித் தட்டின அவருடைய காலில் கரண்டைக்கு மேல், கடிபட்ட புல் நுனி ஒன்று அப்பியிருந்தது.

முருகேசன் அதையே பார்த்துக்கொண்டு இருந்தான்.

உயிர் எழுத்து
ஆகஸ்ட், 2015

நாபிக் கமலம்

சங்கரபாகம் அவருடைய மகள் வீட்டிற்கு வந்து பதினாறு நாட்கள் ஆயிற்று.

கூச்சமில்லாமல் நடமாடிக்கொண்டுதான் இருக்கிறார். சில சமயம் மருமகனோடு ஒரு அவசரத்திற்காக ஒன்றாக உட்கார்ந்து மேஜையில் சாப்பிடும் போது இயல்பாக இருக்க முடியவில்லை. தண்ணீரை பாட்டிலில் வைக்கிறார்கள். அதைக் குடிக்கும் போது எப்படியும் சிந்திவிடுகிறது. அதிகம் பேசுவதில்லை என்றாலும், 'பார்த்து மாமா' என்று சொல்லிவிட்டு, 'சுந்தரி, ஒரு டவல் எடுத்துக் கொடு' என்று மருமகன் சொல்வது போதுமானதாக இருக்கிறது.

சுந்தரி கூட, 'அப்பா, உங்களுக்குப் பிடிக்கும்'லா. இன்னோரு அடை வாங்கிக் கிட்டா என்ன?' என்று கேட்கிறாள். இவருக்கும் இன்னொரு அடை வேண்டும் தான். மருமகனைப் பாராமல், தட்டைப் பார்த்துக் குனிந்த படி, 'இல்லம்மா போதும். இதுவே சரியா இருக்கும். இதுக்கு மேலே என்றால் வயிறு சேட்டை பண்ணும்' என்று சொல்லிவிடுகிறார். அதே போல, வெண்ணெய் கொஞ்சம் வைக்கட்டுமா?' என்றாலும், ஏதோ ஆயுளுக்கும் வெண்ணெய் வைத்துச் சாப்பிட்டதே கிடையாது என்பது போல, 'ஐயையோ' என்று சுருக்கமாகச் சொல்லி விடுகிறார். இந்த 'ஐயையோ' எல்லாம் சமீப காலத்தில் இப்போது

வந்தது. மகள் வீடுதானே, மகன் வீடுதானே என்று சுபாவமாய்ப் புழங்கினது எல்லாம் கனகு என்கிற கனகலட்சுமி காலத்தோடு போயிற்று. என்னவோ அவள்தான் பகலையும் ராத்திரியையும் தனித்தனியாகக் கொண்டு வந்து இவரிடம் சேர்ப்பித்த மாதிரியும், இப்போது அப்படி எந்த வித்தியாசமும் இல்லாமல் எல்லாம் ஒன்றுபோல இருக்கிறதாகவும் தோன்றிவிட்டது. துப்புகிறதுக்கு நான்கு விதை இல்லாவிட்டால் அது என்ன ஆரஞ்சுப் பழம் என்று அவருக்குப் படுகிறது.

பழங்களுக்கும் அவருக்கும் ஒரு ஒட்டுதல் உண்டு. மாம் பழத்தைத் தோல் சீவித் துண்டு போடுவது, சப்போட்டா சதைப் பற்றை ஒரு சுளை மாதிரிக் கரண்டியால் எடுத்துக் கிண்ணத்தில் போடுவது, நாவல் பழத்திற்கு உப்புப் போட்டுக் குலுக்கி வைப்பது, கீரை கடைகிற மத்தால் தட்டித் தட்டி, இரண்டாக உடைத்த மாதுளையின் முத்துக்களை எடுப்பது என்பதை எல்லாம் மிகுந்த ஈடுபாட்டோடு செய்வார். ஆனால் அந்தச் சமயத்தில் ஒரு துண்டோ, ஒரு சுளையோ எடுத்து வாயில் போட மாட்டார். 'அது என்ன பச்ச நாவியா? அல்லது விரதக் கொழுக்கட்டையா? ஒரு துண்டு வாயில போட்டுப் பார்க்கக் கூடாதுண்ணு யாரும் சட்டமா போட்டிருக் காங்க?' என்று கனகு எத்தனையோ தடவை சொல்லியிருக்கிறது உண்டு. கனகுவுடைய கடைசித் தங்கச்சி, சங்கரபாகத்துடைய கடைக்குட்டிக் கொழுந்தியாள் ஒரு தடவை ரொம்ப அழகாகச் சொன்னாள், 'அத்தான் மாம்பழத்துக்குத் தொலி சீவுகிறது சாமி படம் வரைகிறது மாதிரியில்லா இருக்கும்'. சங்கரபாகத்திற்கு அப்படி அவள் சொன்னதைக் கேட்டதும், அப்படியே கத்தியைக் கீழே வைத்துவிட்டு, பிசுபிசுக்கிற விரல்களோடு அவளுடைய கையைப் பிடித்துக்கொள்ள வேண்டும் போல இருந்தது. கனகுவைப் பக்கத்தில் வைத்துக்கொண்டு அப்படி எல்லாம் செய்து விடமுடியுமா?

உலகத்தில் எவ்வளவோ செய்யவேண்டும் என்றுதான் தோன்றுகிறது. அதை எல்லாம் செய்துவிடவா செய்கிறோம்? மழையில் தரையோடு தரையாக நகர்ந்து செல்லும் கொப்புளத்தை என்றைக் காவது தொட்டிருக்கிறோமா? சங்கரபாகத்திற்குக் கல்யாண வீட்டு ஆக்குப்புரையில் ஒத்தாசை செய்யப் பிடிக்கும். இப்போது அல்லவா காது குத்துக்குக் கூட மண்டபமும் புண்ணாக்கும் வந்திருக்கிறது. அவியலில் தேங்காய் எண்ணெய் விட்டுக் கிளறும் போது, அரிசிப் பாயசம் கொதித்து அச்சுவெல்ல வாசனையோடு தளதளவென்று வெண்கல உருளியில் துள்ளும் போது எல்லாம் பார்த்துக்கொண்டே

இருப்பார். கல்யாண வீட்டுக் கோட்டை அடுப்புக்கு என்றே பருவட்டாகக் கீறிய உடைவிறகை தவசுப் பிள்ளை தள்ளிவிடும் போது, முகத்தின் மேல் வெக்கை அடிக்கிற அளவுக்கு சங்கரபாகம் நெருங்கி நிற்பார், சாமியாடும் பரமசிவ தாஸ் கட்டியிருக்கும் மஞ்சள் சாயவேட்டியைத் தோரணம் கட்டியது போல, தீ வீசி வீசி எரிகிற போது, அப்படியே ஐந்து விரல்களையும் உள்ளே நீட்டி விடலாமா என்று கூட அவருக்குத் தோன்றும். குறுக்குத் துறைக் கோவிலில் சித்திரை விசுவுக்கும் வைகாசி விசாகத்துக்கும் எல்லாம் கரைத்து வைத்திருக்கிற சந்தனத்தில் கையை முக்குகிறது மாதிரிக் கிடையாது அது என்று அவருக்குத் தெரியும். ஆனால் அப்படி எல்லாம் ஒரோர் சமயம் அவருக்குத் தோன்றுவது உண்மைதான். அதற்காக அப்படிச் செய்து விடுவாரா என்ன?

சாகிறவரைக்கும் கனகு அவரை நம்பவில்லை. அப்படித்தான் ஒவ்வொரு முறையும் நினைத்தாள். கல்யாணம் ஆகி, சுந்தரி பிறந்து இரண்டு மூன்று வயதிலேயே அது ஆரம்பித்துவிட்டது. கனகு இவருடன் பேசுவதற்கென்றே ஒரு வகையான குரலையும் பேச்சையும் வைத்திருந்தாள். 'நீரு என்னையும் பிள்ளைகளையும் நடுத் தெருவில விட்டுட்டு, எவள் பொறத்தாலேயாவது போகத்தான் போறேரு. எனக்கு நல்லாத் தெரியும்' என்று அவள் சத்தம் போட ஆரம்பித்தபோது ராத்திரி ஏழு அல்லது எட்டு மணி இருக்கும்.

புத்தக அலமாரியில் இருந்த புத்தகத்தை எல்லாம் இறக்கிக் கட்டில் மேல் வைத்துவிட்டு, சங்கரபாகம் தான் தன் கைப்பட அந்த அலமாரிக்கு வார்னிஷ் அடித்திருந்தான். அலமாரிக் கதவு இரண்டு கையையும் விரித்தது போல அகல விரிந்து கிடக்க, ஈர வார்னிஷ் வாசனை வீடு முழுவதும் இருந்தது. சங்கரபாகம் கட்டில் மேல் இருந்து கைக்கு எட்டின புத்தகத்தை எடுத்துத் திருப்பிப் பார்த்துக்கொண்டு இருந்தான். சுந்தரியை இடுப்பில் இடுக்கியபடி கனகு வேகமாக வந்து, கைப்பிள்ளையைத் தக்கென்று தரையில் வைத்தாள். 'இந்தப் பிள்ளை மூஞ்சியை ஒரு தடவைக்கு மேலே, கூட இன்னோரு தடவை பார்த்திருப்பேரா? அந்த அடிச்சடியா அனுப்பின பொங்கல் வாழ்த்தை விடிஞ்சதில் இருந்து நூறு தடவை உத்து உத்துப் பாத்துக்கிட்டு இருக்கேரு. அதிலே இருந்து என்ன மாவது வடியவா செய்து?' என்று ஆட ஆரம்பித்தாள்.

அது பொங்கல் வாழ்த்து அல்ல. பிறந்த நாள் வாழ்த்து. நேர்த்தியாக அச்சடிக்கப் பட்டிருந்தது. ஆண், பெண் முகங்கள், ஹார்ட்டின் படங்கள் எதுவும் கிடையாது. பனி வெள்ளை போன்ற வழவழப்பான அட்டையில் லேவண்டர் நிறத்தில் பூங்கொத்து.

சங்கரபாகத்திற்கு அதுதான் லேவண்டர் பூவா என்று கூடத் தெரியாது. பவுடர் டப்பாவில் பார்த்திருக்கிறான். அந்தக் கருநீலம் அவனுக்குப் பிடித்திருந்தது. லாவண்டர் என்கிற பெயரே நன்றாக இருந்தது. இந்த அட்டையும் அதனால் பிடித்திருந்தது. மற்றப் படி, அது செல்வி அனுப்பியது என்பதைத் தவிர, இன்றைக்கு அதை அவன் கையில் எடுத்துக் கூடப் பார்க்கவில்லை.

செல்வியிடமிருந்து சில புத்தகங்கள் சங்கரபாகம் அலமாரிக்கு வந்திருக்கிறது. 'அன்புமிக்க செல்விக்கு' என்று கையெழுத்துப் போட்டு சங்கரபாகம் செல்விக்குக் கொடுத்து, திரும்பவும் அவனுடைய அலமாரிக்கே வந்திருக்கிற சில புத்தகங்களைக் கனகலட்சுமி எப்போது பார்த்தாள் என்று தெரியவில்லை. பார்க்கவேண்டும் என்று தீர்மானித்துவிட்டால், வீட்டிலேயே இருப்பவளுக்கா பொழுது கிடைக்காது? அவனுக்கு அதில் ஒளித்துவைக்க ஒன்றும் இல்லை. எந்த வகையில் என்றாலும் அவனுக்குப் பிடித்தமான புத்தகங்கள் அவை. அப்படிப் பார்த்தால், சங்கரபாகம், வேண்டும் என்றே தொலைந்து விட்டதாகப் பொய்சொல்லி, மார்க்கெட் லைப்ரரியில் அபராதம் கட்டிய 'நீலகண்டப் பறவை'யின் முதல் பக்கத்தில் லா.ச.ரா கதைகளில் வருகிற மாதிரிப் பெயரில், நீலாயதாட்சி என்ற கையெழுத்து இருக்கிறது. அதற்கு அவன் என்ன பண்ண முடியும்?

அலுவலகத்தில் சரஸ்வதி பூஜையை ஒட்டி ஒரு பட்டிமன்றம் நடந்தது. இவன் பேசின அணி ஜெயித்து, முதல் பரிசாக இவன் உட்பட மூன்று பேருக்கும் மில்க் குக்கர் கொடுத்தார்கள். சங்கர பாகத்துக்குப் பட்டிமன்றப் பேச்சு எல்லாம் வரவில்லை. இவனை விட எதிர் அணியில் சின்ன மரியம் நன்றாகப் பேசினதாகச் சொல்லி, அந்த நிகழ்ச்சியைத் தலைமை தாங்கியவர் கையால் அதை அங்கேயே அந்தப் பெண்ணுக்குக் கொடுத்துவிட்டான். அதை மறைக்கவும் இல்லை. இப்படித்தான் கனகுவிடமும் சொன்னான், 'அது நல்லா பேசுச்சு. கொடுக்கணும்னு தோணுச்சு/ கொடுத்துட்டேன்'.

கனகுவுக்கு அவ்வளவு ஆங்காரம் எங்கிருந்து வந்தது எனத் தெரியவில்லை. 'அந்த சிலுப்பட்டை தானே. பார்வதி டாக்கீஸ்லே தான் பார்த்தேனே அவள் லட்சணத்தை. ஒருத்தர் பாக்கி இல்லாமல் பல்லைப் பல்லைக் காட்டிக்கிட்டு இருந்தாளே அவ தானே. அவ பேசினாளாம். இவரு மில்க் குக்கரு உனக்குத்தான்'னு தூக்கிக் கொடுத்தாராம். அடுத்த ட்ரிப் எவளாவது பேசுவா. வேணும்'னா எங்க வீட்டில போட்ட மைனர் செயினைக் கழத்திக் கொடுத்திட்டு வந்திரும்.' சங்கரபாகம் வேறு ஒன்றும் செய்ய

முடியவில்லை. அன்றைக்கு ராத்திரி, தன் கழுத்தில் கிடந்த செயினைக் கழற்றி அவளிடம் கொடுத்ததோடு சரி. 'இந்த ரோஷத்துக்கு ஒண்ணும் குறைச்சல் இல்லை; என்று சொல்லிக்கொண்டுதான் அதை வாங்கி, வைத்தாள். சங்கரபாகத்திற்கு எச்சிலைக் கூட முழுங்க முடிய வில்லை. தொண்டையை அடைத்தது. வெளியிலேயும் உடனே போக முடியாது. அதற்கும் 'எவ ஞாபகம் வந்துட்டுது, சட்டையை லாத்திக் கிட்டுக் கிளம்பியாச்சு' என்று சொன்னாலும் சொல்லுவாள்.

சங்கரபாகம் பட்டாசலில் கட்டியிருந்த தொட்டிலில் தூங்குகிற சின்னவனைப் பார்த்துக்கொண்டே நின்றான். சுந்தரிக்கு அப்புறம் ஐந்தாறு வருடம் கழித்துப் பையன் பிறந்திருந்தான். தொட்டில் கட்டின வெள்ளைக் காடாத் துணியின் வாசனையும் மூத்திர வாசனையுமாக உள்ளே தூங்கும் குழந்தையைப் பார்க்கப் பார்க்க அழுகை வெடித்துக்கொண்டு வந்தது. தொட்டில் கட்டியிருந்த மாகாணிக்குப் பக்கம் உத்தரத்தில் கூடு கட்டியிருந்த அடைக்கலாங் குருவி அவனுடைய நடமாட்டத்தில் கலைந்து வெளியே பறந்தது. இரும்பு பீரோ தலையில் நீட்டிக்கொண்டு இருந்த உடைந்த சிலேட்டுப் பலகையில் உட்கார்ந்து அசையாமல் பார்த்தது. சங்கர பாகத்திற்கு எல்லாம் இவ்வளவுதான் என்று தோன்றிற்று. அவன் இந்த இரவில் நடந்த இத்தனையையும் தாண்டி இங்கே தொட்டில் பக்கத்தில் நிற்பது எல்லாம் அந்தக் குருவியைப் பார்ப்பதற்கு மட்டும் தான் என்று பட்டது. கனகு உதிர்த்த அத்தனை வார்த்தைகளும் தன்னைக் கல் தொட்டித் தண்ணீரில் முக்கிக் கழுவி , ஈரம் போக உதறி இப்படி ஒரு குருவியாக அமர்ந்துவிட்டது என்று நம்பினான். இப்போது குழந்தையின் இடுப்பு தொட்டில் துணிக்குள் நெளிந்து, கால் பாதம் தொட்டிலுக்கு வெளியே நீண்டுவிட்டு மறுபடி உள்ளே போய்விட்டது.

இப்படி குருவி மட்டும் இல்லை. காகம், கிளி, மைனா, பருந்து என்று எல்லாவற்றையும் காண்பதற்கான சந்தர்ப்பம் சங்கர பாகத்திற்கு வந்துகொண்டேதான் இருந்தது. பத்தாவது வகுப்பில் பள்ளிக்கூடத்தில் முதலாவதாகப் பசுபதி வந்திருந்தான். அப்பா அம்மாவை வரச் சொல்லி இருந்தார்கள். சங்கரபாகமும் கனகுவும் போய் ஹெட் மாஸ்டர் அறைப்பக்கம் நின்றார்கள். சங்கரபாகத் துடன் சின்ன வகுப்பில் படித்த ஹஸீனா அங்கே வேலை பார்க்கிறாள் என்று அவருக்கே தெரியாது. பசுபதிக்கு ஹஸீனா வகுப்பு எதுவும் எடுக்கவில்லை. ஆனால் சங்கரபாகத்தை அடையாளம் தெரிந்து வந்து ரொம்ப நேரம் பேசினாள். கனகுவைப் பற்றி அவளுக்குத் தெரியாது அல்லவா. ஏதோ ஒரு சந்தோஷத்தில் கையைப் பிடித்துக் கொண்டு இரண்டு வார்த்தைகள் பேசிவிட்டாள் போல. இவருக்கே

அது நினைவில்லை. எல்லாம் முடிந்து, ஸ்கூல் காம்பவுண்டை விட்டுக் கூட மூன்று பேரும் வெளியே வந்திருக்கவில்லை. கனகு ஆரம்பித்துவிட்டாள். 'கையைப் பிடிக்கிறதுக்கு, காலைப் பிடிக்கிறதுக் குண்ணு ஒவ்வொரு இடத்திலேயும் ஒருத்திய வச்சிருப்பீரு போல.' பசுபதி, 'அம்மா. எங்க + 2 மேத்ஸ் மேம் அம்மா அது' என்று சொன்னான். அவன் குரல் மிகவும் உடைந்திருந்தது. சங்கரபாகம் தன் மகனுடைய தோளில் கை வைத்தார். கனகு தரையில் 'தூ' என்று துப்பிக்கொண்டே ஆட்டோவில் ஏறி உட்கார்ந்தாள்.

சுந்தரிக்குக் கல்யாணம் எல்லாம் பேசி முடித்திருந்தது. வெற்றிலை கை மாறுகிற சமயம். சுந்தரி மாப்பிள்ளைக்குச் சொந்தக் காரர் பெண்ணாக இருக்கக் கூடாதா என்ன?. இந்தப் பக்கம் பாங்க் ஆடிட் வேலையாக வந்திருப்பார்கள் போல. தங்கள் உறவினர் பையனுக்கு முடிவாகி இருக்கிறதே என்று பெண்ணைப் பார்த்துவிட்டுப் போக வந்ததில் என்ன தப்பு இருக்கிறது.

ஆப்பிள், உலர் பழங்கள், முந்திரிவகை இனிப்புகள் என்று வாங்கி வந்திருந்தார்கள். சுந்தரியை அவருக்குப் பிடித்துப் போய் விட்டது. சுந்தரி கையைப் பிடித்து உட்கார்ந்து, ஆங்கிலத்தில் பேசிச் சிரித்துக் கொண்டிருந்த அரை மணி நேரத்தில் சங்கரபாகம் முகத்திலேயே ஒரு தெளிவு வந்துவிட்டது. இது உலகம் முழுவதும் உள்ளது தானே. ஒரு ஐம்பது வயது தாண்டிய ஆணுக்கு, அவனை விடப் பத்து வயது குறைவாக இருக்கிற பெண், கலகலப்பாக வாய்விட்டுச் சிரித்து, மனம் விட்டுப் பேசுவது பிடித்துத் தானே போகும்.

இத்தனைக்கும் அந்தப் பெண் இருந்தது ஒரு காப்பி குடிக்கும் நேரம் தான். சுந்தரியும் அவரும் ஆங்கிலத்தில் பேசும்போது, சங்கரபாகமும் இடையில் இடையில் ஆங்கிலத்தில் பேசிக் கலந்து கொண்டான். வழக்கத்தை விடச் சற்று உரக்கச் சிரித்தான். வாசலில் டாக்ஸி நின்றது. புறப்படும் போது சுந்தரி பையைத் தூக்கினாள். சுந்தரி கையில் இருந்து பையை வாங்கி கார் வரை சங்கரபாகம் போய், வழி அனுப்பிவிட்டு வந்தான். சுந்தரி கை அசைத்தது போல அவனும் கை அசைத்தான். 'அருமையான மனுஷி' என்று சுந்தரியிடம் சொன்னது கனகுவின் காதில் விழுந்துவிட்டது.

'ஏன் அருமையா இருக்க மாட்டா? இங்கே ஒருத்தி அடுப் படியிலே கிடந்து கசங்கிக்கிட்டு இருப்பா. உயரமும் தண்டியுமா ஒருத்தி, அலுங்காம குலுங்காம காரில வந்து இறங்கி, எனக்குத் தான் முப்பத்தி ரெண்டு பல் இருக்குண்ணு இளிச்சிட்டுப் போனா அருமையாத் தான் இருக்கும்" என்று ஆரம்பித்தாள். வந்திருந்த

பெண் அவருடைய உடல் வாகுக்கு என்ன பண்ணுவார். கனகு மிக அசிங்கமாக ஒரு சைகை செய்ததுதான் சங்கரபாகத்தைக் குப்புறத் தள்ளிவிட்டது. தன்னுடைய கைகளை இரண்டு மார்புப் பக்கமும் கூப்பி வைத்துக்கொண்டு, 'இப்படி இப்படி ரெண்டையும் ஆட்டிக்கிட்டு அவ பேசுவா. நீரு அவ குசுவைக் குடிச்சுக்கிட்டு காரு வரைக்கும் அவ பொட்டி படுக்கை எல்லாம் கொண்டி வச்சிட்டு வருவீரு. இங்கே நான் விக்கிச் செத்தால் கூட, ஒரு மடக்குத் தண்ணி கோரிக் கொடுக்க எனக்கு நாதி கிடையாது. இதுலே அப்பனும் மகளும் வேறே ஒத்து' என்று சத்தம் போட்டாள். சுந்தரி தலையில் கையை வைத்துக்கொண்டு 'அம்மா' என்று ஒரு அடிபட்ட மிருகம் போலச் சத்தம் கொடுத்தாள். சங்கரபாகம் ஒன்றும் பேசவில்லை. கட்டிலில் போய்க் குப்புறப் படுத்துக்கொண்டு குலுங்கிக் குலுங்கி அழுதார். கொஞ்ச நேரம் கழித்து, கதவைத் திறந்து சுந்தரி உள்ளே வந்தாள். கட்டிலிலேயே அப்பா பக்கத்தில் விளிம்போடு விளிம்பாக உட்கார்ந்தாள். அவள் பிடிக்கிற வசத்தில் இருந்த சங்கரபாகத்தின் கையை எடுத்துத் தன் கைகளுக்குள் வைத்துக் கொண்டாள். “அம்மாவைப் பற்றித் தான் உங்களுக்குத் தெரியும்'லா' என்று தட்டிக் கொடுத்தாள். 'இது என்ன புதுசா?' என்றாள். 'அமைதியாக இருங்க” என்று இப்படிச் சின்னச் சின்னதாகச் சொன்னாள். சொன்னது போதாது என்று தோன்றியதோ என்னவோ, 'ஒண்ணுமில்லை' என்று மெதுவாகச் சொல்லி, தன் கையில் வைத்திருந்த அப்பாவின் கையை மெல்லத் தட்டி சாந்தியைக் கொடுத்தாள்.

சங்கரபாகத்தை சமீப ஆறேழு வருடங்களில் சுந்தரி தொட்டதே இல்லை. கனகு தொட்டது கூடக் குறைச்சல். யாருமே தொட வில்லை என்றும், யாருமே தொடாதது போன்ற ஒரு விதத்தில் அவருடைய மகள் அவரைத் தொட்டுவிட்டது போலவும் சங்கர பாகத்திற்குத் தோன்றியது. 'நீ போ ம்மா. நான் கொஞ்சம் படுத் திருந்துவிட்டு வாரேன்' என்று சொல்லிவிட்டு, தலையணையில் இருந்து முகம் திருப்பிப் பார்த்தார். 'சரி ப்பா' என்ற சத்தம் மட்டும் கேட்டது. அந்த அம்மா கொண்டுவந்திருந்த மல்லிகைப் பூவும் தலையுமாக, சுந்தரி அப்படி நடந்து போகிற முதுகுத் தோற்றம் பிடித்திருந்தது. சங்கரபாகம் அந்த நிறைவோடு அந்தக் கணம் சாக விரும்பியது உண்மை.

'இதுக்கெல்லாம் மனுஷன் சாவானா டே?' ராமலிங்கம் பெரியப்பா அவரிடம் சொன்னார். இப்படி இப்படி நடந்தது பெரியப்பா என்று சங்கரபாகம் அவரை மருந்துக் கடைப் பக்கம்

பார்த்தபோது சொன்னார். அந்த மருந்துக் கடையில் பெரியப்பாவும் அவருடைய நான்கைந்து சினேகிதர்களும் தினசரி கூடுவது வேறு ஒன்றிற்காக. பெரிய கடை அது. உட்பக்கம் வீதி ஜாஸ்தி. அங்கே இருந்து ஆளுக்கு இரண்டு மடக்கு சாப்பிட்டுவிட்டு வருவார்கள். காருகுறிச்சி நாதஸ்வரம் கேட்டுவிட்டு எழுந்து வருகிற மாதிரி, முகத்தில் ஒரு களை இருக்கும்.

'கொஞ்ச தூரம் என் கூட வா. ரயில் வே ஸ்டேஷனில் உட்கார்ந்து பேசுவோம்' என்று கூட்டிக்கொண்டு போனார். 'கடுத்தான் எறும்பு இருக்கப் போகுது, பார்த்து உட்காரு' என்று சிமெண்ட் பெஞ்சைக் காட்டினார்.

'பாவம் அந்தப் பிள்ளை என்ன டே பண்ணும்? அந்தக் குடும்பத்துக்கே அப்படி ஒரு பிசகல் உண்டும். கனகுவை உனக்குக் கட்டிவைக்கச் சொல்லி ஏற்பட்டுப் பேசினதில் நானும் ஒருத்தன்'னு உனக்குக் கூட எம் மேல வருத்தம் இருக்கும். நான் சொன்னா நீ நம்பணும். கனகுவோட சித்தப்பன், பெரியப்பன் மக்கமாரு எல்லாரும் குடும்பத்துக்கு ரெண்டு பேரு ஆடிக்கிட்டும் பாடிக்கிட்டும் இருக்காங்க என்கிறது வாஸ்தவம், ஆனா நான் அறிய கனகு குடும்பத்துல யாருக்கும் சத்தியமா அப்படி ஒண்ணும் கிடையாது. நான் ஒண்ணுக்கு நாலு தடவை சாரிச்சுட்டுதான் உங்க அப்பா கிட்டே துப்புச் சொன்னேன். நான் இதை எதிர்பார்க்கவே இல்லை. அங்கே சுத்தி இங்கே சுத்தி, அதே கதை இவளுக்கும் வந்து, உன் தலையில விடியும்னு யாரு நினைச்சா?' என்றவர் அண்ணாந்து மேலே அரச மரத்தையே பார்த்துக்கொண்டு இருந்தார், கீழே கிடந்த ஒரு பழுப்பு இலையைப் பொறுக்கிக் கையில் வைத்து அசையாமல் அதைப் பார்த்து, மரத்தைக் காட்டி, 'இதுவும் அங்கே தான் இருந்தது இம்புட்டு நாளும்' என்றார். 'மகளுக்குத் தாலி கட்டுகிறது வரைக்கும் வந்துட்டே. தாழையூத்துக்கும் ஜங்ஷனுக்கும் எவ்வளவு தூரம்? இனிமேலேயா தண்டவாளம் தடம் புரண்டுவிடப் போகிறது? இந்த மட்டுக்கும் ஊர் வந்து சேர்ந்தமே'ன்னு போயிக் கிட்டு இருப்போம்.' என்று ராமலிங்கப் பெரியப்பா சொல்லும் போது மூன்றாவது பிளாட்பாரத்தில் ஏதோ ஒரு வண்டி வந்து நின்று ஸ்ஸ்ஸ் என்று கூவியது. சங்கரபாகத்திற்கு அதைப் பார்த்த வுடன் மற்ற எல்லாம் விலகிவிட்டது. உலகத்திலேயே மிக அழகானது ஒரு ரயில் வந்து இப்படி அதன் கடைசி நிலையத்தில் நிற்கிற காட்சிதான் என்று தோன்றியது.

கனகு தன்னை மட்டும் பயணத்தில் விட்டுவிட்டு, சட்டென்று அவள் இறங்கிப் போய்விடுவாள் என்று எதிர்பார்க்கவே இல்லை.

பசுபதிக்குக் கல்யாணம் எல்லாம் ஆகி, இரண்டாவது பொங்கல் படி கொண்டுவந்து வைத்துவிட்டுப் போயிருக்கிறார்கள். பட்டாசலில் மஞ்சள் குலையும் கரும்பும் கதலிப் பழத் தாரும் தாம்பாளமும் அப்படியே இருக்கிறது. களிமண் அப்பின சிறு கிழங்கு வாசம் அதன் தனி அடையாளத்துடன். வாசலில் பாம்பாட்டியோ குடு குடுப்பைக்காரனோ சத்தம் கொடுக்கிறார்கள். தலையணையைப் போட்டுப் படுத்திருந்த கனகு எழுந்திருந்து போனாள்.

அவளுக்கு என்னவோ அப்படி ஒரு பழக்கம். வாசலில் யார் வந்து நின்றாலும் அவர்களுடன் போய் பத்து நிமிஷம், அரைமணி நேரம் என்று பேச்சுக் கொடுக்காமல் வரமாட்டாள். மேல் சட்டை போடாமல் திறந்த மேனிக்கு வாசலில் வந்து நின்ற ஒரு புத்திக்குச் சரியில்லாத பெண்ணை, நடையில் உட்கார்த்தி வைத்து சாப்பாடு எல்லாம் போட்டு, கை சைகையிலேயே எந்த ஊர், கல்யாணம் ஆகிவிட்டதா, ஏன் இப்படி ஆகிவிட்டாள் என்பது போன்ற விபரங்கள் எல்லாம் கேட்பாள். அவள் என்ன சொல்வாளோ, இவளுக்கு என்ன புரியுமோ, சங்கரபாகத்திடம் சுந்தரியிடம் எல்லாம் வாசலில் நிற்கிறவளுடைய பூர்வோத்திரம் வரைக்கும் சொல்வாள். பசுபதியை 'பசுவதி' என்று சொல்லத்தான் அவளுக்கு வரும். 'ஏ பசுவதி. உன் காம்ப்ராவை எடுத்துக்கிட்டு வந்து எங்க ரெண்டு பேரையும் ஒரு போட்டா பிடி' என்று சத்தம் கொடுப்பாள். வாசலில் ஆயிரம் வருஷம் வாழ்ந்த கிழவி மாதிரி ஒருத்தி, வரி வரியாக முகத் தோல் சுருங்கி, பல்லில் கருப்பு விழுந்து, பூனைக் கண் இடுங்கிச் சிரித்துக்கொண்டு இருப்பாள். 'ஏழு ஜென்மத்தையும் இடைவெளியே இல்லாம, ஒண்ணு மாத்தி ஒண்ணா, சாக்காலம் போக்காலம் இல்லாமலே தவ்வித் தவ்வி வந்திருப்பா போல' என்று சொல்வாள். 'பல ஸ்தலம், பல மண்ணு, பல தண்ணி' என்று சொல்லி அவள் கையைப் பிடித்துக்கொண்டு, 'அப்பாவைக்கொஞ்சம் எழுந்திருச்சு வந்து பார்க்கச் சொல்லு. பூனைக் கண்ணு மினுங்கு கிறதைப் பார்த்தால், அஞ்சு தலைப் பாம்பும் ஆதி சேஷனுமா தெரியுது என்பாள். பசுபதி மறுப்புச் சொல்லமாட்டான். படம் பிடிப்பான். சங்கரபாகமும் மேல் துண்டைப் போர்த்திக்கொண்டு வாசலில் வந்து நிற்பார். மற்ற நேரங்களில் கனகலட்சுமி எப்படி எப்படியோ இருந்திருந்தாலும் இது போன்ற நேரங்களில் ஒரு அபூர்வ மனுஷியாக அவள் மாறிவிடுவது போல இருக்கும். பூர்வத்தில் இருந்து அபூர்வத்திற்கு அவள் எப்போது மாறினாள், எப்படி மாறினாள் என்று கனகுவையே பார்த்துக்கொண்டு இருந்துவிடுவார்.

அப்படித்தான் அன்றைக்கும் ஒரு பாம்பாட்டிக்குச் சோறு எல்லாம் போட்டுவிட்டு, ‘இவனைப் பார்த்தாலே அப்படித்தான் இருக்கு. நாக ரத்தினத்தைக் கக்கிவிட்டு அதோட வெளிச்சத்தில இரை தேட வந்தது மாதிரித்தான் இருக்கான். உளுந்தம் பருப்பு வாசனை தாங்கமுடியலை அப்படியே நெஞ்சு அடைக்கு’ என்று கையில் இருந்த சிப்பலையும் வெங்கலக் கரண்டியையும் அங்கணத்தில் போட்ட கையோடு அங்கேயே உட்கார்ந்தவள், ‘சுந்தரி. கொஞ்சம் தண்ணி கோதிக் கொடு’ என்றாள். வெயிலில் கிடந்த உள் பாவாடையை மடித்து இரண்டாம் கட்டுக் கொடியில் போட்டு விட்டு சுந்தரி வருவதற்குள் கனகு ஒரு பாம்பைப் போல நெளிந்து அடுப்படியில் கிடந்தாள். பேச்சு மூச்சில்லை. சுந்தரி ‘அப்பா’ என்று கத்தும் போது, அங்கணக் குழிச் சிப்பலில் ஒட்டியிருந்த சோற்றுப் பருக்கையை, கூழை வாலோடு ஒரு மூஞ்சூறு சாப்பிட்டுக் கொண்டு இருந்தது. அதன் எளிய கனத்தில் கீழ்ப் பாத்திரம் சரிந்து இடம் பெயர்ந்து உலோகச் சத்தம் முணுக்கென்று கேட்டு அடங்கியது.

கனகு தன்னை இப்படி அந்தரத்தில் விட்டுவிட்டுப் போய் விடுவாள் என சங்கரபாகம் நினைக்கவே இல்லை. சுந்தரியை விட, பசுபதியை விட எல்லாம் சங்கரபாகம் தான் தவியாகத் தவித்தார். சாப்பாட்டுத் தட்டு முன்னால் உட்கார்ந்துகொண்டு, பசுபதி வீட்டுக் காரியிடம், ‘உங்க அத்தைக்கு இலை போட்டுப் பரிமாறுகிறது என்றால் ரொம்பப் பிடிக்கும். ஒரு பூட்டு இலை வாங்கினால், மூணாவது நாலாவது இலைதான் இளசா இருக்கும். அதைப் போட்டுச் சாப்பிடச் சொல்லுவா’ என்று சொல்வார். ‘ரெண்டு வாழைக் கண்ணு புற வாசலில் வைக்கணும்னு தோணாமலே போச்சு’ என்று வருத்தப் படுவார்.

ஒரு நாள் ராத்திரி தூங்காமல் இங்கேயும் அங்கேயும் நடந்து கொண்டு இருந்தார். ‘என்னப்பா தூங்கலையா? இருட்டுக்குள்ளே லாந்திக்கிட்டே இருக்கீங்க?’ பசுபதி லைட்டைப் போட்டான். ‘ஒரு சத்தமுமே இல்லையேப்பா? இப்படி காமா இருக்கு’ என்றார். அவர் குரலை விடப் பார்வை வேறு மாதிரியான திகைப்பில் இருந்தது. ‘இருக்கட்டும் பா’ என்று பசுபதி சங்கரபாகம் தோளில் கைவைத்தான். எப்போதும் முண்டா பனியன் போடுகிற அவர் இப்போது எதுவுமற்று இருந்தார். காரை எலும்பு தென்னிக் குழி விழுந்து கிடந்தது. ‘ரேடியோ வச்சிட்டுப் போறேன். ஏதாவது தூக்கம் வருகிறவரை கேட்டுக்கிட்டு இருங்க’ என்று பசுபதி பொத்தானை அமுக்கிய போது, ‘மலர்கள் நனைந்தன பனியாலே’

என்ற பாட்டு வந்தது. 'அணைச்சிரு. வேண்டாம்' என்று சொல்லி விட்டு அவர் கீழே குனிந்து கொண்டார். 'வர வர அப்பா யார் முகத்தையும் பார்த்துப் பேசுகிறதை விட்டுவிட்டார் அக்கா' என்று மறுநாள் பசுபதி ஃபோன் பண்ணிய போது, சுந்தரி அந்தப் பக்கத்தில் அழ ஆரம்பித்தாள்.

நேற்று ராத்திரி கூடச் சாதாரணமாகத்தான் பேச்சு ஆரம்பித்தது. 'அம்மா திதி இந்த வருஷம் எந்த தேதிக்கு வருது ப்பா? தம்பி கிட்டே ஞாபகப் படுத்தணும். டூர் கீர்ன்னு அவன் வெளியூர் போயிரக் கூடாது அல்லவா?' என்று சுந்தரிதான் கேட்டாள். சங்கரபாகம் அதற்கு உடனடியாகப் பதில் சொல்லவில்லை. அது தன் கவனத்தில் இருக்கிறது என்பது போலத் தலையை அசைத்துக் கொண்டார்.

சுந்தரி ஏதோ படித்துக்கொண்டு இருந்தாள். இந்த வீட்டில் ஹாலில் அருமையாக இரண்டு சோஃபாக்கள், நான்கு நாற்காலிகள் இருக்கின்றன. சுந்தரி எப்போது என்றாலும் ஹாலில் இருந்து அடுத்த அறைக்குப் போகிற சுவரில் சாய்ந்தபடி, தரையில் உட்கார்ந்துதான் படிப்பாள். பெண்கள் தங்கள் தாய் வீட்டுச் சுவர்களை இப்படித் தங்களுடைய வீட்டுக்குள் எப்படியாவது நகர்த்திக்கொள்கிறார்கள் என்று சங்கரபாகத்திற்குத் தோன்றியது. 'இங்கே உட்கார்ந்து படிச்சால் தான், நம்ம வீட்டில உட்கார்ந்து படிக்கிற மாதிரி இருக்கு. என்னா சுந்து?' என்றார். படித்த வாக்கில் உட்கார்ந்து கொண்டு தன்னை ஏறிட்டுப் பார்க்கிற சுந்தரியை சங்கரபாகத்திற்கு ரொம்பப் பிடித்திருந்தது. கொஞ்ச வேண்டும் போல நினைத்தார். லேசாகக் குனிந்து, வகிடு பிரிந்து பளபளக்கிற உச்சித் தலையில் உள்ளங் கையை ஊன்றி ஒரு அசைப்பு அசைத்து, 'என்ன புஸ்தகம்?' என்று கேட்டார்.

சுந்தரி வலது கை விரல்களுக்குள் சிறகு விரித்திருந்த புத்தகத்தை மேலே உயர்த்தினாள். 'உயிர்த் தேன். செல்விப் பெரியம்மா கையெழுத்துப் போட்டு உங்களுக்குக் கொடுத்தது என்று சிரித்தாள். சுந்தரி சிரிப்பு இவ்வளவு அழகாக இருப்பதை, சுந்தரி கண்கள் இவ்வளவு அகலமாக விரிவதை சங்கரபாகம் இதுவரை பார்த்ததே இல்லை. இடிவிழுந்து நொறுங்கியது போல சுவரில் கையை ஊன்றிக் கொண்டு, 'இந்த ஒரு புஸ்தகத்துக்காக உங்க அம்மை என்னை என்ன பாடு படுத்தி இருப்பா தெரியுமா?' சங்கரபாகம் தெப்பக் குளத் தண்ணீருக்குள் விழுந்து நெளியும் கோவில் சுவரின் காவிப் பட்டைகள் போல நடுங்கினார். 'ஒரு வருஷமா, ரெண்டு வருஷமா? நாப்பத்தாறு வருஷம். எந்த ஆம்பளைக்கும் வரக் கூடாது அந்தத்

தும்பம்' என்று அவராகவே ஒரு ஒற்றை நாற்காலியில் உட்கார்ந்தார். சுந்தரி புத்தகத்தைத் தரையில் கவிழ்த்திவைத்து விட்டு சங்கரபாகம் பக்கம் போய், 'ஃபேன் போடுதேன் பா' என்றாள். அந்த விசிறிச் சத்தம் ஒரு இன்னொரு குரல் போல அவர்களுடன் இருக்க ஆரம்பித்தது. 'ஒரு உரையாடலின் தீவிரத்திற்கு மூன்றாவது நபர் அவசியம் தான்', அவருக்கு அப்படித் தோன்றியது.

சங்கரபாகம் மகளின் பக்கம் தன் முகத்தை நீட்டினார். முகத்தை மட்டும் தனியாக ஒரு தட்டில் வைத்து நீட்டுவது போல இருந்தது. 'கண்ணாடியில எத்தனை தடவை பார்த்துக்கிடுவேன் தெரியுமா? இது என் மூஞ்சியே கிடையாதும்மா. குதிரையோட மூஞ்சி. இங்கே பாராதே. அங்கே பாராதேன்னு கண்ணு ரெண்டுக்கும் பட்டை போட்டிருக்குமே, அந்தக் குதிரை மூஞ்சி மாதிரி ஆக்கிட்டா உங்க அம்மை'

சங்கரபாகம் இதுவரை நடந்த யுத்தத்திற்காக அணிந்திருந்த கவசங்களையும் கேடயங்களையும் உடை வாட்களையும் கழற்றுகிறாரா, அல்லது மாட்டத் துவங்குகிறாரா என்று சுந்தரிக்குத் தெரியவில்லை. 'இப்போ கழட்டித் தூரப் போட்டுவிட வேண்டியது தானே' என்று சுந்தரி பொதுவாகச் சொன்னாள்.

'கழட்ட முடியாதும்மா. இனிமேல் கழட்டி ஆகப் போகிறது ஒன்றும் இல்லை. உனக்குத் தெரியாது. என் முப்பது வயசுக்கு மேலே இந்த ராத்திரி வரைக்கும் உலகத்திலே இருக்கிற ஒரு பொம்பிளையைக் கூட ஏறிட்டுப் பார்க்க முடியாமல் போச்சு. பஸ் ஏறுகிறதுக்குப் பக்கத்தில நிற்கிறது, ட்ரெய்னில் நம்ம கம்பார்ட் மெண்டிலே வருகிறது, கல்யாண வீட்டில சரசரண்ணு பட்டுச் சேலையும் பூவுமாகப் போகிறது, ஆபீஸில புதுசா ஒரு புடவையைக் கட்டிக்கிட்டு நடமாடுகிறது, அவ்வளவு ஏன், ஆக்ஸிடெண்ட் ஆகி ரோட்டிலே சதசதண்ணு ரத்தத்துல கிடக்கிறது எந்தப் பொம்பிளையையும் நான் பார்க்க முடியாமலே போச்சு. எங்கே திரும்பினாலும், ஆம்பிளை, ஆம்பிளை, மீசை, தாடி, சிகரெட், வேர்வை, விஸ்கி, பிராந்தி...'

சங்கரபாகம் நாளை அரங்கேறப் போகும் ஒரு நாடகத்திற்கான இறுதி ஒத்திகையை நிகழ்த்துவது போல, குவியல் குவியலான வார்த்தைகளையும் பாவனைகளையும், தனித்தனியாகத் தேவைக்கு ஏற்றது போல உச்சரித்து அசைந்துகொண்டு இருந்தார்.

சுந்தரிக்கு அப்பாவைப் பார்க்கப் பயமாக இருந்தது. விருப்பமாக இருந்தது. அம்மா எப்படி எல்லாம் பேசுவாள்

என்பதைப் பார்த்துப் பார்த்தே அவள் வளர்ந்திருந்தாலும் இப்படி ஒரு அப்பாவை இன்றைக்குத்தான் பார்ப்பது போல இருந்தது.

சங்கரபாகம் சுந்தரியைப் பார்த்து, 'அந்தப் புஸ்தகத்தை எடு' என்றார். எழுந்திராமல், அப்படியே ஒரு கன்றுக்குட்டி போல, முட்டி போட்டுக் கையூன்றி நகர்ந்து, சுந்தரி அந்தப் புத்தகத்தை எடுத்து அப்பாவிடம் கொடுத்தாள்.

சங்கரபாகம் அந்தப் புத்தகத்தை எடுத்து, முதல் பக்கத்தில் இருக்கிற கையெழுத்தையே பார்த்தார். ஒரு கட்டுப் பணத்தாளை, ஒரு அடுக்குச் சீட்டை விசிறுவது போல அந்தப் பழுப்புத் தாட்களை விரல் அழுத்தத்தில் மடித்து விடுவித்தார்.

'உங்க அம்மை மட்டும் உலகத்தில் இருந்தால் போதுமா? செல்வி இருக்கணும். நீ இருக்கணும். உன் வீட்டுக்காரர் இருக்கணும். நான் இருக்கணும். பசுபதி, பசுபதி வீட்டுக்காரி இருக்கணும். எல்லாரும் தானே இருக்கணும்.' சங்கரபாகம் அவருக்கு உண்டான வேகத்தில், அவருக்குத் தோன்றியதைத் தோன்றியது போல, முழுவதும் சொல்ல முடியாமலும், முழுவதும் சொல்ல விரும்பாமலும் அப்படியே திகைத்தாற் போல அமர்ந்திருந்தார்.

'எல்லோரும் தான் இருக்கோமே ப்பா' சுந்தரி அப்பாவின் கையைப் பிடித்துக்கொண்டாள். அவளுடைய கையைப் பிடித்துக் கொண்டு இருந்தவர், கொஞ்சம் சிரித்துவிட்டு மறுபடி பேச ஆரம்பித்தார்.

'உத்து உத்து ரொம்ப நேரம் டி.வியைப் பார்த்துக்கிட்டு இருந்துட்டு, ஆஃப் பண்ணினா, ஸ்க்ரீனிலே ரெண்டு செகண்ட் அந்த உருவம் கோஸ்ட் மாதிரித் தெரியும். உங்க அம்மையையே இத்தனை வருஷமாகப் பார்த்துட்டு இருந்துட்டு, இப்ப திடீர்னு உலகத்தைப் பார்த்தால், உலகம் முழுவதும் இருக்கிற பொம்பிளையா உங்க அம்மை தான் தெரியுதாளோ என்னமோ" சங்கரபாகம் இதைச் சொல்லிவிட்டு, சுந்தரி கையைத் தன் கையில் அடித்து, கை தட்டுவது போல உரக்கச் சிரித்தார்

சுந்தரிக்கு அப்பாவுடன் சேர்ந்து சிரிக்க முடியவில்லை. சட்டென்று நெகிழ்ந்துவிட்டது. அம்மாவை அப்பா எவ்வளவு நேசிக்கிறார் என்றுதான் அவள் அதைப் புரிந்து கொண்டாள். தான் அப்படி உணர்வதை ஆங்கிலத்தில் சொல்வது சரியாக இருக்கும் என்று தோன்றியது.

'அப்பா. நீங்கள் எவ்வளவு பெரிய காதலர்' என்றாள்.

சங்கரபாகம் அதே அளவு உணர்வு பூர்வமான ஆங்கிலத்தில், 'நிச்சயமாக' என்றார்.

'அப்படியானால், நாளை உங்களுக்குப் பெண்கள் மயமாக விடிகிறது'

'இல்லை. கனகலட்சுமி மயமாக' சங்கரபாகம் மெதுவாக, சுந்தரியைப் பிடித்துக்கொண்டே எழுந்தார். மடியில் அதுவரை வைத்திருந்த புத்தகத்தைக் கையில் எடுத்தார். அவர் தன்னிடம் அதைக் கொடுக்கப் போகிறதாக எண்ணி, சுந்தரி அதை வாங்கக் கையை நீட்டினாள்.

'இது இன்று என்னிடம் இருக்கட்டும்' சங்கரபாகம் புத்தகத்தை வயிற்றோடு அணைத்தாற் போல் வைத்துக்கொண்டார். அப்படி அதை அவர் வைத்துக் கொண்டது சுந்தரிக்கு மிகவும் பிடித்தது.

ஒரே ஒரு சிறு நொடி, சுந்தரி புத்தகத்திற்குக் கீழே தெரிந்த சங்கர பாகத்தின் நாபிக் குழியையே பார்த்தாள். அங்கிருந்து புறப்பட்ட குளிர்ந்த தண்டின் நுனியில் ஒரு தாமரைப் பூ மலர்ந் திருப்பது போலவும் அதில் ஒரு பெண் அமர்ந்திருப்பது போலவும் சுந்தரிக்குத் தோன்றியது.

சுந்தரி அவளை அறியாமல், அவளுடைய கையைத் தன் அடிவயிற்றில் வைத்துக் கொண்டாள்.

உயிர் எழுத்து
ஜூலை, 2015

அகஸ்தியம்

'**இ**ன்றைக்கு பௌர்ணமியா?'

நான் வானத்தைப் பார்த்துக்கொண்டே தனுஷ்கோடி அண்ணனிடம் கேட்டேன். நிலா முழு வட்டமாக நிறைந்து கிடந்தது. சின்னத் துண்டு மேகம் கூட இல்லை. எட்டுத் திசைகளும் சுத்தமாக இருந்தது. எல்லா இடத்தையும் துடைத்து எடுத்ததால், அப்படியொரு துடிப்புடன், கொதிபால் காம்புச் சூட்டுடன் கறவைச் செம்பில் நுரைத்துக் கொண்டு இருந்தது. நட்சத்திரங்கள் விடுமுறையில் போயிருந்தன.

'நேற்றுத் தானே கோவிலில் கூட்டமா கிடந்துது. பிரதோஷத்துக்கு மினி பஸ்காரன் ஸ்பெஷல் கூட விட்டிருந்தானே. அப்போ நாளைக்குத்தானே பௌர்ணமியா இருக்கும்' தனுஷ்கோடி அண்ணனும் இப்போது நிலாவையே பார்த்துக்கொண்டு இருந்தான்.

தனுஷ்கோடி அண்ணன் முகம் அழகாக இருந்தது. யார் இப்படி நிலாவை ஏறிட்டுப் பார்த்தாலும் அவர்களுடைய முகம் அழகாகிவிடும் போல. சொக்குப் பிள்ளை கடையில் சாப்பிட்டுவிட்டு கைகழுவுகிற இடத்தில் தான் இலையைப் போட வேண்டும். எல்லோரும் அந்த தகர தார் டின்னுக்குள் போடுவதும் இல்லை. அப்படியே

வண்ணதாசன் ❋ 75

போட்டாலும் எல்லா இலையும் உள்ளே விழுவதும் கிடையாது. அப்படி வெளியே விழுந்துகிடந்த இலைகளின் மீது நிலா பளபளத்தது. அருள்ராஜ் கடைக்கு முன் இறக்கிப் போட்டிருந்த காலி ஈய பால்கேன் நிறம் வேறு மாதிரி ஆகிவிட்டிருந்தது.

'வேல்சாமி பாண்டியன் இருந்தாம்னா, நிலா இப்படித் துடிச்சுக்கிட்டு கிடக்கிறதைப் பார்த்தால் பாட ஆரம்பிச்சிருவான்.... ஆசையே அலை போலே. நாம் எல்லாம் அதன் மேலே... 'தனுஷ்கோடி அண்ணன் நாக்கு உச்சரிப்பு இன்னும் குளறுகிற மாதிரியேதான் இருந்தது. 'நீ எப்போ வந்தே குட்டிப் பயலே?' என்று காலையில் கட்டிப் பிடிக்கும் போதே சாராய வாடை தாங்கமுடியவில்லை. 'கல்யாணத்தில் ஆளைக் காணோமேன்னு பார்த்தேன். மறு வீட்டுக்கு வந்து நிக்கே. ஆபீஸில அப்படி என்ன பெருசா கோபுரத்தைக் கட்டி நிமுத்திதியாக்கும்' என்று இன்னும் கொஞ்சம் தோளை இறுக்கினான். இப்போது அவ்வளவு உறுதியாக இல்லா விட்டாலும் தோளைப் பிடித்துக் கொண்டே மேலே பாடுகிறான். '... சூறைக் காற்று மோதினால், தோணி ஓட்டம் மேவுமோ...?'

நான் இன்னும் நிலாவையே பார்த்துக்கொண்டு இருக்கிறேன். என்னை அறியாமலே உள்ளே திருச்சி லோகனாதனின் குரல் அடுத்தடுத்த வரிகளுக்குப் போய் நகர்ந்தபடி இருந்தது. தனுஷ்கோடி அண்ணனையே பார்த்தேன்.

அவன் நாதஸ்வரம் வாசிப்பான். மில் வேலைக்குப் போகிற வரைக்கும் கூட அவனுடைய அப்பாவோடு வாசிக்கிறது உண்டு. அது ஒரு திருவாதிரை தினம். வாசிப்பு முடிந்து அண்ணனுடைய அப்பா போய்விட்டார். நடை அடைத்தாகிவிட்டது. திட்டிவாசல் கதவு மட்டும் திறந்துகிடக்கிறது. நான், அவன், பட்டருடைய மூத்த பையன் ராஜாமணி மூன்று பேருமே மிச்சம்.

'நடலம் பார்க்கவேண்டாமா நீங்க?' என்றான். நடனம் என்பதை அவனுடைய அப்பாவும் 'நடலம்' என்றுதான் சொல்வார். வில்வ மரத்தடியில் உட்கார்ந்தான். எங்கள் இரண்டு பேரையும் உட்காரச் சொன்னான். எடுத்து வாசிக்க ஆரம்பித்தான்.

தனுக்கோடியா அது என்பது போல ஆகிவிட்டது. அரளிச் செடி மூட்டில் இருந்த செம்போத்து படபடவென்று பறக்கிறது. வில்வப் பழம் பொத்தென்று விழுந்து உருள்கிறது. பால்கொச்சை வாசனைக்கு மூஞ்சூறு நடமாடுகிறது போல. ஓரமாக ஓடுவது அதுவாகத்தான் இருக்கும். பிரகாரத் தளம் எல்லாம் பளபளத்து விம்முகிறது. கல்பாளம் எல்லாம் உருகிக் குளிர்ந்து ஆறாகப்

பாய்வது போல இருக்கிறது. வாசிப்பது போதும் அண்ணன் என்று சொல்ல முடியவில்லை. எழுந்திரு என்று அமர்த்த வாய் வர வில்லை.

அவனுக்குக் கண்ணைத் திறக்கவேண்டும் என்று தோன்றியதும் சீவாளியை விட்டு உதட்டை எடுத்தான். கண்ணை மூடிக்கொண்டு அப்படியே இருந்தான். எழுந்திருந்தான். பொட்டென்று ஒரு வில்வப் பழத்தைத் தரையில் தட்டி, பிசின் கம்பியிழுக்க, ஒரு துண்டு எடுத்து வாயில் போட்டான். தக்ஷிணாமூர்த்தி சன்னதியை விழுந்து கும்பிட்டான். பிள்ளையார் முன்னால் தொங்கும் மணியை அடித்தான். நிருநீறை அள்ளிப் பூசிவிட்டு வாத்தியத்தை எடுத்துத் தோளில் போட்டுக்கொண்டு வெளியே போய்விட்டான். ஒரு வார்த்தை எங்களிடம் சொல்லவில்லை.

அன்றைக்கு நிலவு இப்படி இருந்ததா என ஞாபகம் இல்லை. அவன் வாசிப்பு மாத்திரம் எங்களோடு வெளிச்சமாக வந்து கொண்டு இருந்தது. ராஜாமணியும் நானும் ஒன்றும் பேசிக் கொள்ள வில்லை. ஒருதடவையோ இரண்டு தடவைகளோ பட்டர் மகனுடைய கையில் இருந்த பெரிய திறவுகோல்கள் மோதிச் சத்தம் வந்தது. அது கூட தனுஷ்கோடி அண்ணனின் நாபியில் இருந்து வந்தது போலத்தான் இருந்தது.

அப்போ போய்த்தான் ஆகணும் கிறியா? இனிமே இங்கே காத்துக்கிடந்து பிரயோஜனம் இல்லை. கிடாரங்குளம் விலக்குக்குப் போனால் ஏகப்பட்ட பஸ் வரும். ஒண்ணு இல்லாவிட்டால் ஒண்ணுல ஏறிப் போயிரலாம். மறுவீட்டுக்கு வந்த ஆட்கள் எல்லாம், மினி பஸ் வரலைண்ணு தெரிஞ்ச உடனே செட் செட்டா அங்கேதான் போயிக்கிட்டு இருக்கு' தனுஷ்கோடி அண்ணன் என் முகத்தையும் நிலாவையும் மாறி மாறிப் பார்த்தான்.

தொடர்ந்து குடித்துக்கொண்டே இருக்கிறவர்களுக்கு இன்னும் கொஞ்சம் குடிக்கவேண்டும் என்று தோன்றும் போது வருகிற பிரத்தியேக்க் களை அவனிடம் இருந்தது. 'என்னமா இருக்கு பாரு நிலா?' என்றான். 'முழுங்கிவிட்டுக் கக்கிவிடலாம் போல இருக்கு'ண்ணு எங்க அம்மை சொல்லுவா. அது மாதிரித்தான் இருக்கு' தலையைக் குனிந்து கொண்டு கொஞ்ச நேரம் இருந்தவன், 'ஏற்கனவே தொயந்தாப்பில மூணு நாள் மில்லுக்கு லீவைப் போட்டுட்டேன். நைட் ஷிப்டுக்குப் போகணும் இன்னைக்கு. இல்லாவிட்டால் உன் கூடவே வந்திருவேன்' என்றான்.

‘எனக்கு இப்படியே தனியா நடந்து போகணும் போல இருக்கு’ நான் தனுஷ்கோடி அண்ணனிடம் சொன்னேன்.

‘அது சரி. நிலா, அருவி, வனாந்திரம் எல்லாம் மோகினி’ல்லா. தனியாத்தான் வரச் சொல்லும்’ அண்ணனின் கண்கள் ஒரு சர்ப்பத்தின் கண்கள் போல மினுங்கின. அவன் தரையோடு தரையாக ஊர்ந்து செல்லத் துவங்கிவிடக் கூடும் என்பது போல, நிலா வெளிச்சத்தில் அவனுடைய திரேகம் நெளிந்து நிமிர்ந்தது. நான் மேற்கொண்டு தனுஷ்கோடி அண்ணனிடம் எதுவும் சொல்லிக் கொள்ளவில்லை. நடக்க ஆரம்பித்தேன்.

பக்கத்தில் எருக்குழி ஏதாவது இருக்கிறதா என்று தெரிய வில்லை. ரொம்ப நாட்களாக ஒன்றுக்கு மேல் ஒன்றாகக் கொட்டப் பட்டு வெக்கையில் நீறி வெதுவெதுவென்று சூடாகப் பரவுகிற பசுஞ் சாணியின் வாடை அடித்தது. பட்டாத் தேவர் தொழுவில் எருமைகள்தான் உண்டு. அவர் போய்ச் சேர்ந்துவிட்டார். பையன்கள் யாருக்கும் பால்மாடு வைத்திருக்கும் உத்தேசம் இருக்க வாய்ப்பு இல்லை. பட்டாத் தேவர் தன் எருமைகளைப் பத்திக்கொண்டு இப்போது எதிரே வந்தால் நல்லது. எருமைகளின் பிட்டி எலும்பின் மேலும், முதுகு எலும்புக் கண்ணிகளின் லேசான துருத்தலிலும் நிலா வெளிச்சம் வழிந்து வழிந்து தரையில் சிந்தும் எனில் எப்படி இருக்கும்?

பக்கத்தில் மலையொன்றும் இல்லை. அங்கிருந்து யாரோ உருட்டிவிட்டது போல ஒரு கார் அல்லது வில்வண்டி மட்டும் போகிற அளவுக்கு வழிவிட்டு தெற்கேயும் வடக்கேயுமாக இரண்டு பெரிய பாறைகள் இந்த இடத்தில். செடி முளைக்கிற மாதிரி பாறைகளும் முளைக்குமோ என்னவோ. எண்ணி இரண்டே இரண்டு. பொதுவாக எல்லாப் பாறைகளுக்கும் பக்கத்தில் பெரிது சிறிதாக இன்னும் ஏழெட்டுக் கிடக்குமே அப்படி எதுவும் இல்லை. தென் பக்கத்துப் பாறையில் சுண்ணாம்பு வைத்துப் போட்ட ஒரு பெரிய அம்புக் குறி. வடபக்கத்தில் ஆளுயரத்திற்குக் கோரை முளைத்துக் கிடந்தது. முன்னால் பஸ்ஸுக்கு நடந்து போகிற யாரோ கை வாக்கில் கிள்ளிவிட்டுப் போயிருக்க வேண்டும். பச்சை வாசம் காற்றில் அடித்தது.

இதைத் தாண்டிக் கொஞ்ச தூரம் போனால், பாதையை விட்டு உட்பக்கம் நகர்த்திவைத்தது மாதிரி ஒரு கல்மண்டபம். மூட்டம் போட்டு இப்போதுதான் எடுத்த புகையடிப்பு நிறம். அதற்குப் பின்னால்தான் தாமரைக் குளம். அது குளம் இல்லை. கனடியன்

கால் வாய்க்கால். அதே போல தாமரைக்குளம் என்கிற அதன் பெயரும் தப்பு. அங்கே பூத்துக்கிடப்பது தாமரை இல்லை. அல்லிப் பூ. இது மாதிரிக் குறிப்பிட்ட சில இடங்களில் எப்படியோ இப்படி மொத்தமாக, தண்ணீர் இருந்தாலும் வற்றினாலும், அல்லி முளைத்துக் கிடக்கிறது. தண்ணீர் இருக்கிற தடமே தெரியாமல் சிவப்புச் சிவப்பாக, நடுவில் விளையாட்டுக் காட்டுகிற மாதிரி ஒன்றிரண்டு வெள்ளையாகவும்.

பக்கத்தில் வரவர, அல்லித் தண்டின் வழுவழுப்பான வாசனை. ஒரு சிறிய பதற்றம் உண்டாயிற்று. சாரைப்பாம்பு போலக் கிடக்கும் இந்த இடத்தைப் பார்க்காமலே போய்விட முடிந்தால் நல்லது. கிழிசலை வெட்டி எறிந்துவிட்டு, இந்தப் பக்கமும் அந்தப் பக்கமும் தையல் போடுவது இல்லையா. அது மாதிரி, இந்த இடத்தை மட்டும் பிட்டுத் தூரப் போட்ட கையோடு, கிடாரங்குளம் விலக்கு வரை போய்விடமுடியாதா? அப்படி நினைக்கிறோமே தவிர, சில சமயங்களில் எதையும் தவிர்க்க முடிகிறது இல்லை. அல்லது எதைத் தவிர்க்க நினைக்கிறோமோ அது முதலில் வந்து நிற்கிறது.

யாரோ பைக்கை நிறுத்திவிட்டு நின்றுகொண்டு இருந்தார்கள். என்னதான் அந்தப் பக்கம் பார்க்கக் கூடாது என்று நினைத்தாலும், எனக்குள் சிவப்புச் சிவப்பாக மலர்ந்துகொண்டே இருந்தது. செருப்புக் காலும் சேலையுமாக முன்னால் நகர்ந்து வந்து

'யாரு, வடிவேல் தானே?' என்று என்னைக் கேட்பது யார் என்று உடனடியாகப் பிடிபட்டுவிட்டது. அகஸ்தியர் அத்தை நின்று கொண்டிருந்தாள். அகஸ்தியர் என்பது ஆண்பிள்ளை பெயர் அல்லவா எனக் கேட்கக் கூடாது. அதே போல, அத்தைக்கு அதிகமாகப் போனால் நாற்பது வயது இருக்கும். சரியாகச் சொன்னால் என்னையும் தனுஷ்கோடியையும் விட ஏழு எட்டு வயது பெரியவள். தனுஷ்கோடி அண்ணனுக்கும் அகஸ்தியர் அத்தைக்கும் ரொம்ப நெருக்கம். அவ்வளவு சொன்னால் போதும். அப்படித்தான் அவர்களுக்குள் எல்லாம் இருந்தது. 'என்ன மாப்பிளை சௌக்கியமா?' என்று பைக்கைத் தடவி விட்டுக்கொண்டு இப்போது என் பக்கமாக வந்து கேட்கிற பழனியாண்டி மாமாவும் ரொம்பச் சுருக்கமாகவே அதை எடுத்துக்கொண்டார்.

'தனுஷ்கோடி போயிட்டுதா?' அகஸ்தியர் அத்தை எப்போதும் போல தலை நிறைய மஞ்சள் சிவந்திப் பூ வைத்திருந்தாள். ஒரு சிறிய அரசமரம் போல, அல்லது அரசமரத்தடி நாகர் சிலை என நின்று என்னைக் கேட்டாள். அகஸ்தியர் அத்தை எப்போதும் எல்லோர் காதும் கேட்கும்படியாக தனுஷ்கோடியைப் பெயர்

சொல்லித்தான் கூப்பிடுவாள், பேசுவாள். பெயர் தேவைப்படாத இடத்துக்குப் போன பின், பெயரைச் சொல்வதில் என்ன தயக்கம் என்று ஆகிவிட்டது போல.

'அது இந்தப் பக்கம் கூடி வருகிறதை விட்டு ரொம்ப வருஷம் ஆச்சே' பழனியாண்டி மாமா என்னையும் பார்க்காமல் அத்தையையும் பார்க்காமல் அவருடைய மோட்டார் பைக்கும் அவரும் பேசிக் கொள்வது போலச் சொன்னார்.

'எனக்கு அது தெரியாதா என்ன? இருந்தாலும் வடிவேலு கூட பஸ் ஏத்திவிட அப்படியே ஒண்ணா நடந்துவரும்'னு தோணுச்சு. இந்த இடத்தைப் பார்த்ததும் நானே இதுக்கு மேலே ஒரு எட்டு எடுத்துவைக்க முடியலை. அதுக்கு எப்படி முடியும்?" அகஸ்தியர் அத்தை குளத்தையே பார்த்தாள். அத்தை கையில் மூட்டோடு முழுதாகப் பிடுங்கிய ஒரு வெள்ளை அல்லி பூவும் தண்டுமாக இருந்தது. பழனியாண்டி மாமா என் பக்கமாக நெருங்கி வந்து தோளில் கைவைத்து, 'நீ அங்கே போய் என்ன பண்ணப் போகிறே?' என்பது போலத் தடுத்து என்னை நிறுத்தினார்.

இந்த மூன்று அடிச் சுவர் பஞ்சாயத்து போர்டில் இருந்து இப்போது சமீபத்தில் கட்டியிருக்கிறார்கள். முன்னால் கிடையாது. ஆட்கள் கைகால் கழுவுவது, இறங்கிக் குளிப்பது, துவைப்பது கொள்வது, மாடு குளிப்பாட்டுவது எல்லாம் முன்பு இதுவழியாகத் தான். இறங்கும் போது சரிவாக இருக்கும். ஏறும் போது கொஞ்சம் உன்னி ஏறவேண்டும்.

இருக்கிற இடத்தை எல்லாம் விட்டுவிட்டு தனுஷ்கோடி தங்கச்சி இங்கே வந்து மருந்தைக் குடித்துவிட்டுப் படுத்துவிட்டாள். இந்த ஊரில் அப்படி எத்தனை பேர் பத்து பாஸாகி மேல் படிப்புக்கு டவுண்பஸ் ஏறிப் போயிருக்கிறார்கள்? அது என்னவோ இவளுக்கு மட்டும் பெயிலாகப் போனது அவ்வளவு கேவலமாகப் போய்விட்ட்து. பள்ளிக்கூடத்துக்குப் போகிறது போலவே ஊதாப் பாவாடை, வெள்ளைத் தாவணி, ரெட்டைச் சடை. ரோக்கர் நுரைத்த வாய் கூட சிரிக்கிற மாதிரித்தான் இருந்தது.

அகஸ்தியர் அத்தைதான் கூடவே இருந்தாள். 'புறவாசலில் வளர்ந்து சாய்ஞ்சுக்கிட்டு நிக்கிற வாழைக்குப் பக்கத்தில, குட்டியா ரெண்டு இலை விட்டுக்கிட்டு பக்கக் கண்ணு இருக்குமே, அது மாதிரி இருக்கு தனுஷ்கோடி' அவளைக் குளிப்பாட்டியதும் இப்படி அழுதாள். வேறு புதுசு கட்டுவதற்காக மறைப்புக்குள் இருந்த

அகஸ்தியர் அத்தை, ‘பாவி, பாவி’ என்று வெடித்தாள். ‘இந்த மேனிக்கு ஒரு திரியைப் போட்டு நெய்யை ஊத்திப் பொருத்தி பட்டாசலில் வச்சிரலாம் போல இருக்கே’ என்று ஒப்புச் சொன்னாள். ‘மன்னார் கோயில் விளக்கு. என் கிட்டே ஒரு வார்த்தை யோசனை கேட்காமல் போயிட்டாளே’ என்று கதறிய போது, என்னை விட, தனுஷ்கோடியை விடப் பழனியாண்டி மாமாதான் அதிகம் குலுங்கினார். துண்டை வாயில் சுருட்டி வைத்துக் கொண்டார். சுதாரித்து நிதானம் ஆகி, ‘டைம் ஆச்சு. டைம் ஆச்சு’ என்று எல்லோரையும் முடுக்கிவிட்டதும் அவர்தான்.

‘படிக்க வச்சு, பாட வச்சுக் கெட்டிக்கொடுத்திரணும்’னு படாத பாடு எல்லாம் பட்டுக்கிட்டு இருந்தான். அண்ணனா அப்பா வாண்ணு கேட்டால் அண்ணன்னுதான் அன்றைக்கும் இன்றைக்கும் அந்தப் பிள்ளை சொல்லும். கடைசியிலே இப்படிப் புத்தியைக் கடன் கொடுத்துட்டுதே’ பழனியாண்டி மாமா வழக்கத்தை விட அதிகமான போதையில் என்னிடம் சொல்லிக்கொண்டு இருந்தார். எனக்கு நன்றாக ஞாபகம் இருக்கிறது. அண்ணன் வீட்டுக்கு வெளியில் வேப்பமரத்தடியில் நார்க்கட்டில் போட்டு உட்கார்ந் திருக்கிறோம். சுடலைகோவில் பக்கத்து ஆலமரத்தில் சமீபத்தில் யாரோ ‘இளங்கொடி’ கட்டிவிட்டுப் போயிருக்க வேண்டும். காற்றில் வாடை அடித்தது. என்னைப் போலவே மாமாவுக்கும் தெரியும், தனுஷ்கோடி அண்ணனும் அகஸ்தியர் அத்தையும் இதே போல வீட்டுக்குள் ஒருவரையொருவர் தேற்றிக்கொண்டும் அழுது கொண்டும் இருக்கிறார்கள் என்பது. இன்றைக்குத் தோளில் வைத்திருக்கிறது போலத்தான், அன்றைக்கும் அவர் கை என் மேல் இருந்தது.

வாயாய் வார்த்தையாய் அவர் சொல்லுவதை விட, இப்படித் தோளில் கைவைப்பதன் மூலம் அவர் நிறையச் சொல்லிவிடுகிறார். நிறைய இல்லை எல்லாவற்றையும்.

‘எம்புட்டு நேரம் இங்கேயே நிப்பே?’ பழனியாண்டி மாமா பைக்கை உதைத்துக்கொண்டே அத்தையைப் பார்த்தார். அத்தைக்கு என்ன தோன்றியதோ, கையில் வைத்திருந்த அல்லிப் பூவைத் தண்டோடு என் கையில் கொடுத்துவிட்டு, பின்பக்கம் ஏறி உட்கார்ந் தாள். ‘தனுக்கோடியைப் பார்த்துக்கோ’ என்று சொல்லிவிட்டு, ‘அதைக் கொடு வடிவேலு’ என்று கையை நீட்டினாள். அத்தை என்னிடமிருந்து பூவை வாங்குகிற நேரத்தைத் துல்லியமாக்க் கணித்தது போல, மாமா பைக்கை நகர்த்தினார். அகஸ்தியர் அத்தை

பூவும் கையுமாக உட்கார்ந்துகொண்டு சிரித்த சிரிப்பு உருக்கமாக இருந்தது. இந்தச் சிரிப்பை அப்படியே அள்ளிக்கொண்டுபோய் சிந்தாமல் சிதறாமல் தனுஷ்கோடியிடம் சேர்த்துவிட வேண்டும்.

இது எல்லாம் எனக்குப் புரியவே இல்லை. இதுவரை எப்படி அகஸ்தியர் அத்தையுடன் தனுஷ்கோடி அண்ணனுக்கு அத்தனை நெருக்கமாக இருக்க முடிந்தது? நானும் மாமாவும் நார்க்கட்டிலில் வெளியே உட்கார்ந்து பேசிக் கொண்டிருந்த அந்த ராத்திரிக்குப் பிறகு, கதவைச் சாத்தினது போல, அப்படி ஒரு திசையே இல்லாதது மாதிரி எப்படி விலகிவிட முடிந்தது? இவ்வளவு நாளையும் விட, இந்த துக்கம்தானே கதவை அகலமாகத் திறந்துவைக்க வேண்டும்?

தனுஷ்கோடி அண்ணன் அழுததையும் விட அகஸ்தியர் அத்தை ஒப்புச் சொல்லி அழுகிறாள். 'பாவி, பாவி' என்கிறாள். மன்னார் கோவில் குத்துவிளக்கு என்று துடிக்கிறாள். தன்னுடைய வருத்தத்துக்காக இல்லாவிட்டாலும், அகஸ்தியர் அத்தை வருத்தம் குறைவதற்காகவேனும் அண்ணன் எப்போதும் போல, அல்லது எப்போதையும் விட சகஜமாக அல்லவா இருக்க வேண்டும். எனக்கு இப்படி எல்லாம் தவிப்பாக இருந்ததே தவிர, இதை அண்ணனிடம் சொல்லவோ கேட்கவோ இன்றைக்கு வரை முடியவில்லை. மேலும் இதில் அடுத்தவன் சொல்வதற்கு என்ன இருக்கிறது. அவனுக்கே அல்லவா தெரிய வேண்டும்.

பால கிருஷ்ணாவில் செகண்ட் ஷோ பார்த்துவிட்டு வருகிறேன் அனுமார் கோவில் உள்பக்கத் தென்னை மரத்திலிருந்து ஒரு காய்ந்த முழுத் தோகையும் மட்டையுமாகச் சலார் என்று ரோட்டில் விழுகிறது. விழுந்த வேகத்தில் எழுந்த புழுதி அடங்குவதையே பார்க்கிறேன். தெருவிளக்கு வெளிச்சத்தில் பழனியாண்டி மாமா அவருடைய ஐஸ் கம்பெனிக்குப் பக்கத்தில் பைக்கில் நிற்கிறார்.

'உன்னைத்தான் எதிர்பார்த்துக்கிட்டு நிக்கேன்.' என்றார். மாமா ஜிப்பா போட்டு, சுருக்கி மேல் கைப் பக்கம் ஏத்திவிட்டிருந்தது அழகாக இருந்தது. நான் அவர் பக்கத்தில் போனதும், 'வசூலுக்கு வந்தேன்' என்றார். வசூலுக்கு வந்த சமயம் உன்னைத் தற்செயலாகப் பார்த்தேன் என்று அர்த்தம்.

'அத்தை நல்லா இருக்காங்களா?'

என் கேள்விக்கு அவர் பதில் சொல்லவில்லை. 'நீயாவது உங்க அண்ணன் கிட்டே சொல்லக் கூடாதா? ஏன் இப்படி மாட மடங்கக்

குடிக்கணும்?' என்று சொல்லிவிட்டு அமைதியாக இருந்தார். 'அசத்து மறந்து மெஷினுக்குள்ளே கையைக் கொடுத்திட்டான்'னு வச்சுக்கோ. என்ன பண்ண முடியும்?'

இதற்கு நேரடியாக நான் எதுவும் சொல்லவில்லை. மாமா பேசுவது எனக்கு அகஸ்தியர் அத்தை பேசுவது போல இருந்தது.

'நல்ல வேளை கொஞ்சம் முந்துச்சு. ஓலையும் மட்டையும் விழுந்த வேகத்துக்கு என்னமாவது ஆகியிருக்கும்' என்று வேறு பக்கம் பேச்சைத் திருப்பினேன்.

பழனி மாமா கண் கலங்கியது. என் மேல் கையை வைத்தார். என்னைப் பார்க்கவில்லை. தெருவிளக்கின் அடி உருளையைப் பார்த்தார். 'அப்போ அவனை வாண்ணு சொன்னேனா? இப்போ அவனை வராதேன்னு சொன்னேனா?' என்று எச்சிலை விழுங்கினார். மேற்கொண்டு பேச்சு வரவில்லை. 'பார்ப்போம்' என்று பைக்கைக் கிளப்பினார்.

ஒருபக்கம் சைக்கிளைப் பிடித்துக்கொண்டு, இன்னொரு பக்கம் தென்னை மட்டையை இழுத்துக்கொண்டு யாரோ போனார்கள். யார் என்றே எனக்குத் தெரியவில்லை. 'சினிமா பார்த்துட்டுப் போகிற பாதையா?' என்று கேட்டார்கள். நிறையப் பேருக்குப் பதில் தேவைப்படுவதில்லை.

இப்படிப் பழனியாண்டி மாமா வருத்தப்பட்டதைக் கூட நான் தனுஷ்கோடி அண்ணனிடம் சொல்லவில்லை. இதை மட்டும் அல்ல. அகஸ்தியர் அத்தையை ஒரு தடவை பஸ்ஸில் வைத்துப் பார்த்ததையும் சொல்ல வாய்க்கவில்லை. திருநெல்வேலியில் இருந்து வந்து கொண்டு இருக்கிறேன். அத்தை எங்கே எப்போது ஏறியிருப்பாள் என்று தெரியவில்லை. முன்பக்கத்து சீட் ஒன்றிலிருந்து எழுந்து, மேல் கம்பியையும் பக்கவாட்டு ஓர வளைவையும் மாறிமாறிப் பிடித்தவாறே என்பக்கம் வருகிறாள். கண்ணாடி புதிதாகப் போட்டிருப்பதால் அத்தை மாதிரியும் இருக்கிறது. அத்தை மாதிரியும் இல்லை.

'என்ன அடையாளம் தெரியலையா?' என்று என் பக்கம் உட்கார்ந்துகொண்டே கண்ணாடியைக் கழற்றி, 'இப்போ தெரியுதா?' என்று சிரிக்கிறாள். அகஸ்தியர் அத்தை பக்கத்தில் இதுவரை உட்கார்ந்தது இல்லை. அத்தை சிரிப்பை ஒரு ஜாண் தூரத்தில் பார்த்தது இல்லை. எனக்கு தனுஷ்கோடி அண்ணனைத் தேடியது. 'மாமா வரலையா?' என்று கேட்டேன்.

அகஸ்தியர் அத்தை விளக்கம் சொன்னாள். இடது கண்ணில் வெடுக் வெடுக்கென்று நாலு நாள் குத்து எடுத்ததாம். ஒரு கரண்டியால் நார்த்தங்காய் ஊறுகாயை எடுக்கிற மாதிரி எடுத்துப் போட்டுவிடலாம் என்று இருந்ததாம். கண்ணாஸ்பத்திரியில் காட்டி சொட்டு மருந்து விட்டார்களாம். டெஸ்ட் பண்ணி எழுதிக் கொடுத்தார்களாம். கண்ணாடி போட்டுக்கிட்டால் நல்லது என்றார்களாம். போட்டாச்சாம். இப்போது ஒரு தொந்தரவும் இல்லையாம்.

அகஸ்தியர் அத்தைக்குக் கண்ணாடியும் நன்றாக இருந்தது. சிரிப்பும் நன்றாக இருந்தது.

'டீச்சர் மாதிரி இருக்கு' என்றேன்.

'சொல்லுதததே சொல்லுதே. வக்கீல் மாதிரி டாக்டர் மாதிரி'ன்னு சொல்லவேண்டியது தானே' என்று மேற்கொண்டும் சிரித்தாள். மறுபடியும் எழுந்து மேல் கம்பியையும் பக்கவாட்டு வளையையும் பிடித்து முன்பக்கம் போய் உட்கார்ந்துகொண்டாள். ஒரு வார்த்தை கூட தனுஷ்கோடி அண்ணனைப் பற்றிக் கேட்கவே இல்லை. அகஸ்தியர் அத்தையைப் பார்த்தேன். உன்னைப் பற்றி ஒரு வார்த்தை கூடக் கேட்கவில்லை என்று தனுஷ்கோடி அண்ணனிடம் எப்படிச் சொல்ல?

இப்படி அகஸ்தியர் அத்தை நான்கைந்து சீட் தாண்டி இங்கே வந்து என் பக்கத்தில் உட்கார்ந்ததும், என்னுடன் பேசிவிட்டு அண்ணனைப் பற்றி ஒன்றுமே மருந்துக்குக் கூட ஒருவார்த்தை பேசாமல் எழுந்துபோய் மறுபடியும் அச்சடித்தது போல முன்பக்கம் உட்கார்ந்து கொண்டது மட்டும் புரிந்துவிடுகிறதா என்ன? இன்றைக்கு மாதிரி நல்லது கெட்டது வீடுகளில் பார்த்தால் கூட எப்படி இவர்களால் பேசாமல் இருக்க முடிகிறது? இவர்கள் பேசுகிறார்களா, பேசுவதில்லையா என மற்றவர்கள் கவனிப்பது இருக்கட்டும். இவர்கள்தான் ஏதாவது இவர்களுக்கு மட்டுமே கேட்கிற மாதிரியாவது பேசிக் கொண்டால்தான் என்ன?

பைக் தான் இப்போது பெருத்துப் போய்விட்டதே. பின்னால் யாரோ வருகிறார்கள். கற்றையாக வெளிச்சம் மேடும் பள்ளமுமாகத் தடவியபடி போகிறது. மண் சுவரோடு சுவராக வைத்து வளர்த்திருந்த சோற்றுக் கற்றாழை பச்சை மடல் மடலாகத் தெரிந்தது. குடிதண்ணீர்க் குழாய் உடைந்து தண்ணீர் பெருகிக் கிடந்தது. மஞ்சணத்திப் பூ வாசனை வந்தது. பம்ப் செட் ஓடி, தொட்டி நிரம்பி நுரைக்கிற சத்தம். ராமக் கோனார் வயல் கிரயம் பண்ணிக்

கைமாறிவிட்ட இடத்தில் வாழை போட்டிருக்கிறார்கள். குலை தள்ளின வாழைப் பூவின் கருநீல மடல் இருட்டைத் துளாவிக் கொண்டு நுனி மடங்கியிருந்த்து.

இப்போது மறுபடியும் இன்னொரு பைக் பக்கத்தில் காலை ஊன்றி நின்றது. 'விலக்கு வரைக்கும்தானே. ஏறிக்கிடுதியா?' ரைஸ் மில்காரர் என் தோளைத் தட்டினார். ஏற்கனவே யாரோ பின்னால் இருந்தார்கள். 'இருக்கட்டும். கொஞ்ச தூரம்தானே' என்று சிரித்தேன். கொஞ்சம் நிலா வெளிச்சத்தில், கொஞ்சம் இருட்டில் சிரிக்கப் பிடித்திருந்தது. மினுக்கட்டாம் பூச்சி போல வெளிச்சமாக அந்தச் சிரிப்பு இருந்திருக்கும். அகஸ்தியர் அத்தை கொஞ்ச நேரத்திற்கு முன் அல்லிப் பூவைக் கையில் வைத்தபடி புறப்பட்டுப் போகும் போது சிரித்தது மறுபடி தெரிந்தது.

தனியாக நடக்கும் போது ஒரு வேகம் வந்துவிடுகிறது. கருங்கல் ஜல்லியும் கப்பியுமாக பாதை பின்னால் ஓடியது. நிறையப் பேர் நடக்கிற சப்தம் கேட்டது. எதுவும் யாரும் தெரியாமல் சத்தத்திற்குக் கால்கள் முளைத்து முன்னால் போவதை உணர முடிந்தது. தோளில் கிடக்கிற குழந்தை முனங்குகிறது. சிகரெட் வாசனையுடன், 'கீழே பார்த்து வா' என்று ஒருத்தர் எச்சரிக்கைப் படுத்துகிறார். இந்த இருட்டில் கீழ் எது, மேல் எது? புது நார்ப் பெட்டி வாடை, கதலிப் பழ வாடை எல்லாம் தலைக்கு மேல் நகர்கிறது. தொடர்ந்து நிலா வெளிச்சத்தில் கும்பல் கும்பலாக ஊமத்தம் பூ. நேற்றையப் பூவா? நாளையப் பூவா? எல்லாம் தான். நேற்றைக்குப் பார்த்தால் நேற்றையப் பூ. நாளைக்குப் பார்த்தால் நாளையப் பூ.

டயர் பிருபிருவென்று தரையும் மணலுமாகச் சறுக்க, லைட் இல்லாமல் ஒரு சைக்கிள் இடுப்பில் மோதுவது போல் எதிரே வந்து நின்றது. மோதிவிடாமல் தடுப்பதுபோல கையை உயர்த்திய படி, நிமிர்ந்து பார்த்தால் தனுஷ்கோடி அண்ணன். எனக்குத் திகைப்பாக இருந்தது. எதிர்பார்க்கவில்லை.

'போயிட்டு வாரேன். தனியா போரேன். அப்படி இப்படி'ன்னு சொல்லிவிட்டுக் கிளம்பினே. இப்படி ஆடி அசைஞ்சு வாரே" தனுஷ்கோடி அண்ணன் சிரித்துக் கொண்டேதான் கேட்டான். மேலும் குடித்திருந்தான்.

'உன் கூடப் புறப்பட்ட ஆளுக எல்லாம் எப்பவோ பஸ் பிடிச்சுப் போயாச்சு. இன்னேரம் வரை அங்கன நிண்ணுட்டுத் தான், ஆளைக் காணுமேண்ணு வாரேன்' தனுஷ்கோடி அண்ணன் சைக்கிளை விட்டு இறங்கும் போது கொஞ்சம் லம்பியது. முன்

பக்கம் சாய்வது போல உடம்பு தடுமாறியது. பிடிக்கப் போவது போலகையை உயர்த்தினேன்.

'மில்லுக்குப் போகலையா?' என் குரலில் கோபம் இருந்தது.

'எதுக்குப் போகணும்?' சைக்கிள் சீட்டில் கையைக் குத்தினான்.

'நைட் ஷிப்டுக்கே போகிறேன்னு சொன்னே' இதைச் சொல்லும் போது எனக்கு அகஸ்தியர் அத்தை ஞாபகமும் அவள் கையில் அல்லிப் பூவை வைத்துக்கொண்டு பழனிமாமாவோடு பைக்கில் போனதும் ஞாபகம் வந்தது. இப்போது கொஞ்ச நேரத்திற்கு முன்னால், மிஞ்சிப்போனால் அரை மணிக்குள் நடந்தவை எல்லாம் ஞாபகக் கணக்கில் சேர்ந்துவிடுமா?

'ராஜா மணியை சாவியை எடுத்துக்கிட்டு வரச் சொல்லு' தனுஷ்கோடி அண்ணன் பக்கத்தில் இருந்துகொண்டு சொன்னான். வேறு எங்கோ தூரத்தில் இருந்து அவன் குரல் கேட்டது. ராஜாமணி, கோவில் பட்டர் வேலையை எல்லாம் விட்டுவிட்டு, கோவில்பட்டி பஸ் ஸ்டாண்டில் கடம்பூர் போளி விற்றுக் கொண்டிருப்பது அவனுக்கும் தெரியும்.

தனுஷ்கோடி அண்ணன் சைக்கிளை மிகுந்த பிரயத்தனத்துடன் ஸ்டாண்ட் போட்டு நிறுத்திவிட்டு, கேரியரில் கட்டி வைத் திருந்ததை அவிழ்க்கத் தொடங்கினான். கேரியருக்கும் வெளியே காவி நிறத்துணியில் சுற்றப்பட்டு நீண்டு இருப்பது என்ன என்று தெரிந்துவிட்டது.

'நான் எதுக்கு டா நைட் ஷிப்டுக்குப் போகணும்?' மிகவும் உரக்கவும் இல்லாமல், தணிவாகவும் இல்லாமல் சுருதி சேர்க்கப் பட்ட்து போன்ற குரலில் காவி உறையில் பொதியப்பட்டிருந்த நாதஸ்வரத்தைக் கொஞ்சம் கொஞ்சமாக உருவினான். புற்றுக்குள் இருந்து வெளிவரும் பாம்பு போல, தனுஷ்கோடி அண்ணன் கையில் அவனுடைய அப்பாவின் நாதஸ்வரம் மினுங்கியது.

'நான் யாரு தெரியுமா? நடேசக் கம்பர் மகன். நடேசக் கம்பர் மகன்' தனுஷ்கோடி அண்ணன் திருப்பித் திருப்பிச் சொல்வது ஒரு நாதம் போலப் பெருகத் தொடங்கியிருந்தது.

ஆனந்த விகடன்
16.10.2014

மகா மாயீ

மாமு ஆச்சியை இதற்கு முன் ரத்தினமும் பார்த்தது இல்லை. திலகவதியும் பார்த்தது இல்லை. இப்போதுதான் பார்க்கிறார்கள்.

அப்பா கார் எப்போதாவது தான் ஓட்டுவார். அப்படி அப்பா கார் எடுக்கும் சமயம் அம்மா முன் சீட்டில் உட்கார்ந்து வரப் பிரியப்படுவாள். இன்றைக்கு அம்மா பின் பக்கம் இருந்தாள். அப்பா தன் வலது பக்கக் கதவைத் திறந்து கொண்டு முன்பக்கமாகச் சுற்றி வந்தார். தரையில் விழுந்துகிடந்த குல்மோஹர் பூவைக் குனிந்து எடுத்துக் கையில் வைத்து, மரத்தை ஏறிட்டுப் பார்த்தார். அந்தக் கொஞ்ச நேரத்துக்குள் அப்பா முகத்தில், முதல் தடவையாகப் பூத்திருந்த அந்த உச்சிக்கிளை அசைந்துவிட்டுப் போனது. ஆச்சி அவசரமே படாமல் முன் சீட்டில் உட்கார்ந் திருந்தாள். இறங்கும் போது இறங்குவோம் என்கிற மாதிரி முகம் அப்பாவையே பார்த்துக்கொண்டு இருந்தது.

ரத்தினம் வந்து பின் கதவைத் திறந்து அம்மா கொடுத்த சாமான்களை வாங்கி. 'திலகா இதைப் பிடி' என்றான். தேங்காய் பழம், பூ மாலை எல்லாம் இருந்த கூடையை மாத்திரம் அம்மா கொடுக்கவில்லை. கையில் வைத்துக்கொண்டே இறங்கினாள். 'லீலா இங்கே வா' என்று திலகவதியைக் கூப்பிட்டாள். அம்மா அவளை

அப்படித்தான் கூப்பிடுவாள். 'எல்லாம் நல்ல படியா நடக்கணும்னு சாமியைக் கும்பிட்டுக்கிட்டு வாங்கிக்கோ. உன் நன்மைக்குத் தான் வடக்குவா செல்விக்குப் பொங்கல் விட்டுட்டு வந்திருக்கேன்'. இதைச் சொல்லும் போதே அம்மாவுக்கு அழுகை வந்தது. ரத்தினம் அம்மா தோளில் கைவைத்துத் தட்டிக்கொடுத்தான். 'வேறு என்னமாவது டிக்கியில் இருக்கா?' என்று கேட்டான். அம்மா 'இருக்கு' என்பது போலத் தலையை அசைத்தாள். ரத்தினம் ஆறுதலாக அப்படித் தோளைத் தொட்டதில், அவளால் லேசாகச் சிரிக்க முடிந்தது.

அப்பா இடது பக்கம் கதவைத் திறந்து வைத்துக்கொண்டே, 'மெதுவா இறங்கு' என்றார். அத்தை என்று கூடச் சொல்லவில்லை. 'மெதுவா. பார்த்து' என்று மறுபடி சொன்னார். ஆச்சி இறங்கி வரும் போது தடுமாறுவாள் போலவும் விழாமல் தாங்கிப் பிடிப்ப தற்குத் தயாராக இருப்பது போலவும் கைகளை ஏந்தினாற் போல நின்றார். 'அதென்ன வேலு. நான் என்ன பேறு காலம் முடிஞ்சு, தலைப் பிள்ளையைப் பெத்து எடுத்துக்கிட்டு வார மாதிரி, நிக்கிதே நீ. நான் விழுந்திருவேம்'னா? அதெல்லாம் விழ மாட்டேன்.' என்று மெதுவாக இறங்கினாள். இறங்குவதற்கு முன், கார் நடுவில் வைத்திருந்த சின்ன பிள்ளையாரைக் கும்பிட்டுக் கொண்டாள். உடுத்தியிருந்த சேலையைச் சரி பண்ணி இழுத்துச் செருகிய பின் மரப்பாச்சி போல ஒரு திருத்தமான அழகு அவளுக்கு வந்து விட்டிருந்தது.

ரத்தினம் கார்ப் பக்கம் நின்றான். 'யாரு பேரப் பிள்ளையா?' என்று சிரித்தாள். மாமு ஆச்சிக்குச் சுத்தமாக ஒரு பல் கூட இல்லை. பல் இல்லாததால் நாடி நீண்டு இருந்தது. அலகு திறந்து இரைக்குக் காத்திருக்கிற ஒரு குஞ்சுப் பறவை மாதிரி அவளுடைய சிரிப்பு திறந்திருந்தது. 'ஆமா அத்தை. ரத்தினம். ரத்தின குமார். அப்பா பேரும் மாமா பேரும் சேர்த்து விட்டிருக்கு'. ரத்தினம் கும்பிட்டான். ஆச்சி கையைப் பிடித்துக் கொண்டான். 'நீ சொல்லணு மாக்கும். இந்தக் காலத்தில தான் நாலு பேரு பெயரையும் ஒண்ணாச் சேர்த்து ஒரே பெயரா விட்டிருதாங்களே' என்று ரத்தினம் தலையைத் தொட்டாள். 'முடி வெட்டுதவன் அசலூருக்குப் போயிட்டானா? இப்படிக் காடா வளர்த்து வச்சிருக்க?' என்று அவன் கண்ணைப்பார்த்துச் சிரித்தாள். பிளந்த வாய்க்குள், ஒரு சிறு தாமிர நிறத் துளிர் போல அந்த நாக்கு ஈரமாக ஒட்டிக் கொள்வது ரத்தினத்துக்குப் பிடித்திருந்தது.

அப்பா பின்னால் திரும்பிப் பார்த்தார். திலகவதி தன்னைத்தான் அப்பா தேடுகிறார் என்று ஒரு எட்டு பக்கத்தில் வந்தாள். கையில் செல் ஃபோன் இருந்தது. துப்பட்டாவைச் சரி செய்துகொண்டு மாமு ஆச்சியையே பார்த்துக்கொண்டு இருந்தாள். இன்னும் பக்கத்தில் வரச் சொல்லிக் கையைக் காட்டியபடி, 'இது உன் பேத்தி. திலகவதி. அம்மை பேரு' என்றார். திலகாவும் ஆச்சியைக் கும்பிட்டாள். 'அப்படியே அம்மை சாடை. உங்க அம்மை இல்லை. எங்க அம்மை. நிறம்தான் ஒரு மாத்துக் கம்மி. மத்தப் படி, குடத்தில தண்ணி எடுத்துக்கிட்டு வார மாதிரி, ஒரு பக்கம் லேசா சாஞ்சுக்கிட்டு நிக்கிறது கூட அப்படியே எங்க அம்மையைப் பார்த்தாப்புலேயே இருக்கு' ஆச்சி இதைச் சொல்லும் போது சிரித்தாளா கலங்கினாளா என்று சொல்ல முடியவில்லை. ஒரே நொடியில் ரொம்ப தூரம் பறந்துவிட்டு வந்த பறவை, கிளையில் அமர்ந்திருப்பது போல் ஒரு அமைதி முகத்தில். 'அப்பா சொல்வது சரிதான். மாமு ஆச்சியிடம் ஏதோ இருக்கிறது.' ஆச்சியின் மேல் கையில் குத்தியிருந்த பச்சையையே திலகா பார்த்துக்கொண்டு இருந்தாள்.

'சாப்பிடுவியா மாட்டியா? நல்லாச் சாப்பிடணும். ஆம்பிளை களை விட நாம தான் சொல்லப் போனால் நல்லா சாப்பிடணும். நமக்குத்தான் பொறுப்பு நிறைய இருக்கு' என்றாள். அப்பா ஒரு தோளையும் திலகவதி இன்னொரு தோளையும் பிடித்துக் கொண்டார்கள். 'என்னமோ சீக்காளியைக் கூட்டிக்கிட்டுப் போகிற மாதிரி இருக்கு. முத முதல் இந்தப் புது வீட்டுக்கு வாரேன். நானே வந்த மாதிரி இருக்கணும். அதெல்லாம் நடப்பேன். தரை கொஞ்சம் சொரசொரண்ணு இருந்தா நல்லது. ஊணி நடக்க முடியும்... இப்போ எல்லாம் பீங்கான் மாதிரி வழுவழுண்ணு இருக்கு. அதுதான் சிரமம்.' என்று மாமு ஆச்சி சொன்னாள். ஆச்சி எதை நினைக்கிறாளோ அதைஅப்படியே உடனுக்குடன் சொல்லி விடுகிறாள். எல்லாவற்றுக்கும் உப்புப் போட்ட மாதிரி கூடவே ஒரு சிரிப்பு.

'கோலம் யார் போட்டது, பேத்தியாளா?' ஆச்சி அப்பாவைப் பார்த்தாள். அப்பா மிகுந்த நிறைவுடன். அதிகப் புள்ளிகளும் அதிக இழைகளுமாக இட்டிருக்கிற வாசல் கோலத்தைப் பார்த்தபடி தலையசைத்தார். 'பின்னே என்ன?' என்று ஆச்சி திலகவதியின் பின்னால் பாராட்டாகத் தட்டினாள்.' சத்தே இல்லையே. எலும்புல்லா தட்டுது. நல்லா சாப்பிடணும் தாயி' என்றாள். இதையெல்லாமா சொல்வார்கள் என்று திலகவதிக்கு இருந்தது. தன்னையறியாமல் பின்னால் கை தடவிக்கொண்டது.

'வண்டி வெளியே நிக்கட்டுமா? உள்ளே எடுத்து விட்டிரவாப் பா?' ரத்தினம் அப்பாவைக் கேட்டான். அப்பா சாவியைக் கொடுத்து விட்டு உள்ளே போனார். 'அவனுக்கு ஓட்டத் தெரியுமா?' என்று மாமு ஆச்சி கேட்கிறாள். தெரியும் என்று அப்பா சொல்லியிருப்பார் போல. 'உனக்குத் தெரியுமா?' என்று மாமு ஆச்சி கேட்பது திலகா விடம்தான் இருக்கவேண்டும். இங்கிருந்தே ரத்தினம் யூகித்துக் கொண்டான். அக்கா வாயைத் திறந்து தெரியும் என்று பதில் சொல்லியிருக்கமாட்டாள். தலையை மட்டும் அசைத்திருப்பாள். கிட்டத்தட்ட எல்லாவற்றிலும் அவள் அம்மா மாதிரியே.

'அப்படித்தான் இருக்கணும். செய்யுதோம் செய்யலைங்கிறது வேறு விஷயம். ஆனால் செய்யத் தெரிஞ்சு இருக்கணும். நான் வில் வண்டி, சக்கடா வண்டி எல்லாம் அடிப்பேன் தெரியும்'லா. உங்க அப்பன்கிட்டே கேட்டுப்பாரு. அவனுக்குக் கூடத் தெரியாது. வேலு அப்ப சின்னப் பிள்ளை. உங்க தாத்தா, சாகும் போது வேலுவுக்கு ஆறு வயசு. அத்தை அத்தைண்ணு உங்க அப்பன் எம் மடியிலேயே தான் இருப்பான். கல்யாணம் காட்சிண்ணா எங்க அண்ணனும் நானும் சித்தாத்துக்கு வண்டி கட்டிக்கிட்டுப் போய் ரெண்டு காது வச்ச பெரிய அண்டாவில ஆற்றுத் தண்ணி பிடிச்சுக்கிட்டு வருவோம். சாட்டைக் கம்பைத் தொடவே மாட்டேன். ரெண்டு மாடும் சிட்டாப் பறக்கும். ஒரு ஜோடி ஓட்டாங்காளை இருந்துது. மயிலை ஒண்ணு. பில்லை ஒண்ணு. ரெண்டும் 'மாமூ'ண்ணு சொன்னால், நேரே நோக்கால் கிட்டே வந்து நிக்கும்.' மாமு ஆச்சி, வந்து சரியாக உட்காரக் கூட இல்லை. சித்திரம் சித்திரமாகத் தன்னை வரைந்து காட்ட ஆரம்பித்துவிட்டாள்.

இந்தச் சித்திரங்கள் ஏற்கனவே அப்பாவால் வரையப் பட்டவையாகக் கூட இருக்கலாம் என்று ரத்தினத்துக்குத் தோன்றிற்று. அப்பா தன்னுடைய சிறு வயது முழுவதையும் அவருடைய மாமு அத்தையால், அதாவது இந்த மாமு ஆச்சி சம்பந்தப்பட்ட வரிகளால் நிரப்பியிருந்தார். 'அதென்னப்பா பெயர், மாமு? புதுசா இருக்கே' என்று ரத்தினம் அப்பாவிடம் கேட்டிருக்கிறான். திலகாவிற்கும் இந்த சந்தேகம் எல்லாம் உண்டு. ஆனால் அவள் தன் கேள்விகளுக்கான விடைகளை நேரடியாக சேகரிப்பதே இல்லை.

'கூப்பிடுகிறது தான் மாமு. முழுப் பேரு மக மாயி. அம்மன் பேரு' அப்பாவின் குரல் இதைச் சொல்லும் போது வேறு மாதிரி ஆகிவிடுவது ஏன் என்பது போல திலகவதி அம்மா பக்கத்தில் உட்கார்ந்திருப்பாள். அம்மா கையில் ஏதாவது புத்தகம் இருக்கும்.

அம்மா எந்தக் காரியம் செய்தாலும், உதாரணத்திற்கு மண் பானையில் ஒரு டம்ளர் தண்ணீர் கோதிக்கொண்டு வருவது என்றால் கூட, கையில் இருக்கிற புத்தகத்தின் ஏதாவது ஒரு வரியில் படிமாதிரிக் கால்வைத்து ஏறி இறங்கித்தான் அந்தப் பக்கம் போவாள். ரத்தினம் அப்பா தோளைப் பிடித்து உலுக்கி, 'சொல்லுங்கப்பா' என்பான். அப்பா தன்னுடைய மர நாற்காலியில் தான் உட்கார்ந்திருப்பார். ஆனால் உடலை மட்டும் அங்கே விட்டுவிட்டு, அவர் எங்கேயோ போய்விட்டதாக, 'மக மாயி' என்று ஒரு தடவையும், 'மகா மாயீ' என்று இன்னொரு தடவையும் சொல்வார். மகா மாயீ என்று அவர் சொல்கையில் அவர் தனது கண்களை மூடியும், யாசிப்பது போலக் கைகளை நீட்டியும் இருப்பார். ரத்தினகுமாருக்கு அவர் அப்படி இருக்கும் தோற்றம் பள்ளிவாசலை ஞாபகப்படுத்தும். பத்து இருபது புறாக்கள் சடசடவென்று பறப்பதைக்கூட அவனால் உணரமுடிந்தது.

கார்ச் சாவியை அப்பாவிடம் நீட்டின ரத்தினத்தை, சைகையால் அதை உரிய இடத்தில் தொங்கவிடும்படி சொன்னவர், அது திலகவதிக்கான பிரத்தியேகச் தகவல் என்பது போல, 'கேட்டியா திலகா. ஆச்சியைக் கூட்டிக்கிட்டு வரணும்னு எங்களுக்கு உத்தேசமே இல்லை. போகணும். சாமியைக் கும்பிடணும். வரணும் என்றுதான் இருந்தோம். போயிட்டு வாரோம் அத்தை என்று சொல்லிக்கிட்டு வரப் போறோம். இவள் நானும் உங்க கூட வாறேன்னு ரெடியா பையில துணிமணி எல்லாம் எடுத்துவச்சுக்கிட்டு உட்கார்ந்திருக்கா. உங்க பிள்ளைகள் கிட்டே ஒரு வார்த்தை சொல்ல வேண்டாமா? அப்புறம் எங்களை அல்லவா குத்தம் சொல்லுவாங்க?' என்றால் சிரிக்கா. எவன் கிட்டே சொல்லணும். நான் சொல்லணும்னு நினைச்சவங்க கிட்டே சொல்லீட்டேன். நீ சொல்லணும்னு ஒண்ணும் அவசியம் இல்லை. நான் பதினஞ்சு வயசுக் குமரி பாரு. கடத்திக் கிட்டு போயிட்டாங்கண்ணு கச்சேரியில எழுதி வைக்கப் போறாங்க. ஒரு பருக்கைக்கு அடுத்த பருக்கை கிடையாது. இருக்கிறது இடுப்புல ஒரு சேலை. கொடியிலே ஒரு சேலை. இதுலே கவுல் கிடையா, என் சொத்தை எழுதி வாங்கிட்டாங்க தூக்கிக்கிட்டுப் போயிண்ணு யாராவது சொல்லப் போறாங்களா. சொன்னா சொல்லிக்கிட்டுப் போகட்டும். மூணு பேரைப் பெத்தேன். பெரியவன் பீமசேனன். நல்லவன். மாட்டுக்கு மிச்சமா உழைப்பான். அவன் கட்டின பொண்டாட்டியையும் சேர்த்து, ஒண்ணுக்கு ரெண்டா வச்சுக்கிட்டுக் குடித்தனம் நடத்துதான் நடுவுள்ளவன் பலசரக்குக் கடைக்காரன், சின்னவன் வாடா வழி. போனால் போன இடம். வந்தால் வந்த இடம். இண்ணியத் தேதிக்கு இருக்கானா, போய்ச்

சேர்ந்தானான்னு கூடத் தெரியாது. இந்த லட்சணத்துல யாரு என்னைத் தேடப் போறாங்க. அணில் தேடினா, காக்கா குருவி தேடினால் உண்டு'ன்னு சொல்லிட்டா. ஒரு பதட்டம், ஒரு வருத்தம் இல்லை. சிரிச்சுக்கிட்டே, 'உங்க அப்பன் கூட வில் வண்டியிலே போன மாதிரி, உன் கூட காரில வரணும்ம்னு தோணீட்டு'ன்னு மாடக்குழிக்கு முன்னால நிண்ணு கும்பிட்டா. எங்க ரெண்டு பேருக்கும் திருநீறு பூசிவிட்டா. கதவை நான் பூட்டட்டுமா என்று பூட்டையும் சாவியையும் எடுத்தேன். என் வீட்டுக் கதவை நாந்தானே திறக்கணும். நான் தானே பூட்டணும். பதினஞ்சு வயசுலே இருந்து எம்பது வயசு வரைக்கும் எத்தனை தடவை பூட்டியாச்சு, திறந்தாச்சு. இப்பம் என்ன?' என்று பூட்டை இழுத்துப் பார்த்தாள். அம்மாவைப் பார்த்து, 'நீ பின்னால இரி. நான் எம் மருமகன் கூட கோச் பெட்டியிலே இருந்துக்கிடுதேன்' என்று முன்னால் உட்கார்ந்தா. இதோ வந்து சேர்ந்தாச்சு நம்ம வீட்டுக்கு'

கேட்டுக்கொண்டு இருந்த திலகவதியை, 'இங்கே வா தாயி. கிட்டே வந்து உக்காரு. செத்த நேரம் உன் கையைப் பிடிச்சுக் கிடுதேன். எங்கப்பன் தலைமுறை, எங்க தலைமுறை, உங்க அப்பன் தலைமுறை, உன் தலைமுறைன்னு நாலு பார்த்தாச்சு. இந்தானைக்கு உனக்கு மாப்பிளை பார்த்துக் கட்டி வச்சு, நானும் இன்னும் ரெண்டு வருஷம் பொழைச்சுக் கிடந்தா, அஞ்சாவது தலை முறையையும் பார்த்திருவேன். அதுக்கெல்லாம் எனக்கு ஆசை இல்லை. போதும்னு இருக்கு' என்று திலகா கையை எடுத்து வைத்துக் கொள்ளும் போதே, அம்மா அழ ஆரம்பித்தாள். அப்பா ஒரு மாதிரி ஏறிட்டுப் பார்த்துவிட்டு, 'மோட்டர் போட்டியா? டேங்கில தண்ணி இருக்கோ என்னவோ?' என்றார். போய்க் கண்ணைத் துடைத்துக் கொண்டு வா. இங்கே உட்கார்ந்து அழ ஆரம்பிக்காதே என்று அதற்கு அர்த்தம். அம்மா எழுந்திருந்து போவதை மாமு ஆச்சி பார்த்தாள்.

மாமு ஆச்சியின் முன் கைகளையே திலகவதி பார்த்தபடி இருந்தாள். தோல் முழுவதும் கட்டம் கட்டமாகச் சுருங்கி இருந்தது. ஒரு வித வினோதத் தேன் கூடு போல் தெரிந்த அந்தச் சுருக்கங்களுக்குள் மாமு ஆச்சி தன் அத்தனை தினங்களின் வெயிலையும் பனியையும் வைத்திருப்பது போல இருந்தது. கடும் வெக்கையில் இதுவரை உலர்ந்து இருந்த ஒரு தானியக் குதிர் போல மாமு ஆச்சியிடம் ஒரு வாசனை இருந்தது. கோமதி அம்மன் புற்று மண்ணை அம்மா உரைத்து அவள் கண் ரெப்பைகளில் பூசியிருந்த சமயம் உணர்ந்த வாசனைக்கு நெருக்கமானது அது.

ஒரு முதிர்ந்த பாம்பு மாமு ஆச்சி என்றும், அவள் நெளிந்து நெளிந்து பொந்து புடையெல்லாம் பார்த்து முடித்து இங்கே வந்து இந்த முன்னறையில் சுருண்டு படுத்திருக்கிறாள் என்றும் திலகா நினைத்தாள்.

ரத்தினத்துக்கு அம்மா இன்னும் திரும்பி வராதது கஷ்டமாக இருந்தது. யாரிடமும் அவன் ஒன்றும் சொல்லவில்லை. எழுந்திருந்து உள்ளே போனான். அம்மா அடுப்படியில் இல்லை. அப்பா சொன்னது போல மோட்டாரையும் ஓடவிடவில்லை. கருவேப்பிலை மரத்துக்குக்குப் பக்கம் நின்று அழுதுகொண்டு இருந்தாள். ரத்தினம், 'என்னம்மா, இங்கே வந்து நிண்ணுக்கிட்டு இருக்கே? உள்ளே வந்து உக்காரு' என்றான். அவனுக்குத் தெரியும். அம்மா திலகவதி கல்யாணம் பற்றி மகமாயீ ஆச்சி பேச்சு எடுத்ததில் இருந்துதான் இப்படி ஆகிவிட்டாள் என்று. இரண்டு மூன்று மாதங்கள் ஆகவே அம்மா இப்படித்தான் இருக்கிறாள். திலகா அக்கா தன்னுடன் வேலை பார்க்கிற ஒரு பையனைத் தான் திருமணம் செய்துகொள்ளப் போவதாகச் சொன்னதில் இருந்து வீட்டில் இதே அழுகைதான். அப்பாவுக்கும் வருத்தம் தான். ஆனால் அவர் இப்படி எல்லாம் அழவில்லை. கோபப் படவில்லை. திலகவதியைக் கூப்பிட்டார். 'ரத்தினம், நீயும் கூட இரு' என்று பக்கத்தில் வைத்துக் கொண்டார். 'எம் பக்கத்திலே உக்காரு. அல்லது நாற்காலியிலே உக்காரு. உனக்கு எது வசதியோ, அதைப் பார்த்துக்கோ' என்று அக்காவிடம் சொன்னார். 'அந்த மொபைலைக் கொஞ்ச நேரம் எங்கேயாவது வச்சிட்டு வா' என்று சொன்னது மட்டும் தான், அவர் கோபத்தின் பளபளப்பான விளிம்பு தெரிந்த ஒரே இடம்.

அப்பா திலகவதியிடம், அந்தப் பையன் யார், எந்த ஊர், என்ன விபரம் என்று முழுதாகக் கேட்டார். எப்படிப் பழக்கம். எத்தனை காலமாக என்று ஒவ்வொன்றாக விசாரித்தார். சரி, முடியாது என்று தன் முடிவை ஒன்றும் தீர்மானமாகச் சொல்ல வில்லை. இதுதான் உன் முடிவா என்றும் திலகாவிடம் அழுத்திக் கேட்கவில்லை. அம்மா 'அவ என்ன சொல்லுதா? நீங்க சொன்னதுக்கு சரிண்ணு சொல்லிட்டாளா?' என்று பதறியபோது, அமைதியாக இருக்கச் சொன்னார். 'இதுக்காகப் புதுசா சாமி கீமி எல்லாம் ரொம்பக் கும்பிடாதே' என்று அம்மாவைக் கண்டித்தார். வெளியே அவராகவே விசாரித்தார். ஒரு தடவை ரத்தினத்தையும் கூப்பிட்டுக்கொண்டு போய் அந்தப் பையனைத் தூரத்தில் இருந்து காட்டினார். ரத்தினமும் அப்பாவிடம் ஒன்றும்

சொல்ல வில்லை. அவரும் அவனிடம் ஒன்றும் சொல்லவில்லை. ‘ஒரு காஃபி சாப்பிடுவோமா?’ என்றார். ‘போகும் போது ஞாபகப் படுத்து. நவ்வாப் பழம் வாங்கணும்’ என்றார். காஃபி குடிக்கும் போது மேஜையில், ஒரு விரலால் தண்ணீர்ப் புழு ஒன்றை வரைந்து நகரவைத்துக்கொண்டு இருந்தார். எதுவும் பேசவில்லை.

அக்கா வேலைக்குப் போகக் கூடாது. நின்றுவிடவேண்டும் என்று அம்மா தடுத்தாள். அவள் கையில் வைத்திருக்கிற ஃபோனில் அப்படி என்னதான் இருக்கிறது, இருபத்தி நான்கு மணி நேரமும் உள்ளங்கை ரேகை மாதிரி ஒன்றாக இருப்பதற்கு என்று எரிச்சல் பட்டாள். அப்பா அப்படி ஒன்றும் சொல்லவில்லை. சனி, ஞாயிறு வீட்டில் இருக்கும் போது திலகாவிடம் மிக இயல்பாக இருந்தார். ரத்தினம் இப்போது கம்பராமாயணம் படிக்கிறான் தெரியுமா என்று சந்தோஷப் பட்டார். அப்பாவிடம் ‘க்ரூட்ஸ்’ என்கிற அனிமேஷன் படத்தையும் ‘ஸ்டில் ஆலிஸ்’ என்ற படத்தையும் பார்க்கச் சொல்லிப் பரிந்துரைத்து, தான் குறுந்தகட்டில் எழுதித் தருவதாக, திலகா சொன்னாள். ரத்தினம் புதிதாக அணிந்திருக்கும் நீலச் சொக்காய் அவள் ஆன்லைனில் தருவித்துக் கொடுத்தது தான். மற்ற எல்லோரும் ஒன்று சேர்ந்துகொண்டதாகவும் தான் மட்டும் தனித்துவிடப்பட்டதாகவும் அம்மாவுக்குத் தோன்றியது. அம்மா இப்போது கொஞ்ச நாட்களாகப் பூ வைப்பது இல்லை.

‘எனக்காக ஒரு தடவை குல தெய்வம் கோவிலுக்கு வாங்க. மாட்டேன்னு சொல்லீர வேண்டாம்’ என்று அம்மா அப்பாவிடம் அழுதபோது அப்பாவும் அழுவதை ரத்தினம் பார்த்தான். ‘உனக்கு உன் வடக்குவா செல்வி இருந்தால் எனக்கு என் மாமு அத்தை இருக்கா அந்த ஊரில’ என்று சொல்லும் போது அப்பா சிரிக்க ஆரம்பித்து இருந்தார். அழுத பின்பு பளிச்சென்று சிரிக்கிற அப்பாவின் முகம் எப்போதையும் விட அழகாக இருப்பது போல இருந்தது ரத்தினத்திற்கு.

அதில் இருந்து அப்பா, விடாமல் மாமு அத்தை பற்றிச் சொல்ல ஆரம்பித்துவிட்டார். அப்பாவின் அப்பாவுக்குக் கூடப் பிறந்த கடைகுட்டித் தங்கை மாமு ஆச்சி என்றும் மாமு அத்தைதான் தன் கஷ்டத்திற்கு இடையில் அப்பாவைக் கவனித்துக் கொண்டார் என்பதையெல்லாம் ஏற்கனவே நிறைய தடவை சொல்லி இருக்கிறார். பதினோரு பிள்ளைகளில் கடைசிப் பிள்ளையாகப் பிறந்து, குடும்பம் நொடித்துப் போனதால், கொஞ்சம் கை தாழ்ந்த இடத்தில் பதினைந்து வயதிலேயே அத்தையைக் கட்டிக் கொடுத்ததாகவும், இங்கே வசதியாக வளர்ந்துவிட்டு, வாழ்க்கைப்பட்டுப் போன

விவசாயக் குடும்பத்தில் எந்த மனத் தாங்கலும் இல்லாமல் குடும்பம் நடத்தி மூன்று ஆண் குழந்தைகள் பெற்றதாகவும், மாமு அத்தை வீட்டு மாமாவுக்கு இருபத்து மூன்று வயது இருக்கிற போது பாம்பு கொத்தி இறந்து போனதாகவும், அவள் கெட்டிக்காரத்தனத்துக்கும் பட்ட பாட்டுக்கும் உருப்படியாக ஒரு பிள்ளையும் தலையெடுக்க வில்லை என்றும் ஒரு ஆவணப்படத்துக்குப் பின்னணிக்குரல் கொடுப்பது போல அப்பா சொல்லிக்கொண்டே போவார். அப்படி அவர் சொல்லும் போது, இந்த உலகத்தில் அவருடைய குரல் மட்டும் தான் ஒலியாக எஞ்சியிருக்கிறது போல வீடே அமைதியாக இருக்கும்.

அப்பா சொன்ன இரண்டு விஷயங்களில், மாமு ஆச்சி இலந்தைப் பழங்கள் நிரம்பிய பனங்கொட்டானோடும், பிரண்டைக் கொடிகளோடும் வந்து தங்கி ஒரு மாதம் போல இருந்து, மழை பெய்து குளம் பெருகிய தகவல் வந்ததும் அவள் புறப்பட்டுப் போகிற காட்சி துயரம் தருவது. வெற்றுக் கையோடு வரக் கூடாது என்பதற்காக, காடு கரைகளில் வளர்ந்து கிடக்கிற அதைப் பறிப்பதற்கு அலைகிற மாமு ஆச்சியை ரத்தினத்தால் அழாமல் கற்பனை செய்ய முடியாது. அதே போல, கொடை முடிந்த பின் எட்டாம் பூசைக்கு முதல் நாள் சித்தாத்தில் வெள்ளம் கரை புரண்டு ஓட, ஆச்சி ஒற்றை ஆளாக நீச்சல் அடித்துப் போய் வடக்குவா செல்விக்குப் பொங்கல் வைத்துப் பூஜை செய்ததாகவும், அன்றைக்கு ராத்திரி முழுவதும் சாமி வந்து உக்கிரமாக அவள் ஆடிக்கொண்டு இருந்த தாகவும், அப்போது மாமு ஆச்சிக்கு கூடிப்போனால் முப்பத்தைந்து வயதுதான் இருக்கும் என்பதுவும் திலகவதிக்கும் அவளுடைய அம்மைக்கும் இப்போது நினைத்தாலும் சிலிர்க்கவைக்கவே செய்கிறது.

இவளா அந்த மாமு ஆச்சி என்று திலகாவுக்கு ஆச்சரியமாக இருக்கிறது. இந்தக் கைக்கு எத்தனை வயது இருக்கும்? எண்பதா? அதற்கும் அதிகமா? இப்போது பிறந்தது போலத்தானே இருக்கிறது. அதே வெதுவெதுப்பு. கொஞ்சம் காய்த்துப் போயிருக்கிறது. அல்லது கனிந்து போயிருக்கிறது. கம்பும் வரகும் சோளமும் என்று எத்தனை கதிர் ஒடித்திருக்கும்? எத்தனை பேருக்குப் பொங்கிப் போட்டிருக்கும்? எத்தனை பிரசவம் பார்த்துவிட்டிருக்கும்? குளிப் பாட்டித் தூக்கிவிட்டது எத்தனை பேர்? எப்படி காணாமல் போன மகனைத் தேடாமல் இருக்க முடிகிறது? எப்படி மூத்த மருமகள் இரண்டாவது மகனுடன் குடித்தனம் நடத்துவதை ஏற்றுக் கொள்கிறது? இவளுக்குக் குறுக்கே எந்த ஆணாவது வராமலா இருந்திருப்பார்கள்? மழையில் நனைகிற மாதிரி, வெயிலில் காய்கிற

வண்ணதாசன் ❖ 95

மாதிரி, எல்லாம் உள்ளது தானே என்று எப்படி இத்தனை வயது வரை வந்து கொண்டே இருக்கிறாள்? எது மாமு ஆச்சியைச் செலுத்துகிறது? எப்படி இப்படிக் கதவைப் பூட்டிக்கொண்டு அம்மா அப்பாவுடன் புறப்பட்டு வரத் தீர்மானிக்கிறாள்? எதைப் பார்த்தாலும் சிரிக்க முடிகிறது. என்ன நினைத்தாலும் சொல்லிவிடுகிறாள்? எப்படி, எப்படி?

திலகா இப்படி யோசித்துக்கொண்டே, மாமு ஆச்சியின் உள்ளங்கையை தன்னை அறியாமல் முத்தமிட்டாள். மாமு ஆச்சி, 'என் தங்கம்' என்று அப்படியே திலகாவின் முகத்தை இழுத்துத் தன்னுடன் பூப் போல அணைத்துக்கொண்டாள். திலகாவுக்கு மாமு ஆச்சியின் வெள்ளைச் சேலை வாசனை பிடித்திருந்தது. மாமு ஆச்சியின் மிருது வேண்டியது இருந்தது. அம்மா என்று வெடித்து அழவேண்டும் போலத் தொண்டை அடைத்தது.

மாமு ஆச்சியும் நெகிழ்ந்து போய்த்தான் இருந்தாள். 'இப்படி ஒரு கன்னிமார் எங் கையைப் பிடிச்சு முத்தங் கொஞ்சுகிறது என் பாக்கியம் வேலு. இதுக்காகத்தான் வடக்குவா செல்வி என்னைப் போயிட்டு வாண்ணு இங்கே அனுப்பி வச்சா போலே இருக்கு' என்று கண் கசிய அப்பாவைப் பார்த்துப் புலம்பினாள். குனிந்து சேலையில் முகம் துடைத்துக் கொண்டாள். அப்படித் துடைக்கும் போது விலகியதில் மாமு ஆச்சியின் இடது மார்பு மடிவரை தொய்ந்து உலகூட்டப் போவது போல் கிடந்தது. அப்பா அந்தக் கருத்த காம்பைப் பார்த்துக் கும்பிடுவது போல விரல்களைப் பூட்டிக்கொள்வதை திலகா பார்த்துவிட்டுக் குனிந்துகொண்டாள்.

ரத்தினமும் அம்மாவும் புறவாசல் வழியாக வரும் போது அவர்களுடன் கருவேப்பிலை வாசனையும் வந்தது. ரத்தினம், ஒரு குழந்தையைக் கூட்டி வருவது போல, அம்மாவைத் தோளில் கையிட்டு வந்துகொண்டு இருந்தான். அவன் வலது கையில் மினுமினு வென்று கருவேப்பிலைப் பழங்கள் ஏழெட்டு இருந்தன. 'எங்கே போயிட்டே.?' என்று அம்மாவைப் பார்த்துக் கேட்ட மாமு ஆச்சி, 'இரு' என்று தரையில் கையைத் தட்டிக் காட்டினாள். அம்மா கொஞ்சம் போலச் சிரித்துக்கொண்டே உட்கார்ந்தாள்.

'எம் பேத்தி என்னைக் கொஞ்சிக்கிட்டா. நீ பார்க்கலையே?' என்றாள். அப்படிச் சொல்லிக்கொண்டே, திலகாவின் உச்சியில் மாமு ஆச்சி முகர்ந்தாள். ரத்தினம் மாமு ஆச்சிக்கு அவன் பங்குக்கு ஏதாவது செய்ய விரும்பினான் போல. தன் கையில் இருந்த கருவேப்பிலைப் பழங்களை ஆச்சியின் கையில் வைத்தான்.

'காலங் காலமா, எத்தனை மண் மாறி, எத்தனை கை மாறி, இன்னைக்கு எங் கையிலே வந்து இது சேர்ந்திருக்கு' மாமு ஆச்சி தன் உள்ளங்கையையே பார்த்துக்கொண்டு இருந்தாள். 'எப்படி இருக்கு பாரு' என்று முதலில் அப்பாவிடம் காட்டினாள். பிறகு அம்மாவிடம் காட்டினாள். மறுபடி, தன் உள்ளங்கை ரேகைகளுக்குள் கருகமணிப் பாசி போல கொஞ்ச நேரம் தன் மொத்த வாழ்வையும் உருளவிட்டு விட்டு, அதைப் பூராவும், இடதுகையால் திலகவதியின் தலையை வருடிக் கொடுத்தபடி, அவளுடைய கையில் வைத்து விட்டு, ஒரு அசரீரி போல 'ஒப்படைச்சாச்சு' என்றாள்.

திலகா தன்னுடைய கைகளில் ஏந்திக்கொண்டு, மாமு ஆச்சி சொன்னதையே திருப்பிச் சொல்வது போல, 'ஒப்படைச்சாச்சு' என்று சொல்லியபடி, ஒரே ஒரு பழத்தை எடுத்து வாயில் போட்டுக் கொண்டாள்.

உயிர் எழுத்து
டிசம்பர் – 2015

சல்லாத் துணிகளின் ஊடாக மலைகள்

பக்கத்தில் இருப்பவர் பைபிளில் வருகிற மனிதர்கள் நடமாடும் ஒரு திரைப்படத்தில், நெருக்கியடித்து கர்த்தராகியவரின் வஸ்திரத்தைத் தொட முயலும் ஒரு பெருங்கூட்டத்தில் இருந்து வெளியேறி வந்தவர் போல இருந்தார். இளம்பிறைக்கு அவருடைய முற்றிலும் நரைத்த தாடியும் அவர் இந்த ஊருக்குத் தேவையே இல்லாமல் போர்த்தி இருக்கும் கருப்பு நிற சால்வையும், அவருடைய இடைவிடாத சிரிப்பும் ஏற்கனவே பிடித்துப் போயிருந்தன.

இந்தக் கண் மருத்துவமனையில் ஒவ்வொரு பூர்வாங்க சோதனைக்காக ஒவ்வொரு அறையாக நகரும் போதும், அவருக்கு அடுத்த நபராகவே தமிழ்ச் செல்வியையும் அழைத்துக் கொண்டு இருந்தார்கள். இளம்பிறையை அவர் முதலில் வணங்கினார். முன்னிலும் கண்கள் இடுங்கி, கன்னச் சதை திரண்டு சிரிப்பு அவருடைய கண்களுக்குள் இருந்து வெளியே பரவியது. உதடுகள் பிரியாமல், ஒரு கீற்றுப் போல, தாடி மயிர்களின் நரைக்குள் அது சுருட்டு வாசனையுடன் அமர்ந்திருந்தது. இரண்டு உள்ளங் கைகளால் செய்யப்பட்டது போன்ற அளவு பெரிதாக இருந்த, இடது உள்ளங்கையால் அவர் தமிழ்ச் செல்வியின் தலையை ஆசீர்வதிப்பது போல வருடிக் கொடுத்தார். ஏற்கனவே சொட்டு மருந்து ஊற்றப்பட்டுக் கூசிக் கிடக்கும்

கண்களைச் சற்றே திறந்து சிரித்துவிட்டு தமிழ்ச்செல்வி கண்களை மூடிக்கொண்டாள். அவளுடைய இரண்டு பின்னல்களும் சரியாக அதனதன் இடத்தில் இருக்கிறதா எனச் சோதித்துக் கொள்வது போல, செல்வி தொட்டுப் பார்த்துக்கொண்டாள்.

மருந்து ஊற்றிக் கண்களை மூடிக்கொண்டு இருக்கத் தொடங்கிய நேரத்தில் இருந்து, விரல் நுனிகளால் ஒவ்வொன்றாய்த் தொட்டுப் பார்த்து, அதை அதை உணரும் விளையாட்டை அவள் விளையாடிக்கொண்டு இருந்தாள். அம்மாவின் காதில் இருந்த வளையத்தை, அம்மாவின் மணிக்கட்டு எலும்பை, தன் மேல் பட்டு உரசும் அம்மாவின் தொடைப் பகுதியின் சுரிதாரை எல்லாம் தொட்டுப் பார்த்து இருக்கிறாள். அதன் நிறம், வடிவம் எல்லா வற்றையும் யூகித்துப் பார்த்துக் கொண்டாள். எல்லாவற்றையும் விட, அவளுக்கு ஏமாற்றம் தந்தது அவளுடைய இரண்டு பின்னல்களும் தான். அவற்றை அவள் தொட்டுப்பார்க்கையில், அவள் இதற்கு முன் தொடுகையில் உணர்ந்து இருப்பதை விட, அதிகம் நார் நாராக, மென்மையே இல்லாமல், இருப்பதாகப் பட்டது. அதிலிருந்து அடிக்கடி வேறு எதையும் தொட்டுப் பார்க்காமல், தன்னுடைய விளையாட்டைத் தன் பின்னல்களுடன் மட்டுப் படுத்திக் கொண்டாள்.

அந்தப் பெரியவர் முதலில் தன் பெயரைச் சொன்னார். மகளே என்று இளம்பிறையை அழைத்து உரையாடலைத் துவக்கினார். ‘என் பேத்திக்கு இந்தச் சின்ன வயதில் அப்படி என்ன கண்ணில் சிகிச்சை தேவைப்பட்டது?’ என்று அக்கறைப் பட்டார். அப்போதும் அவர் இடது கை தமிழ்ச் செல்வியின் உச்சியை வருடிக் கொடுத்தது. இளம் பிறைக்கு அப்படி அவர் தடவிக் கொடுக்கும் போது சட்டென்று ஒரு ஹிந்துஸ்தானி இசை கேட்டுவிட்டது போல ஒரு நொடி தோன்றியது. கிலுங் கிலுங் கிலுங் என்று காட்டு ஓடைகளின் புனல் இறங்கி வந்து சந்தூர் வாத்தியம் சரம் சரமாக ஒலித்து விட்டுப்போய்விட்டதை அவள் உணர்ந்தாள்.

அந்த அமைதியின் பின், அவள் செல்விக்குப் பெரிய குறைகள் ஒன்றும் இல்லை என்றும் வகுப்பறையில் ஒரு குறிப்பிட்ட மூன்றாம் வரிசையில் இருந்து கரும்பலகையில் எழுத்துகளை வாசிக்க முடிவதில் சிரமப்பட்டது என்றும் கண்ணாடி அணிவது தேவைப் படலாம் என்றும் சொன்னாள்.

‘ஒரு கூழாங்கல்லை, ஒரு திராட்சைக் குலையை, ஒரு சிறு பறவை தன் அலகில் கூடு கட்ட எடுத்துச் செல்லும் சணல் இழையை, தன் சகோதரனின் முகத்தில் உருளத் தயாராக நிற்கும்

கண்ணீர்த் துளியை எல்லாம், எந்த இடையூறும் இன்றி நம் சொந்தக் கண்களால் மட்டும் அல்லவா பார்க்கவேண்டும்.' என்றார். அடுத்த நிமிடமே, இந்தக் காலத்தில் பத்து பிள்ளைகளில் நான்கு பிள்ளைகள் கண்ணாடி அணிந்து விடுகின்றனர் என்று வருத்தப்பட்டார். அவருக்கு அறுவைச் சிகிச்சை செய்து பார்வையைத் திருத்தம் செய்வதில் இஷ்டமே இல்லை என்றும், சல்லாத் துணிகளின் ஊடாக மலைகளைப் பார்த்து ரசிப்பது போல, மிச்ச மிருக்கும் ஆயுளில் தன்னால் இந்த உலகத்தை ரசிக்கமுடியும் என்றும் தன் பிரியத்திற்குரிய நான்காவது மருமகளின் கட்டாயத்தின் பேரிலேயே இந்த அறுவைச் சிகிச்சைக்கு அவர் சம்மதித்து இருப்பதாகவும் சொன்னார்.

அவருடைய வலப்புறம் இருந்த மருமகள் தன் முக்காட்டை இழுத்துவிட்டுக் கொண்டு இளம் பிறையைப் பார்த்துச் சிரித்தாள். அழுத்தமாக மை இடப்பட்ட அவளுடைய கண்களை இந்தக் கண் மருத்துவ மனை நிர்வாகம் பார்த்தால் சந்தோஷப்படும் என்று தோன்றிற்று

அப்போதுதான் அந்த இளைஞன் வந்து குனிந்து நன்றி சொல்லியபடியே ஒரு பேனாவை அந்தப் பெண்ணிடம் கொடுத்து விட்டு, 'உடனே திருப்பிக்கொடுக்க மறந்துவிட்டதாகவும், கட்டணம் செலுத்தி விட்டு வருவதற்குள் இவர்கள் நகர்ந்து விட்டதாகவும், தவறாக நினைத்துக்கொள்ள வேண்டாம் என்றும்' மிகுந்த கனிவான குரலில் அவளிடம் வருத்தம் தெரிவித்தான். இந்த ஐந்து ரூபாய்ப் பேனாவுக்காகவா எங்களை அரை மணி நேரம் தேடிக் கொண்டு காத்திருந்தீர்கள்? என்று அந்தப் பெண் சிரித்தது.

இளம் பிறைக்கு ஆச்சரியமாக இருந்தது. அந்தப் பையனைப் பார்க்கும் போது அப்படியே அவளுடைய செழியன் அண்ணன் மாதிரி இருந்தது. இடது தோளை சற்று இறக்கிக் கொள்வது, கைகளை அகல விரித்தது போல வைத்துக் கொண்டு பேசுவது, குனிய வேண்டிய நேரங்களில் அதிகம் குனியாத, ஒரு வளைவுடன் தன் முழுப் பணிவையும் தெரிவிக்க முடிவது, கடுகடுப்பானவன் நான், உங்களுக்காகத்தான் இப்படிச் சிரித்துப் பேசுகிறேன் என்று தெரிவிப்பது போலக் குறைந்த சிரிப்புடன், தேவையான சாஸ் மட்டும் தொட்டுக் கடிக்கும் ஒரு கட்லட் துணுக்கு போல் சொற்களை உச்சரிப்பது எல்லாம் அப்படியே செழியனைப் போலவே இருந்தன.

அவன் பரபரப்பில் இருந்தான். உடனே நகர்கிற அசைவு அவனிடம் இருந்தது. பெரியவரின் மருமகள், பின் தலை வரை

சரிந்திருக்கும் முக்காட்டுடன், 'உங்களுடன் வந்தவர் எங்கே?' என்று கேட்க, 'அம்மா, விசாரணை முகப்பில், அனுமதிக்காக இருக்கிறார். வருகிறேன்' என்று மீண்டும் நன்றி சொன்னான். வணக்கம் சொல்லாமல் நெஞ்சில் தன் கையைப் பதித்துக்கொண்டான். நினைவு வந்தது போல, பெரியவரின் கால்களைத் தொட்டான். அவர் அதற்குக் காத்திருந்தது போல, அவனுடைய கைகளைப் பற்றிக் கொண்டார். 'என் சிகிச்சைக்காக அல்ல, உன்னைப் போன்ற இளைஞனை, இதோ இவளைப் பொன்ற சிறுமியை எல்லாம் பார்க்கத்தான் இங்கே வந்திருக்கிறேன்' என்று தமிழ்ச்செல்வி பக்கம் தலைதிருப்பிக் காட்டினார். அந்தப் பையன் செல்வியை அவசரமாகப் பார்த்து. இளம்பிறைக்கு வணக்கம் சொன்னான்.

நம்பவே முடியவில்லை. இவள் கோதையாறில் அப்பாவுடன் அம்மாவுடன் இருக்கும் போது, பாளையங்கோட்டை ஹாஸ்டலில் இருந்து லீவில் வீட்டுக்கு வருகிற செழியன் அண்ணன் போலவே இருக்கிறான். இன்னும் கொஞ்சம் அருகில் வந்து நிற்பான் எனில், செழியன் அண்ணனின் வியர்வை வாடை கூட அவனிடம் அடிக்கும் என்று தோன்றியது. ஒரு கணம் இளம்பிறை செழியன் அண்ணனின் வாடையை மிகவும் விரும்பினாள். இந்த மருத்துவ மனை வாடைகள் எல்லாவற்றையும் மீறி, செழியன் அண்ணனின் வாடை தன்னை அடைய நினைத்தாள். ஒரு எப்போதும் குளிர்ந்த காற்றும், தோட்டக்காட்டு மணமும், அடுத்த பத்தடியில் ஒரு மிருகம் நடமாடுவது போல எப்போதும் காத்திருக்கும் ஒரு நெடியும் இளம்பிறை மேல் கவிந்தன. தன்னை உதறிக்கொண்டு, தன் மேல் அடர்ந்திருக்கும் இந்த மருத்துவ மனை உணர்வை அப்புறப் படுத்தியவளாக இளம்பிறை அந்த இளைஞனை 'ஒரு நிமிஷம் தம்பி' என்று நிறுத்தினாள்.

'செல்வி. இரு. வந்துவிடுகிறேன்' என்று சொல்லிவிட்டு, அவசரமாக அந்த மையிட்ட கண்களிடம் 'பார்த்துக்கொள்ளுங்கள்' என்று வேண்டுகோள் இட்டு, அந்தப் பையனின் தோளில் கையை வைத்து, ஏற்கனவே அவனை மிகுதியும் அறிந்தவள் போன்ற குரலில், 'நல்லா இருக்கியா?' என்றாள். அவன் அப்படி அவள் தோளில் மேல் வைத்த கையை ஏற்றுக் கொண்டான். 'தாங்க்ஸ் ஆன்டி. அம்மா அங்கே தனியாக இருப்பாள்' என்றான். அவனுடைய புறங்கை எல்லாம் வளர்ந்திருந்த முடியில் செழியன் அண்ணன் எழுதப்பட்டு இருந்தான். செழியன் அண்ணன் சிவப்பு விளிம்பு வைத்த ஒரு ஊதா முண்டா பனியனும், மஞ்சள் விளிம்பு வைத்த பச்சை நிறத்தில் இன்னொன்றும் அடிக்கடி அணிவான். பனியனின் நெஞ்சுப்பக்கம் அண்ணனுக்கு முடி சுருண்டு கிடக்கும்.

வண்ணதாசன் ❋ 101

‘நீ போய்க்கொண்டு இரு. நானும் வருகிறேன்’ என்று இளம்பிறை அவனைத் தொடர்ந்தாள். கனத்த வெள்ளை நிறக் காலணியும் நீல ஜீன்ஸுமாக அந்த இளைஞன் வீசி வீசி நடந்து கொண்டு இருந்தான். அண்ணன் தன்னுடைய திருமணத்திற்காகத் தான் அவனுடைய முதல் ஜோடி பூட்ஸ்களையும் ஒரு கருத்த தோல் பெட்டியையும் வாங்கினான். அப்போது கூர்மையான காலணிகள் அணிவது பிரபலமாக இருந்தது. அண்ணனின் கல்யாணத்தை ஒட்டி இளம்பிறை ப்ளஸ் ஒன்று படித்துக் கொண்டிருந்தாள். ப்ளஸ் ஒன்றில் இருந்து ப்ளஸ் இரண்டுக்குப் போக வேண்டிய கோடை விடுமுறையில் செழியன் அண்ணன் கல்யாணம் நடந்தது. இளம் பிறைதான் கடைக் குட்டி. அன்பழகி அக்காவில் ஆரம்பித்து நான்கு அக்காக்களும் டீச்சர்கள். அண்ணன் கல்லூரி ஆசிரியன். சென்னையில் முதுநிலைக் கணிதம் படித்துவிட்டு, அவன் பி.யூ.சி. படித்த கல்லூரியிலேயே வேலை.

எல்லாம் ஒன்று போல் இருக்கிற சோதனை அறைகளையும், எல்லோரும் ஒன்று போல உருவத்தில் ஒத்திருக்கிற தாதிகளையும், அருவமான ஒருவர் இட்ட கட்டளைக்குக் கீழ்ப்படிந்தது போன்ற அமைதியையும் தாண்டி அவனுடன் வேகமாக நடந்து, ஒரு பெரும் குளிரூட்டப்பட்ட கண்ணாடிக் கூடமாக இருக்கும் முதல் அறைக்கு வந்து சேர்ந்திருந்தார்கள். முதல் அறையில் இருந்து சோதனை அறைகளுக்குப் போகும் போது இருந்ததைவிட, சோதனை அறைகளில் இருந்து திரும்பி இங்கு வரும் சமயம், பாதைகளுக்கு அதிக புதிர்த்தன்மை உண்டாகிவிட்டதாக இளம்பிறை நினைத்தாள். தொலைவில் இருந்து அண்மைக்குத் திரும்புவதிலும் ஏதோ சுலபமின்மை இருக்கிறது என்று நினைத்துக்கொண்டே நடையைச் சற்றுத் தளர்த்திய போது, இளம் பிறையைப் பார்த்துவிட்டது போல அந்த மனுஷி தன் இருக்கையை விட்டு எழுந்திருந்து நின்றாள். அம்மா எழுந்து நிற்பது தனக்காக அல்ல, தன் பின்னே வந்து கொண்டிருக்கும் அந்தப் பெண்ணுக்காக என்பதில் அவனுக்கு ஆச்சரியம் உண்டாயிற்று போலும்.

‘அம்மா, இவர்களை உங்களுக்கு முன்பே தெரியுமா?’ என்று ஹிந்தியில் கேட்டான். இளம்பிறைக்கும் புரியவேண்டும் என்பது போல, ‘தெரியும் குணா’ என்று இவள் பக்கம் வந்தாள். இளம் பிறைக்கு முதன் முதல் பார்க்கும் போதே பிடித்திருந்த சுருள் சுருளான முடி அவரிடம் அப்படியே இருந்தது. பெரிதாக நரைத்து விடவில்லை. சற்று அடர்த்தி குறைந்து தலையோடு படிந்திருந்தது. சுருட்டை முடிகளுக்கே சிலும்பல் தானே அழகு. சில சமயம் அது

அந்த முகத்தில் பரவும் சந்தோஷத்தைக் கூட்டுவது போலவும், சில சமயம் துயரத்தின் அடர்த்தியை அதிகப்படுத்துவது போலவும் தானே இருக்கும் துயரமும் தெரியாமல் சந்தோஷமும் தெரியாமல், முள்ளை நட்ட நடுவில நிறுத்தியது போல அவர் இளம்பிறையிடம் வந்து கையைப் பிடித்துக்கொண்டார்.

இளம்பிறை அவரை முதலில் பார்க்கும் போதும் சரி, அண்ணனுக்கும் அவருக்கும் பத்தே மாதத்தில் எல்லாம் முடிந்து, ஏழு மாதச் சூலியாக இருக்கிற நிலையில், இரண்டு குடும்பங் களுக்கும் இனி ஒன்றுமே இல்லை என்று ஆகி, யாரும் யாருடனும் சொல்லிக்கொள்ளாமல் புறப்பட்டு வந்த போதும் சரி, இப்போதும் சரி, அவர் இப்படித்தான் இளம்பிறையின் கைகளைப் பற்றுகிற வராகவே இருந்திருக்கிறார்.

அண்ணியின் சுருட்டை முடியை மட்டும் அல்ல, அண்ணியின் பாண்டியம்மாள் என்கிற பெயரையும் இளம்பிறைக்கு முதலில் இருந்தே பிடித்து இருந்தது. இங்கே ஆறு பேருக்கும் வரிசையாக அப்பா இட்டிருந்த தமிழ்ப் பெயர்களுக்கு மாற்றாக, மண்ணில் இருந்து அப்போதுதான் பிடுங்கி எடுத்த கிழங்கு மாதிரி இருந்த அந்தப் பெயரை மற்ற எல்லோரையும் விட இவள்தான் அதிகம் விரும்பியிருந்தாள். அண்ணி பெரிய குடும்பத்தின் மூன்று பெண்களில் இரண்டாவது. எல்லோரும் படித்திருந்தார்கள். அண்ணியும் முது கலை முடித்திருந்தார். வேலைக்குப் போகவில்லை. அண்ணியின் அக்கா கல்லூரி ஆசிரியை. அக்காவின் கணவர் சுங்கவரித் துறையில் உயர் அதிகாரி.

'இவ்வளவு பெரிய இடம் வேண்டாம். நமக்கு ஏற்றது போல் குனியவும் செய்யாமல் நிமிரவும் செய்யாமல் பார்த்துக்கொள்ளலாம்' என்றுதான் அம்மா சொன்னாள். அப்பாவுக்கு விருப்பம் இருந்தது. குடும்பத்தில் எல்லோரும் படித்தவர்களாக இருப்பதை அவர் முக்கியமாக எண்ணினார். வெளியே சொல்லவில்லையே தவிர, அந்த வீட்டுப் பெண்களின் தோற்றமும் அவருக்குப் பிடித்துப் போயிருக்க வேண்டும். அதையும் தவிர, மாவட்டக் கழகத்தில் பொறுப்பாக இருக்கிற, அப்பா மிகவும் மதிக்கிற ஒருவரின் உறவினராகவும் அந்தக் குடும்பம் இருந்தது. அப்பாவால் தட்ட முடியவில்லை. கொஞ்சம் அவசரமாகத்தான் கல்யாணம் நடந்தது.

'நல்லா இருக்கீங்களா அண்ணி?' இளம்பிறை அவருடைய இரண்டு கைகளையும் இறுக்கினாள். அவர் இவளை அப்படியே தழுவிக் கொண்டார். இளம்பிறையை இடது தோளும் வலது தோளுமாகப் புதைய, இதுவரை யாரையுமே இப்படிக் கட்டிக்

கொண்டது இல்லை. இதுவே முதல் முறை என்பது போல, மறுமுறை எல்லாம் இப்படி நிகழாது என்பதால், இதுவே கடைசி முறை என்றும் அவளுக்குத் தோன்ற, அவள் அப்படியே இருந்தாள். அண்ணி வாசனைத் திரவியங்கள் உபயோகிப்பவராக இருக்க வேண்டும். எலுமிச்சை போலவும் வெள்ளரிப் பிஞ்சை ஒடித்தது போலவும் உண்டாகிக் கொண்டிருந்த மெல்லிய வாசனையை இளம்பிறைக்குப் பிடித்திருந்தது.

செழியன் அண்ணன் அப்பாவிடம் எப்போது சொன்னான் என்று தெரியாது. அவன் பொதுவாக, எப்போதும் தனிப்பட்ட விஷயங்களை மூத்த அக்காவிடம் கூடச் சொல்லமாட்டான். இரண்டாவது அக்கா அருண்மொழியிடம் தான் சொன்னான். நாங்கள் எல்லோருமே கேட்டுக்கொண்டு இருந்தோம். ஒரு பொம்மை போல, முதலில் இருந்து கடைசி வரை, அண்ணனின் பைக் பக்கம் அந்த சாம்பல் பூனை அசையாமல் உட்கார்ந்திருந்தது. நல்ல நிலவு அடிக்கிற, இருவாச்சிப் பூ வாசனை காற்றில் நிறைந்திருக்கிற ஒரு இரவு இவ்வளவு மோசமாக அமையும் என யாரும் எதிர் பார்க்கவில்லை.

செழியன் அண்ணன் எல்லாவற்றையும் சொல்லி முடிக்கும் வரையில் அருண்மொழி அக்கா கையைப் பிடித்துக்கொண்டே இருந்தான். அவன் அவளைப் பார்க்கக் கூட இல்லை. தரையையே துளைத்துவிடுவது போலப் பார்த்துக்கொண்டு இருந்தான். அண்ணியின் குரல் எல்லாம் ஒரு இசைத் தட்டுப் போல் அந்த இடத்தில் சுழல்வது போலவும், அதைக் கேட்டுக் கேட்டு, அண்ணன் எங்களிடம் திருப்பிச் சொல்வது போலவும் சொன்னான்.

அண்ணிக்கு அண்ணியின் அக்கா கணவரைப் பிடித்திருந்தது. அவர்களுக்குள் மிகுந்த பிரியமும் நெருக்கமும் இருந்து வருவதை அண்ணியின் அக்கா கவனித்தாலும், இது எல்லா அக்கா மாப்பிள்ளை களிடமும் கொஞ்ச நாள் தங்கைகளுக்கு ஏற்படுகிற ஒரு குளிர்ச்சியான இடம்தானே என்று இருந்திருக்கிறாள். அக்கா கணவரும் அப்படி எல்லாம் மோசமானவர் இல்லை என்று தெரியும் என்பதால் பெரிதாக எடுத்துக் கொள்ளவில்லை. ஆனால், அது 'நான் அத்தானைத்தான் கட்டுவேன்' என்று சொல்கிற அளவுக்குப் போய்விட்டது. இனிமேல் இப்படியே விட்டுவைத்திருப்பது சரி யில்லை என்று வலுக்கட்டாயமாகக் கல்யாணம் செய்துவைத்து விட்டார்கள்.

எல்லாவற்றையும் செழியன் அண்ணனிடம் சொல்லி பாண்டியம்மாள் அண்ணியே ஒரு கட்டத்தில் அழுது இருக்கிறார்கள்.

'உங்களைப் பிடிக்கலைண்ணு சொல்லலை. ஆனால் அத்தானைத் தான் எனக்கு முதலில் இருந்தே ரொம்பப் பிடிச்சிருக்கு'ண்ணு என்னைக் கும்பிடுதா. இதை முதலிலேயே சொல்லி இருக்கலாம். மூணு மாசம் கழிச்சுச் சொல்லுது' இதுவரை சும்மா இருந்த செழியன் அண்ணன் இப்போது மட்டும் வாய்விட்டு அழுதான்.

'எப்படி இருக்கே பிறை? எத்தனை குழந்தைங்க உனக்கு?' என்று ஒருமையில் அவர் கேட்டது சந்தோஷமாக இருந்தது. இளம்பிறை அவளை விரும்பியவரைக் காதல் கல்யாணம் பண்ணிக் கொண்டது அவருக்குத் தெரியும். பத்திரிக்கை அனுப்பி இருந்தாள். வாழ்த்துச் செய்தி கூட அனுப்பி இருந்தார்.

இளம்பிறையை எங்கே உட்கார வைக்கலாம் என்று சுற்றிலும் பார்த்தார். 'குணா. எங்கேயாவது இடம் இருக்கிறதா பார்' என்று அவனிடம் திரும்பிச் சொன்னார். 'புரியவில்லை அல்லவா. உனக்கு ஒரு வகையில் அத்தை' என்று சிரித்தார். இளம் பிறைக்கு உட்கார முடியாமல் இருந்தது. எங்கும் நகராமல் அவருடன் அப்படியே இருந்துவிடவேண்டும் என்றும் தவித்தது.' தமிழ்ச் செல்வி அங்கே தனியா உட்கார்ந்திருக்கு அண்ணி' என்றாள்.

அவர் குணாவிடம் ஹிந்தியில் சொல்ல ஆரம்பித்தார். 'நீ அங்கே போய் அவளுடன் இரு. அவள் அம்மா இங்கே இருப்ப தாகவும், வந்துவிடுவார்கள் என்றும் சொல். தேவைப்பட்டால், நீ பேனா வாங்கிய குடும்பத்தின் உதவியையும் பெற்றுக்கொள். அந்த காஜல் இட்டவள் அருகில் இருக்க உனக்கு ஆட்சேபணை இருக்காது அல்லவா? இது போன்ற பெண் குழந்தைகளின் நம்பிக்கையை உன்னைப் போன்ற டெல்ஹிவாலாக்கள் பெற்றுவிடுவது எளிதில்லை' இப்படித்தான் அவர் ஏதாவது அந்தப் பையனிடம் சொல்லி இருக்க வேண்டும். அவன் சிரித்தபடியே ஒப்புக்கொண்டான். தன் அம்மாவின் சோதனை பற்றிக் கவலைப்பட்டிருப்பான் போல. அவர் மறு படியும் ஹிந்தியில், 'தான் பார்த்துக்கொள்வதாகவும், அவனை விட அவனுடைய அத்தையை தான் நீண்ட காலமாக நம்புவ தாகவும்' சொல்லிவிட்டு, இளம்பிறையின் தோளைத் தன்னோடு சேர்த்து இறுக்கிக்கொண்டாள்.

பாண்டியம்மாள் தன் பையன் போகிற வரை அனுமதித்து, இளம்பிறையை அவனுடைய தோள் பையை வைத்திருந்த இருக்கையில் அமரச் சொன்னார். தன் கை விரல் நகங்களையே பார்த்துக்கொண்டு அமைதியாக இருந்தார். தன் முன்னால் குவிந்து கிடக்கும் காலத்தில் இருந்து ஒரே ஒரு விள்ளலை மட்டும் எடுப்பது போல, 'கிட்டத்தட்ட நாங்கள் டெல்ஹிக்காரர்களாகவே ஆகி விட்டோம்' என்றார்.

இப்படிச் சொன்னால் போதுமா? இதற்கு முன்னும் பின்னும் நடந்தவை என்ன என்பதற்கான சங்கேதங்கள் இதில் என்ன இருக்கிறது? என்று இளம்பிறைக்கு வருத்தமாக இருந்தது. ஏன் இன்னும் கொஞ்சம் வெளிப்படையாகப் பேசக் கூடாது? நீங்கள் அண்ணனிடம் எல்லாவற்றையும் சொல்லிவிட்டீர்கள். செழியன் அண்ணன் உங்களைப் பெருந்தன்மையோடு அப்படியே அனுப்பி வைத்துவிட்டான். அந்தப் பெருந்தன்மைக்கு அவன் கொடுத்த விலை எவ்வளவு அதிகம்? இன்னொரு கல்யாணம் தாமதமாக அமைந்து, தன் முந்திய சிடுக்குகளை எடுக்க முடியாமல் புதிய சிடுக்குகள் விழுந்து அவன் கஷ்டப்பட்டது எத்தனை மடங்குகள்? டெல்ஹியின் மூடுபனி மறைத்துவிடும் சுலபம் வேறு. தெற்கத்தி வெயில் எல்லா வற்றையும் வெட்டவெளிச்சமாக்கும் வதை வேறு. நீங்கள் என்னை அணைத்தது எல்லாம் சரி. எப்படி இருக்கிறாய் பிறை என்று என்னைக் கேட்டது எல்லாம் குறித்து மகிழ்ச்சி. ஆனால் செழியன் எப்படி இருக்கிறான் என்று நீங்கள் கேட்டிருக்க வேண்டாமா? சொல்லப் போனால், இந்தப் பாண்டியம்மாள் செழியனை இப்போது கட்டித் தழுவிக்கொண்டால்தான் என்ன கெட்டுப் போயிற்று?

இளம்பிறைக்குப் பாண்டியம்மாளிடம் அடுக்கடுக்காகக் கேட்க வேண்டும் போல இருந்தது. 'நீங்கள் எங்கே இந்தப் பக்கம்? அதுவும் இந்த கண் மருத்துவ மனைக்கு?' என்று மட்டும் கேட்டாள்

அவருக்கும் ஏதேதோ சொல்லவேண்டும் போலவும், சொல்ல முடியாதது ஆகவும் இருந்திருக்கலாம். 'குடும்பத்தினர் எல்லோரும் ஒரு பெரும்பான்மைப் பகுதியினர் இதற்குள் முன்னார் போய்ச் சேர்திருப்பார்கள். குணாதான் இந்தத் தடத்தில் போவதை விரும்பினான். அவனுடைய இந்தப் பக்கத்து கல்லூரி சகாக்கள் மூன்று பேரையும் எங்களுடன் இணைத்துக் கொள்கிறோம். எனக்கு க்ளூகோமா தொந்தரவு உண்டு. திடீரென்று ஒரு மருத்துவம் தேவைப் பட்டது பிறை' என்று நான் கேட்காத தகவல்களாகச் சொன்னார்.

என் செழியன் அண்ணனைப் பற்றி நீ கேட்கவே மாட்டாயா? அவ்வளவா உனக்கு? நான் அவனைப் பற்றி உன்னிடம் சொல்லப் போகிறேன். நீ என்ன செய்வாய் பார்க்கிறேன்' என்று இளம் பிறைக்கு ஒரு பெரும் வன்மம் உண்டாயிற்று. ஒருமுறை கூட இதுவரை பாய்ச்சப்படாத ஒரு வாளை உருவி எடுத்து அவள் கையில் வைத்திருப்பது போல இருந்தது.

இளம்பிறையின் கையில் இருப்பதன் கூர்மையின் பளபளப்புக்குக் கூசுவது போல, அவர் கண்களை மூடிக்கொண்டே இருந்தார். ஒரு தாதி வந்து அவருடைய கண்களை அகல விரித்து,

டார்ச் அடித்துப் பார்த்துவிட்டு, இன்னும் ஒரு முறை மருந்துச் சொட்டுகளை விட்டுவிட்டுப் போனாள். இளம்பிறைக்கு பாண்டியம்மாளைப் பார்க்க இரக்கமாக இருந்தது கண்களின் இருபக்கமும் கசிந்து இறங்குகிற ஈரத்தைத் தன்னுடைய கைக் குட்டையால் துடைத்துவிட்டாள்.

துடைக்கிற பிறையின் கையைப் பிடித்து தன் மார்பில் புதைத்துக்கொண்டு 'உனக்கும்தான் தெரிந்திருக்குமே. குணா அப்படியே உன் அண்ணன் போலவே தானே இருக்கிறான்' என்று உரக்க அழ ஆரம்பித்தார்.

குனிந்திருந்த தலையில் சுருள் சுருளாக முடி அலைந்து கொண்டிருந்தது. முகமே காணாமல் போய்விட்டது போல இருந்த அவரைப் பார்த்ததைப் பற்றிச் செழியன் அண்ணனிடம் சொல்லவே கூடாது என்று மட்டும் இளம்பிறைக்கு இப்போது தோன்றிற்று.

சொல்லக் கூடாது என்பது சரி, இப்படி ஒரு மருத்துவ மனை இருக்கையில் குனிந்த முகத்துடன் அதிர்ந்து அழுதுகொண்டிருக்கும் அவரை, ஆறுதலாக அணைத்துக்கொண்டால் என்ன என்று அவள் உடனடியாக நினைத்தாள். இரண்டு மடங்குகள் பெரிதாகத் தெரிந்த அந்தப் பெரியவரின் உள்ளங்கை தமிழ்ச்செல்வியின் தலையை வருடியது நினைவுக்கு வந்தது. தன்னுடைய மொத்த உருவமும் அப்படிப் பெரிதாகிவிட்டதாக நினைத்துக் கொண்டாள்.

இவளை முதலில் பார்க்கையில் அவர் எழுந்துவந்து அணைத்தது போல, தோளோடு தோளாக அணைத்துக்கொள்ள முடியவில்லை. உட்கார்ந்த நிலையில் இருந்த அவரின் சுருண்ட தலைமுடியை நீவிவிட்டவளாக, அவருடைய முகத்தை இழுத்து, நின்றபடியே இளம்பிறை தன் வயிற்றில் புதைத்தாள். கூரிய மூக்கு உடைய இன்னொரு பெண்ணின் முகம் தன் அடிவயிற்றின் மேல் அழுங்குகிற விதம், அவளை மேலும் அந்த முகத்தைத் தன்னோடு அழுத்திக் கொள்ள வைத்தது.

செழியன் அண்ணனும் இதையே தான் செய்திருப்பான் என்று அவள் நினைத்துக்கொண்டாள்.

உயிர் எழுத்து
செப்டம்பர், 2015

இக்கரைக்கும் அக்கரைக்கும்

இரண்டு கைகளையும் சுவர் மீது ஊன்றிக்கொண்டு கஸ்தூரி வலிக்காமல் மிதித்துக்கொண்டு இருந்தாள்.

ஒரு பக்கமாக முகத்தைத் திருப்பித் தலையணைக்குள் புதைத்தபடி குருசாமி குப்புறப் படுத்துக் கிடந்தார். தளர்ந்து அகன்ற முதுகை வாகாக நெளித்துக்கொடுத்து, மாறி மாறி இறங்கும் பாதங்களின் பாரத்தை வாங்கிய கிறக்கத்தில் அவருக்குத் தூக்கம் வந்துகொண்டு இருந்தது. நிறையத் தடவை அப்படியே அவர் அப்படித் தூங்கிப் போகிறவர்தான். சரி தூங்கிவிட்டார் என்று, பித்த வெடிப்பு விழுந்த பின் பாதத்தின் சொரசொரப்பை தன்னுடைய மறு காலில் தேய்த்துக்கொண்டே கஸ்தூரி அவர் முதுகை விட்டு இறங்குவாள்.

குருசாமி அடுத்த நொடியே புரண்டு படுத்து, என்ன என்கிற மாதிரி ஒரு சத்தம் கொடுப்பார். இரண்டு கைகளையும் தலைக்கு மேல் கோர்த்து, எதையோ யோசிப்பது போல அப்படியே கொஞ்ச நேரம் இருந்துவிட்டு, 'நீ சாப்பிட்டுட்டியா?' என்பார். கஸ்தூரி சாப்பிட்டு இருக்க மாட்டாள் என்று அவருக்குத் தெரியும். 'சாப்பிட்டுட்டு ஏனத்தை ஒழிச்சுப் போட்டுட்டுக் கிளம்பு. மத்த ஜோலியை எல்லாம் நான் பார்த்துக்கிடுதேன்' என்று கீழே பார்த்த படி உட்கார்ந்திருப்பார். ஆற்று மணலுக்குள் புதைந்த

கல் மாதிரி அவர் அசையாது இருக்க, அவரைச் சுற்றி எல்லாம் நகர்ந்துகொண்டு இருக்கும். அப்புறம் கொஞ்ச நேரம் கழித்து, 'நாராயணன் ஒழுங்கா வேலைக்குப் போகிறானா?' என்றோ, 'பெரியது இப்போ என்ன படிக்கு?' என்றோ கேட்பார். எத்தனை தடவை சொன்னாலும் அவருக்கு இது அயத்துப் போகிறதா, அல்லது அந்தப் பிள்ளை மேல் இருக்கிற அக்கறையை அப்படிக் காட்டிக்கொள்கிறாரா என்று கஸ்தூரிக்குத் தோன்றும். ஆனாலும் குருசாமி அப்படி இடைக்கிடை தன் பிள்ளைகளைப் பற்றி ஏதாவது கேட்பது அவளுக்குச் சந்தோஷமாகவே இருந்தது.

பெண் பிள்ளைக்கு நாராயணனின் அம்மா பெயரை முருகேஸ்வரி என்றும், பையனுக்குக் குல தெய்வம் பெயராக தம்பிரான் என்றுதான் விட்டிருந்தார்கள். குருசாமி ரொம்ப சந்தோஷமாக இருந்தால், 'நம்ம ஜோதிகா எப்படி இருக்கா? அஜீத் எப்படி இருக்கான்?' என்று கேட்டுக் கிண்டல் பண்ணுவார்.

ஒரு தடவை, முருகேஸ்வரியையும் தம்பிரானையும் குலசேகரப் பட்டினம் தசராவுக்கு நேர்ந்து, காளி வேஷமும் முருகர் வேஷமும் போட்டு இவரிடம் காணிக்கை வாங்கக் கூட்டி வந்திருந்தார்கள். நாராயணன், கஸ்தூரி இரண்டு பேர் கூடத்தான் அது இரண்டும் வந்திருந்தன. மற்ற சமயங்களில் முன்னே பின்னே இருந்தாலும், இந்த மாதிரி நேரங்களில் நாராயணன் வேறு ஆள் ஆகிவிடுவான். வாயையே திறக்கமாட்டான். அவனும் மஞ்சள் வேட்டி கட்டிக் கொள்வான். சவரம் பண்ணாத முகத்தில் ஒரு சாந்தம் வந்திருக்கும். 'வேப்பங்கொழுந்து கூட இப்படி இருக்காது போல இருக்கு. உன்னைப் பார்த்தால் தான் நேரே ரெண்டு கையிலேயும் மரத்திலே இருந்து உருவின வேப்பங் கொழுந்து மாதிரி இருக்கு' என்று குருசாமி சொன்னால் நாராயணன் தலையைக் குனிந்து கொள்வான்.

'அந்தா, அதை எடு' என்று குருசாமி சுவர் ஓரமாகச் சார்த்தி வைத்திருந்த தாங்கு கட்டையைக் காட்டினார். அப்படிச் சொல்லும் போது அவருக்குக் குரல் தணிந்து விடும். இடது கால் மீது வேட்டியையோ கைலியையோ தன்னை அறியாமல் அவர் கை இழுத்துவிட்டுக் கொள்ளும். பொதுவாக யாரையும் அதை அவர் எடுத்துத் தரச் சொல்லமாட்டார். படுத்திருக்கிற கட்டில் பக்கம், உட்கார்ந்திருக்கிற நாற்காலிப் பக்கம் எடுக்கிறதற்கு வாகாக, கை எட்டுகிற தூரத்தில் மட்டுமே சாத்தி வைத்திருப்பார். சில சமயம் புது ஆட்கள் வாசலில் சத்தம் கொடுப்பார்கள். இவர் மட்டும் இருப்பார். அவர்கள் வந்துவிடுவதற்கு முன், தாங்கு

கட்டையை எடுத்து ஊன்றி முன்கட்டுக்குப் போய்விடவேண்டும் என்ற அவசரத்தில், ஒரு இரை மீது, அது தப்பிவிடாமல் பாய்வது போல, வலது காலை ஊன்றி ஒரு குதி குதித்துப் போய் அதை எடுப்பதைப் பார்க்கக் கஷ்டமாக இருக்கும். முக்கியமாக கஸ்தூரிக்கு அழுகையே வந்துவிடும்.

பார்க்காதது போல வேறு பக்கம் திரும்பிக் கொள்வாள். கண்டிப்பாக ஒரு தடவை விளக்கு மாடத்தையும், மாலை போட்டிருக்கிற குருசாமியின் மனைவி படத்தையும் பார்த்துக் கும்பிட்டுக் கொள்வாள். இரண்டு பேரும் இருக்கிற ஒரு படமும் அங்கே உண்டு. அதில் இருந்து எடுத்துத்தான் இதைப் பெரிது பண்ணிப் போட்டிருக்கிறார்கள்.

'அதை எடு' என்று பொதுவாகச் சொன்னால், அது கஸ்தூரியிடம் தான் சொன்னதாக அர்த்தம். கஸ்தூரி இதைச் செய், அதைச் செய் என்று பெயர் சொல்லி அவளை எந்த வேலையையும் ஏவுவதில்லை. வேறு எதையும் விட இந்தத் தாங்கு கட்டையை அவள் எடுத்துக்கொடுக்க வேண்டும் என்றே அவர் விரும்புவார் என்று சொல்லலாம். இன்றைக்கு காணிக்கைத் தட்டோடு பிள்ளைகள் முன்னாலும், அதற்கு அடுத்து நாராயணனும், வாசல் நடைப் பக்கம் அவள் இருந்ததால் அதைச் செய்ய முடியவில்லை. கையில் தங்கத் தாள் ஒட்டின வேலும், நெஞ்சு எல்லாம் சந்தனம் பூசியவனாக இருந்த தம்பிரான் ஓடிப் போய் எடுக்கப் போனான்.

என்ன இருந்தாலும் சின்னப் பையன் தானே. கனமும் உயரமும் அவனை மீறி, அவனுடைய கைக்குள் அடங்காமல் சுவரை உரசிக் கொண்டு அது சருகிக் கீழே சாய்ந்தது. அது சுவரோடு உரசுகிற சத்தத்தையும் தரையில் விழுந்து தோளுக்கு அடியில் வைக்கிற பகுதியின் மெதுமெதுப்பால் ஒரு உயிரற்ற ஓசையை உண்டாக்குவதையும் குருசாமியால் தாங்க முடியவில்லை. பல்லை இறுகக் கடித்துக்கொண்டு கீழ்ப் பகுதி இல்லாத இடது தொடையில் குத்திக் கொண்டார். 'யம்மா' என்று ஒரு சத்தத்தின் கல் உருண்டையை விழுங்கினார்.

கஸ்தூரி போட்டோவில்தான் அந்த அம்மாவைப் பார்த்திருக்கிறாள். ஆதியில் இருந்தே நாராயணனுக்குத் தான் நேர்ப் பழக்கம். 'ஆச்சி கையால் எத்தனை நாள் சாப்பிட்டு இருப்பேன்' இதை நாராயணன் நூறு தடவை அவன் கஸ்தூரியிடம் சொல்லி

யிருப்பான். அந்த ஆச்சி பெயர் என்ன என்று கூடக் கஸ்தூரிக்குத் தெரியாது. எதற்கெடுத்தாலும் நாராயணன் குருசாமியை 'ஐயா' என்பான், அப்புறம் 'ஆச்சி' என்பான். கஸ்தூரிக்கும் அப்படியே ஆகிவிட்டது. ஆச்சியை அவள் பார்த்ததே கிடையாது. நாராயணன் அவளைக் கல்யாணம் செய்வதற்கு முன்பே, ஐயாவுக்கு ஐம்பது ஐம்பத்திரண்டு இருக்கும் போதே, அந்த விபத்து நடந்துவிட்டது.

குருசாமி ஐயா முன் சீட்டில் உட்கார்ந்திருந்தார். ஆச்சியின் தம்பி தான் காரை ஓட்டிக்கொண்டு போயிருக்கிறார். ஆச்சியும், தம்பியின் சம்சாரமும் பின் பக்கம் இருந்திருக்கிறார்கள். ட்ராக்டர் காரன் மேல் தான் தப்பு என்றார்கள். ஓட்டும் போது ஆச்சியின் தம்பி லேசாக அசந்துவிட்டார் என்றார்கள். கார் சப்பழிந்து போய் விட்டது. ஆச்சியின் முகம் ரூபமே காணோம். மற்ற இரண்டு பேர் உடம்பிலும் சின்னக் கீறல் கூட இல்லை. ஸ்டீயரிங் மேல் அப்படியே ஓட்டிக்கொண்டு இருந்தவாக்கில் தூங்குகிற மாதிரி அவர். 'ஊர் வந்துவிட்டது, இறங்கவில்லையா?' என்று கேட்டால் இறங்கிவிடுவார் போல பின் கதவுக் கண்ணாடியில் முகத்தை ஒத்தின வாக்கில் அவருடைய வீட்டம்மா. குருசாமி ஐயா கால் எப்படி அப்படிச் சேதாரம் ஆயிற்று என்று தெரியவில்லை. பத்து நாட்கள் எவ்வளவோ பிரயாசைப்பட்டுவிட்டு இடது தொடைக்குக் கீழ்ப்பக்கத்தில் இருந்து எடுத்துவிட்டார்கள். 'ரெண்டு பொம்பிளையாள் கழுத்துல காதுல கிடந்ததைக் கழத்தி, மேல் துண்டில முடிஞ்சு, ஐயா எங்கிட்ட தான் ஆஸ்பத்திரியில் வச்சுக் கொடுத்தாங்க. வெள்ளை அடிக் கிறதுக்காக சுண்ணாம்பு டப்பாவும் மட்டையுமா ஒரு கிழிசல் பனியனோடு வீட்டுக்குள்ளே நடையேறினவன். எம் மேலே அவ்வளவு பிடிதரம்' இப்படி நாராயணன் முதலில் சொன்ன சமயம் கஸ்தூரிக்கு எந்தச் சந்தேகமும் வரவில்லை. கூடுதல் குறைவு இல்லாமல் அப்படியே நம்பும்படியாக நாராயணனின் அழுகை இருந்தது.

கல்யாணம் முடிந்து, திருநீறு பூசிக் கொள்வதற்காக குருசாமி ஐயாவைப் பார்க்கப் போன போது, அவர் ஒரு பாசிப் பச்சை நிறத்தில் வேட்டி கட்டியிருந்தார். இப்போது அண்ணாத்தை என்று பொதுவாக அழைக்கப்படுகிற பெரியசாமி என்கிறவர் எதிரே இன்னொரு நாற்காலியில் இருந்தார். நடுவில் இருந்த பெட்டி சத்தமாகப் பாடிக்கொண்டு இருந்தது. பெரியசாமி கூடவே சேர்ந்து பாடிக்கொண்டு இருந்தார். அவர் குரல் நன்றாகவே இருந்தது. பன்னீர் வாசனை போல, கோவில்கொடை முடிந்த மறுநாள் போல வருகிற அந்த வாசனையை கஸ்தூரிக்குப் பிடித்திருந்தது.

நாராயணனுக்கு நெற்றியில் பூசி, இவளுக்கும் பூசிவிட்டு, இரண்டு பேரையும் பக்கத்தில் வரச்சொல்லி, அந்தப் பக்கம் ஒருவர், இந்தப் பக்கம் ஒருவர் இருக்க, இரண்டு பேர் கையையும் வலது இடதாகப் பிடித்துக் கொண்டு குருசாமி அப்படியே உட்கார்ந் திருந்தார். கல்யாணம் ஆகியிருந்த இந்த மூன்று நான்கு நாட்களில் நாராயணன் கூட அவ்வளவு நேரம் அவள் கையைப் பிடித்த தில்லை. கஸ்தூரிக்கு இது பிறத்தியார் கை என்று எந்த வித்தியாசமும் தெரியவில்லை. அந்தக் கையும் கையினுடைய வெதுவெதுப்பும் மட்டுமே ஐயாவுக்கு உண்டு என்பது போலவும், முகம் கிடையாது, கண் கிடையாது, கை கால் கிடையாது உருவம் கிடையாது என்பதாகவும் தோன்றிவிட்டது.

'உள்ளே போய்க் கும்பிட்டுக் கிட்டு வாங்க' என்று சொல்லிக் கையைக் காட்டினார். நாராயணன் கூட்டிக்கொண்டு போனான். படத்தின் முன்னால் நிறுத்தி, 'விழுந்து கும்பிட்டுக்கோ கஸ்தூரி' என்றான். அவனும் விழுந்து கும்பிட்டான். பூஜை அலமாரி கதவைத் திறந்து குங்குமச் செப்பை எடுத்துவந்து கஸ்தூரியிடம் வைத்துக் கொள்ளச் சொன்னான். குங்குமத்தின் மணம் சுரீர் என்று இருந்தது. கொஞ்சம் அதிகமாக வைத்துக்கொண்டாள். நெற்றி சுருங்கும் போது, குங்குமம் மூக்குத் தண்டில் உதிர்ந்தது.

வாய்க்குள்ளேயே எதையோ பாடிக்கொண்டு இருந்த பெரியசாமி, சரியாக அந்த உதிர் குங்குமத்தைப் பார்த்தது போல இருந்தது. பாடுவதை அப்படியே நிறுத்திவிட்டு கஸ்தூரியையே கண்டு கொண்டதாக அவருடைய பார்வை குவிந்தது. நாராயணனுக்கு என்ன தோன்றிற்றோ? கஸ்தூரி தோளை லேசாகத் தட்டினான். 'ஐயாவோட சேக்காளி' என்று சொல்லிக்கொண்டே அவர் முன் குனிந்து நெற்றியைக் காட்டினான். கஸ்தூரிக்கு அவரை விழுந்து கும்பிடத் தோன்றியது. விரல்களைச் சத்தம் வரும்படி சொடுக்கி, ஒரு பிரத்யேகமான வகையில் அவற்றை ஒரு நொடி சுழற்றி, உச்சியில் வைத்து அவர் ஆசீர்வாதம் செய்தார். முதல் முதல் அவளுக்குத் தெரிந்த வாசனையின் அலை இப்போது கூடிவிட்டதாக கஸ்தூரி உணர்ந்தாள்.

'சாமி கும்பிடுவியா?' இவளைப் பார்த்து அவர் சிரித்தபடி கேட்டார். வெற்றிலைக் காவியேறிய அந்தச் சிரிப்பைக் கஸ்தூரிக்கு ரொம்பப் பிடித்திருந்தது. கொஞ்ச வருடங்களுக்குப் பிறகு, பெரியவள் எல்லாம் பிறந்த பிறகுதான் என்று ஞாபகம். ஏதோ ஒரு கல்யாண வீட்டுத் தாம்பூல வெற்றிலையை கஸ்தூரி போட்டிருந்தாள்,

கொஞ்சம் சந்தோஷமான நேரம். கஸ்தூரி எதற்கோ சிரித்திருப்பாள் இல்லையா. நாராயணன் இவள் முகத்தைப் பார்த்துக்கொண்டே 'அப்படியே அண்ணாத்தை சிரிப்பு மாதிரி இருக்கு' என்றான்.

'சாமி கும்பிடுவியா என்று கேட்டால் என்ன பதிலையே காணோம்?' என்று மேலும் சிரித்தவர், 'இது வரைக்கும் கும்பிடா விட்டாலும் இப்போ கும்பிட்டுக்கோ. கும்பிட்டுவிட்டுக் கண்ணை மூடி இப்படி உக்காரு. நாராயணா நீயும் ஜோடியா சம்மணம் போட்டு பக்கத்துல உக்காரு' என்று சொல்லிவிட்டுப் பாட ஆரம்பித்தார்.

கொஞ்ச நேரம் பாடியது போல இருந்தது. ரொம்ப நேரம் ஆனது போலவும் இருந்தது. கஸ்தூரி படிப் படியாக ஏறிப்போய்க் கொண்டு இருந்தாள். ஒவ்வொரு படியின் நெற்றியிலும் வெள்ளையும் காவியுமாகப் பட்டை அடித்திருக்கிறது, ஒரு படியில் ஒரு வெள்ளாடு படுத்திருக்க இரண்டு குட்டிகள் காலைத் தூக்கிப் பின் கால்களில் நின்று முட்டிக்கொள்கின்றன. அதற்கு மேல் உச்சியில் பச்சை அசைகிறது. சின்னதாக ஒரு கோவில். கிண் என்று மணிச் சத்தம். அடித்த மணியின் சத்தத்தைவிட அடங்குகிற மணியின் கண கணா காதுக்குள் இறங்கியது. கஸ்தூரிக்கு அழுகை வந்தது.

கண்ணைத் திறந்தால் குருசாமி அய்யா குனிந்து பச்சை வேட்டியில் முகத்தைத் துடைத்துக்கொண்டு இருந்தார். நாராயணன் உதட்டை மடித்துக் கடித்துக் கொண்டு உட்கார்ந்திருந்தான். பெரியசாமி ரொம்ப நேரம் கழித்துக் கண்ணைத் திறந்தார். மறு படியும் உச்சியில் கை வைத்து, 'நல்லா இரு' என்றார். குருசாமியைப் பார்த்தார். 'மனசு, காது எல்லாம் திறந்து வச்சிருக்கிற பிறவிடா குரு, இது' என்றார். 'கதவு இருந்தால் அல்லவா, திறக்கிறதும் மூடறதும். இங்கே தான் கதவே இல்லியே' என்று குருசாமியைப் பார்த்தார்.

'நீ சொன்னால் சரிதான்' என்பது போல குருசாமி ஐயா பார்த்துக்கொண்டு இருந்தார். நாசியில் இன்னும் அழுகையை அடக்கிய நீர் கோர்த்திருந்ததில் அவருடைய குரல் வேறு மாதிரி இருந்தது.

பெரியசாமி நாராயணன் பக்கம் திரும்பி, 'குருசாமிக்கு சொன்னதுதான் உனக்கும். அதை நல்லா பார்த்துக்கோ. நீ என்ன அதைப்பார்க்கிறது? அதுதான் இனிமேல் உன்னை, என்னை,

வண்ணதாசன் ✤ 113

இவனை எல்லாத்தியும் பார்த்துக்கிடப் போகுது' என்று சொன்னார். கஸ்தூரிக்கு ஒன்றும் புரியவில்லை. அவள் சுவர் ஓரமாகப் போகிற பிள்ளையார் எறும்புகளையே பார்த்துக்கொண்டு இருந்தாள். நூல் பிடித்த மாதிரி வரிசையாக, வெள்ளைக் குருணை நிறத்தில் முட்டையைத் தூக்கிப் போகும் அந்த நகர்வுக்குள் தன்னையும் சேர்த்து அப்படியே இருந்தாள். நாடி நெஞ்சோடு அழுந்திக் கிடந்ததில், புதுச் சேலை வாசனை அவள் முகத்துக்குள் அடித்தது.

'இன்னொரு பாட்டுப் பாடவா குரு? யாருகிட்டேயாவது சொல்லிக்கிட்டு, உத்தரவு கேட்டுக்கிட்டுப் பாடணும் போல இருக்கு. சொல்லப் போனா இது கிட்டே தான் கேட்டிருக்கணும்.' என்று கஸ்தூரி பக்கம் திரும்பி லேசாகத் தொண்டையைச் சரி பண்ணினார். உம்ம்ம் என்று இரண்டு நொடி வண்டாடிவிட்டு, மறுபடி குரலைச் செருமி நிதானித்துக் கண்ணை மூடி ஆரம்பித்தார். அம்பா என்று வந்தது, நாராயணா என்று ஒரு இடத்தில் உருண்டு போயிற்று, கஸ்தூரி என்று மூன்று நான்கு முறை உருகிக் கரைந்தது. கை இரண்டையும் மேலே உயர்த்தி அப்படியே வைத்து தீபாராதனை காட்டுவது போல இருந்தது. மறுபடியும் அம்பா, அம்பா என்று இரண்டு மூன்று முறை மேலே போய் கீழே இறங்கின குரலை, மிகத் தணிவாக மடியில் இறக்கிவைப்பது போல முடித்துவிட்டுக் கண்ணைத் திறக்காமல் அப்படியே இருந்தார் பெரிய சாமி.

'யாரோ கூப்பிட்ட மாதிரி இருந்தது' என வாசல் வரைக்கும் எழுந்து போய்க் கண்ணைத் துடைத்துக்கொண்டு கஸ்தூரி திரும்பி வந்தாள். மறுபடி கீழே உட்காரமுடியவில்லை அவளுக்கு. நின்று கொண்டே சுற்றிலும் பார்த்தாள். குருசாமி ஐயா அவளையே தான் பார்த்தபடி இருந்தார். தான் அப்படிப் பார்ப்பது தெரிந்ததும் சட்டென்று விலக்கிக் கொள்ளாமல், அவளையே பார்த்துக் கொண்டு சிரித்தார். சிரித்தது போலத்தான் கஸ்தூரிக்கு இருந்தது. 'உட்கார்' என்று கையைத் தணித்துக் காட்டினார்.

கஸ்தூரிக்கு குருசாமி ஐயாவின் சிரிப்பின் மேல் உட்கார்வது போல இருந்தது. நாராயணனைப் பார்த்தாள். நாராயணன் ரொம்ப உற்சாகம் அடைந்து இருந்தான். தன் பெயரை, கஸ்தூரி பெயரை எல்லாம் இட்டுக் கட்டி அவர் பாடினதால் வந்த சந்தோஷம் முகத்தில் இருந்தது. 'சாமி. அந்தப் படகுக்காரன் பாட்டு ஒண்ணு படிப்பீங்களே. அதைப் பாடுங்க சாமி. நல்லா இருக்கும்' என்று பெரியசாமியிடம் கோரிக்கை வைத்தான். பெரியசாமிக்கும்

அப்படிக் கேட்டது பிடித்திருந்தது. 'பரவாயில்லையே நாராயணனும்' என்பது போல, குருசாமியைப் பார்த்து புருவம் உயர்த்தித் தலை அசைத்தார்.

பெரியசாமி எந்தத் தாமதமும் செய்யவில்லை. ஆற்றங்கரையில் படித்துறையோடு தண்ணீர்ப் போக்கில் இடித்து இடித்து விலகுகிற படகை அவிழ்த்து, இங்கே இருக்கிற எல்லோரையும் உடனே ஏற்றிக் கொண்டு புறப்பட்டுவிட்டது போலப் பாட ஆரம்பித்துவிட்டார். உட்கார்ந்திருப்பவர்களின் பாரத்தில் தண்ணீருக்குள் படகு அமிழ்ந்து, ஆறு நெகிழ்வதைக் கூட அவர் குரலில் உணரமுடிந்தது.

'ஆற்றில் தண்ணீர் நிறைந்து போகிறது. திருவிழாப் பார்க்கப் போகிறவர்கள் எல்லோரும் படகில் ஏறிவிட்டார்கள். பூரணச் சந்திரன் வெளிச்சத்தில் நீயும் இந்தப் படகில் இருந்திருக்கலாம். ஏன் வராது போனாய்? பளிங்கு போன்று ஓடுகிற இந்தத் தண்ணீரில் நீ இல்லாமல் இன்னும் எத்தனை முறை நான் இக்கரைக்கும் அக்கரைக்கும் படகு ஓட்ட வேண்டும் இப்படி?' என்பதை ஒரு நாட்டுப் பாடலாக அவர் பாடிக்கொண்டே போனார். வெற்று மேலுடம்போடு தலைப்பாகை கட்டி நின்றவாக்கில் அவர் கழியை ஊன்றுவதும் பிடுங்கி மறுபடி நடுவதுமான ஒரு படகு அந்த வீட்டுக்குள் நகர்ந்து சென்றது.

நாராயணன் கையைத் தட்டினான். கஸ்தூரியையும் கைதட்டச் சொன்னான். 'கையைக் கொடுங்க சாமி' என்று அவருடைய கையைப் பற்றிக் கொண்டு விடாமல் குலுக்கினான். பெரியசாமி அப்படியே நாராயணனை அவரோடு அணைத்துக்கொண்டார். கூச்சத்தோடு தன்னை உருவி, கஸ்தூரியைப் பார்த்து, 'அண்ணாத்தை சாமி, நீ கேட்டாலும் பாடும். நான் கேட்டாலும் பாடும். ஒண்ணு கூடப் பழசு கிடையாது. எல்லாம் புதுசு. அப்போ இட்டுக்கட்டி அப்பவே பாடும். தவளை ஒண்ணு வீட்டுக்கு வந்துட்டுது ஒரு தடவை. உடனே ஐயா பாட ஆரம்பிச்சுட்டாரு. அப்படியே தவளை குதிச்சுக் குதிச்சுப் போற மாதிரித் தோணுச்சு எல்லாத்துக்கும்' என்று சொன்னபோது கஸ்தூரி சிரித்தாள். குருசாமி இப்போதும் அவளைப் பார்த்துக்கொண்டுதான் இருக்கிறார் என்று அவளுக்குத் தெரிந்தது.

நேற்றுத்தான் அப்படி வந்து திருநீறு பூசியது போல இருக்கிறது. அண்ணாத்தை சாமி பாடியதும் எல்லோரும் கண்ணைத் துடைத்துக் கொண்டதும் படம் மாதிரித் தெரிகிறது. தவளை குதிப்பதும்,

குருசாமி ஐயா அவளையே பார்த்ததும் எல்லாம் ஞாபகத்துக்கு வந்து இரண்டு முன்கைகளிலும் தோலில் புள்ளி குத்துகிறது கஸ்தூரிக்கு. வளையலையும் சாமிக் கயிறையும் ஒதுக்கிவிட்டுக் கொண்டு மணல் எல்லாம் தோலில் காணாமல் போகிற வரை பார்த்துக்கொண்டே நின்றாள்.

'கையிலே என்ன? குருசாமி அய்யா படுக்கையில் இருந்து எழுந்து உட்கார்ந்து கொண்டே கேட்டார். அவளுக்கு இதைப் போய் எப்படிச் சொல்கிறது என்று தெரியவில்லை. 'ஒன்றுமில்லை' என்று சொன்னாள். குருசாமிக்கு அந்தப் பதிலில் திருப்தியாக இல்லை. 'நாராயணன் கையைக் கிய்யை நீட்டு தானா உம் மேலே?' என்று கேட்கும் போது அவர் குரலில் பதற்றம் இருந்தது. ஏன் நாராயணன் ஒழுங்காக வேலைக்குப் போகிறானா என்றும், அவள் மேல் கையை நீட்டுகிறானா என்று எல்லாம் இப்போது கேட்கத் தோன்றுகிறது என்று அவருக்குப் புரியவில்லை.

நாராயணன் எப்போதும் போல் தான் இருக்கிறான். வெள்ளை யடிப்பு பெயிண்டிங் என்று வேலை இருக்கிற நாட்களில் போகிறான். முன்னூறு நானூறு சம்பாதிக்கிறான். இவரிடம் கூட முன்னைப் போல அவசரத்துக்குக் கைமாத்து என்று எதுவும் வாங்குகிறதில்லை. மூத்த பிள்ளையை நல்ல பள்ளிக்கூடத்தில் தான் சேர்த்திருக்கிறான். குருசாமி 'சும்மா தானே டே கிடக்கு. எடுத்துக் கிட்டுப் போய் உன் உபயோகத்துக்கு வச்சுக்கோ' என்று சொன்ன சைக்கிளில் தான் கஸ்தூரியை இங்கே கொண்டுவந்து விட்டு விட்டுப் போகிறான். ஒரு தடவை அடை மழை. குடையைப் பிடித்து, கஸ்தூரியைக் கூட்டிவந்ததில் இரண்டு பேரும் நனைந்து விட்டார்கள் போல. எப்படி நனையாமல் இருக்கும்?

குருசாமி முன் அறையில் உட்கார்ந்து மழை பார்த்துக் கொண்டு இருப்பதை அவர்கள் கவனிக்கவில்லை. கஸ்தூரி அப்படி ஈரமாக இருப்பது நாராயணனுக்குப் பிடித்திருக்க வேண்டும். நனைந்த குடையை ஈரம் வடியக் கவிழ்த்திவைக்கக் குனிந்த கஸ்தூரியைப் பின்னால் இருந்து தன்னோடு சேர்த்துவைத்து, பிடரியில் திரும்பத் திரும்ப முத்தம் வைக்கிறான். குருசாமி அதைப் பார்த்தபடியே இருக்க விரும்பினார். மழையின் ஒரு பகுதி போல அவர்கள் இருவரும் அப்படி இருப்பதாக நினைத்தார். ஈரம் கனத்துச் சொட்ட, ஒரு கிளை தாழ்ந்து மறுபடி உயர்வது போல அது என்று தோன்றியது.

கஸ்தூரி நாராயணனை முதுகில் ஒரு அடி வைத்துப் போகச் சொல்லிவிட்டு, 'உள்ளே வந்து லைட்டைப் போடுகிற போது',

குருசாமி 'வா' என்று மட்டும் சொன்னார். 'அவன் என்ன உள்ளே வந்து ரெண்டு வார்த்தை பேசாமல் போகிறான்?' என்று கேட்டார். அவர் இங்கேதான் இருந்தார் என்பதை யூகித்துவிட்டிருந்தாள் என்றாலும் கஸ்தூரி ஒன்றும் சொல்லவில்லை, 'பிள்ளைகள் ரெண்டும் தனியாக இருக்கும் லா ஐயா' என்று சொல்லிவிட்டு உள்ளே போய் அடுத்தடுத்த அறை விளக்குகளையும் போட்டாள். மழைக் கால இருட்டு விலகினதும் விளக்குகள் எல்லாம் கூடுதல் பிரகாசத் துடன் எரிவது போல இருந்தது.

குருசாமி அதையெல்லாம் நினைத்துக் கொண்டார். அப்படி என்ன என்னவோ ஞாபகம் வந்ததால், சம்பந்தமே இல்லாமல் கஸ்தூரியிடம், 'நல்லா தூங்கிட்டேன். பாட்டம் பாட்டமா மழை பெய்கிற சத்தம் கேட்கிற மாதிரி இருந்ததும் முழிப்பு வந்துட்டுது" என்றார். கஸ்தூரி சமையல் அறையில் இருந்தாள். தேநீர் கொதிக்கும் வாசனை வந்தது.

வடிகட்டியை எடுத்துத் தேநீரை வடிகட்டும் போதும், தேயிலைத் தூள் சக்கையை அங்கணத்தில் கொட்டும் போதும் அவளுக்கு அவளை அறியாமல் ஒரு பாட்டின் முணுமுணுப்பு உண்டானது. என்ன பாட்டு என்று அவளுக்குப் பிடிபடாமல், தான் அதுவரை பாடிக்கொண்டிருந்த முணுமுணுப்பின் ஏற்ற இறக்கம் மாறிவிடாமல் வால் சட்டியைக் கழுவி வைத்தாள். கொஞ்சம் அப்படியே பாடிக்கொண்டு இருந்தால், சட்டென்று ஒரு இடத்தில் பாட்டு நான் தான் என்று முகத்தைக் காட்டிவிடும் என்று, குரல் வெளியே கேட்கும் அளவுக்குக் கூட்டினாள். சத்தம் அதிகமானதும் சில இடங்கள் அடங்கி, இன்னும் சில இடங்கள் நீண்டு, தானாக ஒரு வடிவத்தை அடைந்துவிட்டதை கஸ்தூரியே உணர்ந்தாள்.

அதற்குள் குருசாமி ஐயாவுக்கும் அது கேட்டுவிட்டது போல. 'என்ன திடீர்னு அண்ணாத்தை ஞாபகம் வந்துட்டுது உனக்கு?' என்று கேட்டார். கொஞ்ச நேரத்திற்கு முன்பு நாராயணன் குறித்து இருந்த மனநிலையை முற்றிலும் இந்தப் பாட்டுச் சத்தம் மாற்றிவிட்டது.

கஸ்தூரி பால் கலக்காத தேநீரை ஆற்றிக்கொண்டே நடந்து வந்தாள். ஒரு பாத்திரத்திற்கும் இன்னொரு பாத்திரத்திற்கும் இடையில் தேனின் நிறத்தில் அந்தப் பாடலே மாறி மாறித் தாவுவது போல, அவள் சற்று உரத்தகுரலில், அந்தப் பாடலின் முதல் சொற்கள் வசமாகிப் பாடிக்கொண்டு வந்தாள்.

வண்ணதாசன் ❋ 117

'நாராயணனுக்கு ரொம்பப் பிடிச்ச பாட்டுல்லா அது. அவம்லா படகுப் பாட்டைப் படிங்க சாமி படிங்க சாமின்னு சொல்லுவான்' குருசாமி முகம் சந்தோஷத்தால் இளகிக் கிடந்தது. கஸ்தூரி ஆற்றி முடித்து அவர் முன்னால் நீட்டிக்கொண்டு இருந்த டம்ளரை வாங்குவதற்காகக் கையை உயர்த்தினார். கஸ்தூரி இப்போது, இக்கரைக்கும் அக்கரைக்கும் என்று பாடிக்கொண்டு இருந்தாள். இடையில் இரண்டு மூன்று அடிகள் அவளுக்கு ஞாபகம் வரவில்லை.

குருசாமி ஐயாவும் வாய்க்குள் பாடிப் பார்த்தார். அவருக்கும் முதலில் இருந்து நினைவுக்குக் கொண்டுவரமுடியவில்லை. ஆனால் அவரும் படகில் இருப்பது போலவே இருந்தது.

உயிர் எழுத்து
ஜனவரி – 2016

ஸ்படிகம்

யாரையும் எதிர்பார்த்துக்கிட்டு இருக்கீங்களா சார்?' என்று அவர் தன்னுடைய எம்.80 வண்டியை வேகம் குறைத்து நிறுத்தினார். உறுமலில் முன் பக்கத்து பிளாஸ்டிக் தடுப்பு அதிர்ந்துகொண்டே இருந்தது. ஏதோ ஒரு பால் பாக்கெட் கசிந்திருக்க வேண்டும். பின் பக்கத்து அடுக்குக் கூடைகளில் இருந்து சொட்டியதை நான் சைகையால் காட்டியபடி, 'இல்லை சும்மா தான் நிக்கேன்' என்றேன்.

எனக்கு இப்படி சும்மா நிற்பது தேவைப் படுகிறது. எதிரே இரண்டு மூன்று எருக்கு, சாம்பல் பூத்த இலையும் பூவுமாய். அதற்குப் பின்னால் சீமைக் கருவேல மரங்கள். அதன் மேல் படர்ந்திருக்கும் கோவைக் கொடியின் தன்னிச்சை. ஒரு தவிட்டுக் குருவிக் குடும்பம். சாப்பாடு இல்லாதது போல இப்போதுதான் விடிந்திருக்கிற இந்த தினத்தையே அலகால் கொத்துகிற மெலிந்த மைனாக்கள். நான் இவற்றில் எதையும் பார்க்கிறது இல்லை. இவை முன்னால் தொங்குகிற ஒரு கண்ணுக்குத் தெரியாத திரையை யாருக்கும் தெரியாமல் ஒதுக்கி, அல்லது குனிந்து நுழையப் போவது போல மேலே தள்ளினால், எனக்கு மட்டும் தெரிகிற அந்த நீர்த்தகடு இருக்கும். ஆமாம் தகடு. அசையாது, ஓடாது. ஆனால் தண்ணீர். உறைந்து விட்டதும் அல்ல. கையில் அள்ளலாம். கால் வைத்து இறங்கலாம். ஒரு வித இளம் நீல நிறத்தில். இதோ தரையில் விழுந்து தெறிக்கிறதே அந்த ஆவின் கவர் பால் நீலம்.

‘இல்லை. உங்களுக்கு விஷயம் தெரிஞ்சுருக்குமோ’ண்ணு நினைச்சேன்.’ என்று சிரிக்கக் கூடாததான முகத்துடன் பார்த்தார். புங்கை மரத்தடியில் படுத்துக் கிடந்த நாய் ஓடிவந்தது. குனிந்து குனிந்து பால் நனைத்த தரையை முகர்ந்துவிட்டு என் பக்கம் நின்றதும் அவரே கையை வீசி விரட்டினார். ‘இருக்கட்டும். பழகினது தான். ஒண்ணும் செய்யாது’ என்று சொல்கையில் நாய் அதுவாகவே நகர்ந்து அடுத்தவீட்டு வாசலில் பூத்துக்கிடந்த பீ நாறிச் செடிப் பக்கம் போய்விட்டது.

அவரே மறுபடியும் ஆரம்பித்தார். ‘சார் கிட்டே இதுவரை பேசினது கூட இல்லை. முதல் தடவையாக இன்னைக்கு தான் பேசுகிறேன். முதல் பேச்சு நல்ல பேச்சா இருந்திருக்கலாம்’ என்று தயங்கினார். ஒரு நொடி அவர் வண்டியின் பின்னால் அடுக்கப் பட்டு இருக்கிற தொட்டிகளின் மொத்தப் பால் பாக்கெட்டுகளின் நெடி முழுவதுமாக அவர் ஆகிப் பரவுவதுபோல இருந்தார். அவருடைய அடுத்த சொல்லுக்காக நான் காத்திருந்தேன். அவர் சட்டைப் பைக்குள் இருந்த செல் ஃபோன் உரக்கப் பாடியது. ‘வீட்டில ஏதாவது அவசரமா வாங்கிட்டு வரச் சொல்லும்’ என்று அதை எடுத்துத் துண்டித்தார். பேப்பர் போடுகிற பையன் வீட்டுக்குள் பேப்பரை எறிந்துவிட்டு, ‘கிட்டண்ணே என்ன ஒரே போலீசா கிடக்கு’ என்று கேட்டுக்கொண்டே போனான். பள்ளிக்கூடத்துப் பிள்ளைகள் ஓட்டுகிற பச்சைக் கலர் சைக்கிள்.

‘அதைத்தான் நானும் சொல்ல வந்தேன். மாலா பக்கத்திலே ஒரே கூட்டமா கிடக்கு’ என்றார். இப்போது அவருக்கு மறுபடியும் ஃபோன் வந்தது. அதை அப்படியே விட்டுவிட்டார். மாலா என்றால் மாலா அப்பார்ட்மெண்ட். பின்பக்கத்து ட்ரான்ஸ்ஃபார்மரில் இருந்து வலது பக்கம் போய், ரோட்டைக் குறுக்கே தாண்டினால், முதல் கட்டிடம். ‘எடுத்துப் பேசுங்க, ஏதாவது அவசரமா இருக்கப் போகுது. என்று நான் சொல்லவும் பேசினார். சரி என்றும், பார்த்துக் கிடுதேன் என்றும் ஒற்றை வார்த்தையாகப் பேசிவிட்டு வைத்தார். ‘வீட்டுல தான் பேசுதாங்க. லைனை முடிச்சுட்டுச் சீக்கிரம் வந்து சேரணுமாம். யாருகிட்டேயாவது வாயைக் கொடுக்காமல் வரச் சொல்லுது’ என்று என்னிடமும்,’ இருக்கிறவனை எல்லாம் விட்டுட்டு பால்காரனையும், அயர்ன்காரனையும் தானே போலீஸ்காரன் விசாரிப்பான். அப்படித்தானே இருக்கு உலகமும்’ என்று தானாகவும் பேசினார். தலை தட்டாமல் போகிறதுக்கு இடைஞ்சல் பண்ணுகிறது என்று லாரிக்காரர்கள் ஒடித்துவிட்டுப் போயிருந்த கிளை முறிந்து என் பார்வைக்கு நேரே தொங்கி அசைந்தது.

சற்று நிமிர்ந்து அதைப் பார்த்து, அந்த முறிவிலிருந்து தன்னுடைய வார்த்தையை எடுத்துக்கொண்டது போல, 'இப்படித் தான் ஆகியிருக்கும்னு சொல்லுதாங்க. பக்கத்து வீட்டு ஆட்கள் தான் ஏதோ வீச்சம் அடிக்குதுண்ணு எட்டிப் பார்த்திருப்பாங்க போல. இவரு மாத்திரம்தான் இருந்திருக்காரு. குடும்பத்து ஆட்களுக்கு எல்லாம் ஊரிலே இல்லையாம். இப்போதான் தகவல் போயிருக்கு. போலீஸ் வந்து கதவை உடைச்சு, கீழே இறக்கிப் போட்டிருக்காங்க'

இதுவரைக்கும் அவர் யார் என்று சொல்லவில்லை. எனக்குப் பளிச்சென்று செல்வகுமார் ஞாபகம் வந்துவிட்டது. எதிர்ப் பக்கத்து பஸ் சன்னலில் தெரிந்து, நிதானிக்கிறதற்குள் மறைந்து விடுகிற முகமாக, எப்போது பார்த்தாலும் கீழ் உதட்டை வலது ஓரமாக அழுந்தக் கடித்தபடி, மிக நிதானமாக ஒவ்வொரு சொல்லுக்கான அவகாசத்தையும் எடுத்தவாறு பேசுகிற அவர் முகம் ஒரு மின்னல் திரையாக உரசி விலகியது.

பால்காரர் அதையே சொல்வார் என்று எதிர்பார்க்கவில்லை. 'உங்க வீட்டு மேடம் கூடத்தானே வேலை பார்த்தாரு. அதுதான் சொன்னேன்'. அதுவரை இருந்த முகம் தகர்ந்து, எனக்கு வேறொரு முகம் வந்துவிட்டதை அவர் கவனித்திருக்க வேண்டும். 'சார். காலையிலே வெளியே நிண்ணு செடியுங் கொடியுமா ரெண்டு நிமிஷம் பச்சையைப் பார்க்கணும்னு நினைச்சிருப்பீங்க. குறுக்கே அண்டங் காக்கா பறந்த மாதிரி, நான் இதைச் சொல்லும்படி ஆகிட்டுது' என்று வருத்தம் காட்டியபடி கிளம்பினார். 'அம்மாவுக்குத் தெரிஞ்சுதுண்ணா உங்களை விட ரொம்பக் கஷ்டப்படும்' என்ற அவர் குரல் வலது பக்கமாகத் திரும்பிப் போயிற்று.

எனக்கு இந்த வீட்டுக்குள் இப்போதுதான் முதல் முறையாக நுழைவது போல இருந்தது. மனம் ஒரு காட்டமான சுண்ணாம்பு வாடைக்குள்ளும் புகை மண்டும் வெக்கைக்குள்ளும் புகுந்து வெளியேறியது. காவேரி இப்போது பின்னால் தான் இருப்பாள். சமையல் அனேகமாக முடிந்து அடுப்படி வேலையின் வியர்வை தணிகிறவரை, அவள் செடிகளின் பக்கம் போய்விடுவாள்.

எல்லாம் பூஞ்செடிகள். ஒரு இருவாச்சி, ஒரு அடுக்கு மல்லி, ஒரு நந்தியாவட்டை தவிர மற்றவை எல்லாம் செம்பருத்தி. செம்பருத்தி என்றால் வெறும் நாட்டுச் செம்பருத்தி மட்டும். மஞ்சள், வெள்ளை, வெளிர் சிவப்பு எல்லாம் கிடையாது. காவேரிக்குப் பிடிக்காது. 'செம்பருத்தின்னாலே சிவப்பா தான் இருக்கணும். கை கையா செக்கச் செவேர்ணு அது பூத்திருக்கிறதை தூரத்தில்

இருந்து பார்த்தாலும் லெச்சணமா இருக்கும். பக்கத்தில் இருந்து பார்த்தாலும் லெச்சணமா இருக்கும்' என்று சொல்வாள். ' ஏன், அழகா இருக்குண்ணு சொல்ல மாட்டியோ?' என்று கேட்டால், 'அழகு வேறே, லெச்சணம் வேறேங்க. உங்களுக்குத் தெரியாது' என்பாள். 'சரி. காவேரி. நீ அழகா, லெச்சணமா?' என்று கேட்டால், 'அதை நீங்கதான் சொல்லிக்கிடணும். என்னைப் பொறுத்த மட்டுக்கும் செம்பருத்தி செம்பருத்தி மாதிரி இருக்கணும். காவேரி காவேரி மாதிரி இருக்கணும். இருக்கேன்' என்று முடித்துக் கொள்வாள்.

'அம்மா எங்கே, பின்னால தானே இருக்கா?' ரேவதியிடம் கேட்டேன். அவள் மடியில் தினசரியை விரித்து வைத்துப் படித்துக் கொண்டே, வலது தோள் வழி தொங்குகிற கூந்தலைப் பின்னியபடி இருந்தாள். வாயில் ஹேர் பின் நெளிவு கருப்பாக நீண்டபடி. தலையை அசைத்துக் கையையும் காட்டினாள். வெளியே கேட்கவில்லை. உள்ளே பால்காரர் தகவல் உண்டாக்கின பதற்றம் இரண்டு மூன்று தடவை காவேரி என்று பெயர் சொல்லிக் கூப்பிட்டுவிட்டது. சில சமயங்களில் வீட்டின் சின்ன அறைகள் நீளமாகிவிடுகின்றன. வேகமாக நடந்தாலும் அதே இடத்தில் நிற்பது போல் ஆகிவிடுகிறது. எனக்கு என் முகம் இப்போது எப்படி இருக்கிறது என்று பார்க்கத் தோன்றியது. வேண்டாம் என்று கண்ணாடி அலமாரி இருக்கிற இடத்தை அவசரமாகத் தாண்டிவிட்டாலும், என்னுடன் ஒரு கண்ணாடி நகர்வது போல, என் முகத்தை யூகித்துப் பார்த்துக் கொண்டேன். அது செல்வகுமாரைப் போல கீழ் உதட்டைக் கடித்துத் தோல் உரித்தது.

காவேரி செடிகளுக்குத் தண்ணீர் பாய்ச்சி முடித்துவிட்டாள். சேலையின் நிறையப் பகுதிகள் நனைந்திருந்தன. மண் தொட்டிகளின் பக்கத்தில் அமர்ந்திருந்தாள். ஒரு சின்னக் கிண்ணியில் அவள் பறித்த குருத் தக்காளிப் பழங்கள் கருத்த மினுமினுப்புடன். சுவர் ஓரமாகக் கரையான் பிடித்து, அதைத் தட்டிவிட்ட செம்மண் நெளிவு. என்னைப் பார்த்ததும், 'கொஞ்சம் போல தண்ணி திறந்து விட்டிருக்கான். குழாய் வரைக்கும் கூட இல்லை' என்றாள். நான் மேல்கொண்டும் அவளைப் பார்க்க நடந்ததும், 'ரேவதியை உங்களுக்குக் காஃபி சேர்த்துக் கொடுக்கச் சொன்னேனே. கொடுக்கலையா ?' என்றாள். ஒரு அட்டவணை. அதில் ஒவ்வொன்றாக டிக் செய்துகொண்டே வருவாள். எதுவும் பிந்தவும் கூடாது. முந்தவும் கூடாது.

செல்வகுமார் முந்திவிட்டாரா, பிந்திவிட்டாரா? என்னால் முடிவு செய்ய முடியவில்லை. 'வாசலிலே பேச்சுச் சத்தம் கேட்டுதே. யாரு வந்திருந்தா?' என்பதற்கு அப்புறம் செல்வகுமாரா என்று அவள் கேட்டுவிடக் கூடாதே என்று இருந்தது. கேட்கவில்லை.

'கஷ்டமா இருக்கு காவேரி' என்றேன். என்ன என்று கூடக் கேட்காமல் எழுந்திருந்தாள். என்னுடைய கண்களையே பார்த்துக்கொண்டு குருத்தக்காளி இருந்த கிண்ணத்தை ஞாபகமாக எடுத்துக் கையில் வைத்தாள். ஒரு மண் தொட்டி அதன் இடத்தை விட்டு நகர்ந்திருந்தது. அதை ஏற்கனவே இருந்த ஈர இடத்தின் அடையாள வட்டத்தில் பொருந்துமாறு வைக்கும் போது உண்டான மண்ணின் நறநறப்பு பொருத்தமாகத் தோன்றியது. சொன்னேன், 'செல்வகுமார் சாரைப் பத்தி என்னவோ சொல்லுதாங்க காவேரி'. இதைச் சொன்ன பிறகும் அதை நேரடியாகச் சொல்ல முடிய வில்லை. 'அவரு அபார்ட்மெண்ட் முன்னாடி ஒரே கூட்டமா கிடக்காம்' என்றேன்.

'ஃபேமிலியோடே வெளியூருக்குப் போகிறேன்னு ஒரு வாரம் லீவுல்லா போட்டிருக்கிறாரு. பூஜா ஹாலிடேஸ் முடிஞ்சு தான் வருவாரு' காவேரி சிரிப்பதற்கு முந்திய முகத்தை நெருங்கி யிருந்தாள்.

'இல்லை காவேரி. இனிமே அவரு வரமாட்டாரு' ஒரு சினிமா வசனம் போல இருந்தாலும், நான் அப்படித்தான் அதைக் காவேரியிடம் சொன்னேன். கையில் இருந்த கிண்ணத்தை அவளுக்கு அருகில் இருந்த சன்னல் விளிம்பில் வைத்துவிட்டு அப்படியே பின் வாசல் நடையில் உட்கார்ந்தாள். சேலைத் தலைப்பை எடுத்து வாயில் வைத்தபடி. 'ரெண்டும் நிமிர்ந்த பொம்பிளைப் பிள்ளைங்கங்க' என்றாள். 'என்ன கண்ட்ராவி' என்று தலைக் குனிந்து அப்படியே இருந்தாள். 'யாரு சொன்னா?' என்று கேட்கும் போது, துணிகள் காயப் போடுவதற்கான உலோக க்ளிப்பை அவளை அறியாமல் அவளுடைய நடு விரலிலும் சுட்டுவிரலிலும் கவ்வுகிற மாதிரி மாட்டியிருந்தாள்.

'நல்ல மனுஷன் 'ங்க' என்று சொல்லிவிட்டு, 'உங்களை அவருக்கு ரொம்பப் பிடிக்கும்' என்று என்னைப் பார்த்தாள். 'சார் ரொம்பப் பேசமாட்டாரு. ரொம்ப மூடி டைப். தெரியும் மேடம். ஆனா எனக்கு சாரை ரொம்பப் பிடிக்கும்.' என்று அடிக்கடி என்கிட்டே சொல்லுவாரு.'

ரேவதி எங்கே இருக்கிறாள் என்று பார்த்தேன். உள்ளே அதே இடத்தில் இருந்து தலை பின்னிக்கொண்டுதான் இருந்தாள். கொஞ்ச நேரத்திற்கு முன்பு, பார்த்தவள் தான். இங்கே இருந்து, இரண்டு மூன்று அறைகளுக்கு முன்பு இருக்கிற தூரத்தில் வைத்துப் பார்ப்பதற்கு ரொம்ப அழகாகத் தெரிந்தாள். எல்லா வர்ணங்களும் ஊடுருவிக்கொண்டு இருக்கிற ஒரு பளிங்குத் துளி வெயிலில் ஏதோ ஒரு இலை நுனியில் திரண்டு ரேவதியாக பிரம்பு நாற்காலியில் உட்கார்ந்திருந்தது.

நான் காவேரியைப் பார்த்தேன். ரேவதியை அப்படிப் பளிங்குத் துளியாக நினைத்துப் பார்த்ததால் இருக்க வேண்டும். என்னுடைய அடுத்த பேச்சும் அதன் போக்கிலேயே வந்தது. ‘அந்த ஆளு ஸ்படிகம் மாதிரி, காவேரி. மனசுலே ஒண்ணுமே கிடையாது’ என்று ஆரம்பித்தேன். நிழலில் நின்று பேசுவதைவிட, வெது வெது வென்று கொஞ்சம் வெயில் மேலே பட்டால் நன்றாக இருக்கும் என்று தோன்றியது. எதிர்ச் சுவரில் போய்ச் சாய்ந்துகொண்டேன். ‘என்னிடம் சினிமா பத்திப் பேசினதில்லை. டி.எம்.கே, ஏ.டி.எம்.கேன்னு பேசியதில்லை. இந்தக் கதை படிச்சீங்களா, அந்தக் கதை படிச்சீங்களா என்று பேசினது இல்லை. ஆபீஸ்லே அவன் கை நீட்டுவான், இவன் கால் நீட்டுவான்னு பேசினது இல்லை. ஆனா ஒண்ணு தெரியுமா காவேரி. அவரு உன்னைப் பத்திப் பேசி இருக்காரு. என் முகத்துக்கு முகம் பார்த்து, கண்ணைவிட்டுக் கண் எடுக்காமல் உன்னைப் பத்தி ஒரு நாள் ரொம்ப நேரம் பேசி இருக்காரு.’ நான் வெயிலில் நின்று பேசியது போலவே, நான் பேசப் பேச, எனக்கும் அவளுக்கும் இடையில் சாய்ந்து இறங்கிய வெயிலின் கிரணங்களைப் பிடித்துவிடுகிறதாக மாறி மாறிக் கைகளை வீசி, பிடி தானியம் அள்ளுவது போல இருந்தாள்.

‘அவருக்கு உன்னை ரொம்பப் பிடிக்குமாம். உன்னை என்றால் உன் சிரிப்பைப் பிடிக்குமாம். நீ எப்படி அப்படிச் சிரிச்சுக்கிட்டே இருக்கேன்னு ஆச்சரியமா இருக்குமாம். உலகத்தில எல்லா மனுஷிக்கும் இப்படிச் சிரிக்கத் தெரிஞ்சுதுண்ணா எவ்வளவு நல்லா இருக்கும் என்று சொல்லிவிட்டுக் கண்ணை மூடிக்கிட்டார். ஒரு நாள் வீட்டிலே போய் தன் ரெண்டு பொண்ணையும் கூப்பிட்டுப் பக்கத்துல வச்சுக்கிட்டு, எங்க ஆபீஸ்லே ஒரு மேடம் இருக்காங்க. அவங்க சிரிப்பு அப்படி இருக்கும். இங்கே பக்கத்துலே தான் இருக்காங்க. உங்க ரெண்டு பேரையும் கூட்டிக்கிட்டுப் போறேன்’னு சொல்லிக் கிட்டு இருந்தாராம். இதை அவரு மிசஸ் கேட்டுட்டு ஒரே வசவாம்.

டெட்டால் போட்டுக் கழுவுனால் கூடப் போகாது சார் என்று ஏதோ அப்போது கேட்பது போல ரெண்டு காதுலேயும் விரலைச் சொருகிக்கிட்டாரு.'

எனக்கு எப்படி ஒரு மிருதுவான குரல் அமைந்தது என்று தெரியவில்லை. நான் காவேரியிடம் சொல்லிக்கொண்டே போகிறேன். ஒரு கீரைத் தண்டு இலையில் ஓரத்தில் நகர்ந்துசென்று கொண்டு இருக்கும் பச்சைப் புழுவைப் போல என் சொற்களை எல்லாம் தன் மேல் ஊர்ந்துசெல்லவிட்டபடி காவேரி நடையில் இருந்தாள். ஒரு குளிர் காற்று வீசுவது போல, அவளுடைய சேலைத் தலைப்பைக் கழுத்தைச் சுற்றி இட்டுக்கொண்டாள்.

'நீங்க இதை லவ்வு அப்படி இப்படின்னு எடுத்துக்கிடக் கூடாது' என்று சொல்ல ஆரம்பித்த செல்வகுமாரை ஒரு மூன்றாவது ஆளாக, நானே எனக்கும் காவேரிக்கும் இடையில் உட்கார்த்தி வைத்துக் கொண்டு மேலும் அவளிடம் சொல்ல ஆரம்பித்தேன்.

இது லவ்வு கிவ்வு எல்லாம் கிடையாதாம். அப்படி எல்லாம் நினைப்பு இருந்தா அதை இப்படி எதுத்தாலே இருந்துகிட்டு மேடம் வீட்டு சார்கிட்டேயே சொல்ல முடியாதாம். அப்போ இது என்னன்னு கேட்கப்படாதாம். அதுக்கு அவர்கிட்டே பதில் கிடையாதாம். ஏன்'னா அவர் லவ் பண்ணியிருக்காராம்.

'என் கூடப் பிறந்த அக்கா மகளைக் காதலிச்சேன் சார். மேனகான்னா உயிரையே விட்டிருவேன். அப்படிக் காதலிச்சேன். அதெல்லாம் அதுக்குப் புரிஞ்சுதோ புரியலையோ. எங்க அக்காவுக்குப் புரிஞ்சுது. வில்லியே எங்க அக்காதான். நான் சர்வீஸ் கமிஷன் வேலை கிடைச்சு லொட்டு லொட்டுன்னு டைப் ரைட்டிங் மெஷினைத் தட்டிக்கிட்டு இருந்தேன். எங்க அக்கா மக எம்.எஸ்ஸி படிச்சு காலேஜ் லே வேலைக்குப் போனா. எங்க அக்கா ஏற்கனவே தரையிலே கால் பாவ மாட்டா. இப்போ தலை கீழேயே நிக்க ஆரம்பிச்சுட்டா. என் மகளுக்கு யானையில வருவான். குதிரையிலே வருவான்னு சொல்லி யாருக்கோ ஒரு உருப்படாதவனுக்குக் கெட்டிவச்சா. அது அப்படி முடிஞ்சுது.'

காவேரி நான் சொல்லச் சொல்லக் கேட்டுக்கொண்டு இருந்தவள், 'ரொம்ப நேரமா வெயிலே நிக்கிறீங்க. பேசாம இப்படி உட்காருங்க' என்று எனக்கு இடம் விடுவதற்கு நடையின் ஓரமாக ஒதுங்கிக்கொண்டாள். நான் உட்கார்ந்தவுடன் என் கையை எடுத்துத் தன்னுடைய கையில் வைத்து என்னைப் பார்த்தாள். நான் மறு படியும் செல்வகுமாருடைய குரலுக்கு மாறினேன்.

'அது அப்படியாச்சா? அதுக்கு அப்புறம் கல்யாணம், குழந்தை குட்டி எல்லாம் ஆச்சு. நம்ம லவ் ஸ்டோரியில, படத்தை விட இன்டர்வெல் ஜாஸ்தியா போச்சு. இங்கே ட்ரான்ஸ்ஃபர் ஆகிறதுக்கு முன்னாடி, மதுரையிலே ஆறு வருஷம். நரிமேட்டில ஆபீஸ். அங்கே தான் என் அடுத்த லவ் ஆரம்பிச்சது. அடுத்ததுன்னா எப்போ? எங்க சின்னது செகண்ட் ஸ்டாண்டர்ட் போன சமயம். ஊரைச் சொன்னாலும் பேரைச் சொல்லக்கூடாது இல்லியா. அதே ஆபீஸ் தான். அதுக்கு வயசு ஒண்ணும் ஆகிடலை. சின்ன வயசு தான். என்கிட்டே அதுக்கு என்ன தோணுச்சோ. அப்படி ஒரு நெருக்கமாகிப் போச்சு. நாப்பது நாப்பத்திரண்டு வயசுல எனக்கு வந்தது லவ்வா? வேறே ஒண்ணான்னு எனக்குத் தெரியலை. வேறே ஒண்ணு என்ன, வேறே எல்லாமும்தான் எங்களுக்குள்ளே இருந்துது.' இதுவரை சற்று இளகின குரலில் சொல்லிக்கொண்டே வந்த செல்வகுமார், ஒரு பாறை சரிந்து உருண்டு வருகிற கனத்துடன் சொன்ன விதம் துயரம் நிரம்பியதாக இருந்தது.

'போச்சு சார். எல்லாம் போச்சு சார்.' என்று தன் கைகளைப் பிசைந்தார். தன் மொத்த உடலையும் கைகளுக்குள் வைத்துப் பிழிவது போல, உட்கார்ந்த இடத்தின் நுனிக்கு வந்து தன்னை முறுக்கிக்கொண்டார். ஒரு சொட்டுச் சாறு இல்லாமல் பிழிந்து எறியப்பட்ட சக்கை மாதிரி செல்வகுமார் முகம் வெளிறிப் போயிருந்தது. 'ஒரு ஆக்ஸிடெண்ட் சார். சிவகங்கைக்கு கொஞ்சம் முந்தி, பாண்டியனும் ஒரு லாரியும் மோதினதுலே ஆறு பாஸெஞ்சர் அந்த இடத்துலேயே அவுட். அதுலே இதுவும் ஒண்ணு'

இந்த இடத்தில் அவரைக் கொஞ்சநேரம் அமைதியாக மீள விட்டு விட்டு, 'செல்வகுமார், கொஞ்சம் தண்ணி குடிக்கிறீங்களா?' என்று கேட்டதும். ஒரு கல்லுக்கு உள்ளே இருந்து வெளியே வருவது போல, ஒரு குகையில் இருந்து திரும்பித் திரும்பிப் பார்த்த படி வெளிப்படும் ஒரு விலங்கு போல, அவர் என்னைப் பார்த்து, 'வேண்டாம்' என்று காற்றில் கை அசைத்துவிட்டு, 'இதை எல்லாம் இதுவரைக்கும் யாருகிட்டேயும் சொல்லாதவன் உங்க கிட்டே சொல்றேன்னா, லவ்வு வேறே, மேடம் சிரிப்பு வேறேன்னு எனக்குத் தெரியும்னு நீங்க புரிஞ்சுக்கிடத்தான்.' இப்படிச் சொல்லிவிட்டு அவர் என் கையைப் பிடித்துக் கொண்டார் காவேரி. அவரு ஒரு ஆண். நான் இன்னோரு ஆண். இப்படி எல்லாம் ஒருத்தர் பேச முடியும்கிறதும். அப்படிப் பேசிவிட்டு, இப்படிக் கையைப் பிடிக்க முடியும்கிறதும் ரொம்பப் பெரிய விஷயம் இல்லையா காவேரி?'

இவ்வளவு நேரம் என் கையைத் தன் கைகளுக்குள் இறுக்கமாக வைத்திருந்தவள், மேலும் இறுக்கமாகப் பற்றின வாக்கில் முழங்கையும் முழங்கையும் ஒட்டியிருக்க நிமிர்த்தி அப்படியே தன்னுடைய உதடுகள் மேல் பதித்துக்கொண்டாள். கணுக்கணுவாகப் புடைத்திருந்த என்னுடைய விரல்களின் நெளிவில் திரும்பத் திரும்ப முத்தம் கொடுத்தாள். சற்று நேரம் வெயிலிடம் ஏதோ சொல்லப் போவது போல, வெயில் சொல்வதைக் கேட்கப் போவது போல அப்படியே இருந்தாள்.

'இதையெல்லாம் எப்போ உங்க கிட்டே சொன்னாரு?'

'ஒரு மூணு மாசம் இருக்கும் காவேரி'

'அவரு உங்ககிட்டே சொன்ன மாதிரி என் கிட்டேயும் சொல்லி இருக்கலாம்' என்று சொல்லிவிட்டு என் மடியில் முகத்தைப் புதைத்தாள்.

குலுங்கிக் குலுங்கி அழுகிற அவளுடைய முதுகு வரை இப்போது வெயில் வந்திருந்தது.

அம்ருதா
ஜனவரி - 2016

இனிமேல் என்பது, இதில் இருந்து

மழை விட்டுவிட்டதா என்று ஆவு கையை நீட்டிப் பார்த்தபடியே தெருவாசல் நடைப்பக்கம் கழற்றிப் போட்டிருந்த செருப்புகளுக்குள் காலை நுழைத்துக் கொண்டு இருந்தாள், வெளிச்சம் இல்லை. கரண்ட் போயிருந்தது. நனைந்த செருப்பில் இருந்து தோல் வாடை அடிப்பதாக, எப்போதோ நுகர்ந்த வாசனை அவள் முகத்துக்குள் வந்தது. புளியங்கொட்டை அளவு கூட இராது. ஒன்றை அடுத்து இன்னொன்றாக குட்டிக் குட்டித் தவளைகள் தெருவில் இருந்து வாசல் பக்கம் குதித்து நகர்ந்து வந்தன.

கோமு இதுவரை அசையாமல், தந்தி போஸ்ட் பக்கம் கெட்டுக்கிடையாகத் தேங்கி இருக்கும் தண்ணீரில் மழைப் புள்ளி விழுவதையே பார்த்துக் கொண்டு இருந்தவன், வாசல் பக்கமாக வரும் குட்டித் தவளைகளைச் சாணி ஒதுக்குவது போல், பாதத்தை வைத்து விரட்டித் தெருவுக்குத் தள்ளினான். கால் வெற்றுக் காலாக இருந்தது.

'செருப்புப் போடலையா?' ஆவு கேட்கும் போது, உடனே பதில் சொல்லவில்லை. தலையை இருட்டுக்குள் குனிந்து நின்றான். 'எங்கே கழத்திப் போட்டேன் என்று ஞாவுகம் இல்லை' என்றான். அவனுக்கு லேசாக நினைவுக்கு வந்துவிட்டது. ஆஸ்பத்திரியிலேயே விட்டுவிட்டான்.

நேற்று ஆவுடையம்மையும் அவனும் தான் கஞ்சியும் ரசம் சாதமும் எடுத்துக்கொண்டு வந்திருந்தார்கள். ‘குடை கூட எடுத்துக் கிடாமல் எதுக்கு இப்படி ரெண்டு பேரும் மழையில நனைஞ்சுக் கிட்டு வாரீங்க’ என்று திருப்பதி அத்தை கேட்டதற்கு, கோமு பதில் சொல்லவில்லை. ‘அண்ணன் வீட்டுல யாரும் வரலையா துணைக்கு. நீ மாத்திரம் தான் இருக்கியா?’ என்று கோமு கேட்டுக் கொண்டே, அம்மா பக்கம் கட்டிலுக்குப் போனான். அம்மாவை தலைகாணி உறை மாதிரி ஒரு நைட்டியில் போட்டிருந்தார்கள். புதிது இல்லை. சாயம் போன ஒன்று. மதினி உடுத்தியதாக இருக்கும். ஆவு பக்கம் திரும்பி, ‘நம்ம கிட்டே சொல்லி இருந்தால் கூட சேலை புதுசா ஒண்ணு கோவாப்டெக்ஸில எடுத்துட்டு வந்திருப்போம்’ என்றான். திருப்பதி அத்தை, ‘இப்போதைக்கு இது வசதியாத் தான் இருக்கு. கோமு. பழசு புதுசு பார்க்கிற கட்டத்தை எல்லாம் எப்பவோ உங்க அம்மை தாண்டியாச்சு. இனிமேயா அவ நல்லது பொல்லது உடுத்தப் போறா?’ என்று திருப்பதி அத்தை சொல்லும் போதே அவளுக்குக் கண் நிறைந்துவிட்டது.

ஆவு ஒயர் பையில் இருந்து தூக்குச் சட்டியையும் சம்புடத் தையும் சுடு தண்ணீர் கொண்டுவந்த தெர்மாஸ் பிளாக்சையும் எடுத்து வைத்துவிட்டு திருப்பதி அத்தை தோளைத் தொட்டு, ‘டாக்டர் என்ன சொல்லுச்சு?’ என்றாள். ‘என்ன சொல்லுவான்னு நமக்குத் தெரியாதா? நல்லா இருக்காண்ணு தான் சொல்லுவா?’ என்று லேசாகச் சிரித்தாள்.

கோமு அம்மா பக்கத்திலேயே நின்றான். இந்த உடையில் கட்டிலில் கிடப்பவளைப் பார்க்கப் பிடிக்கவே இல்லை. நேற்றை விட மூத்திர வாடை காட்டமாக இருந்தது... ‘வீச்சம் ஜாஸ்தியா இருக்கே.’ என்று ஆவு முகத்தைப் பார்த்தான். ‘சன்ன மருந்து மாத்திரையா உள்ளே போகுது’ ஆவு பக்கத்தில் வந்ததும், ‘லேசா ஒரு கை பிடி’ என்று சொல்லி, அவனும் சேர்ந்து உடலைப் புரட்டினான். திருப்பதி அத்தை தலை மாட்டில் வந்து தாங்கிப் பிடித்தாள். ஆவுக்குக் கூடத் தயக்கமாக இருந்தது. கோமு இடுப்பு வரை அவனாகவே துணியை உயர்த்தினான். இடுப்பிற்குக் கீழ் புண் வைத்திருந்தது. போரிக்காஸ் பவுடர் போட்டு இருந்தார்கள். திட்டுத் திட்டாக கருத்த தேகத்தில் அது படர்ந்து, அந்த இடம் சதையே இல்லாமல் வேறு இடம் போல ஆகியிருந்தது.

ஆவு மீண்டும் கால் வரை துணியை இறக்கி இழுத்துவிட்டாள். கரண்டைக்கு வரை தான் அது மூடியது. மொத்தமாகப் பார்ப்பதை விட்டுத் தனித்தனி அங்கமாகப் பார்த்தால் யாரையுமே இரண்டு

நிமிஷம் சேர்ந்தால் போல பார்க்க முடியாதோ என்று ஆவுடையம்மைக்குத் தோன்றியது. தன்னுடைய கரண்டைக் கால் தோலும் இப்படித்தான் காய்த்துப் போயிருக்குமோ என்று நினைக்கையில், ஆவு இடது கால் பாதத்தால் வலது கரண்டையை நீவிக்கொண்டாள்.

'பொன்னையாண்ணனும் மதினியும் எப்போ வந்தாங்க?' என்று கோமு திருப்பதி அத்தையிடம் கேட்டான். திருப்பதி அத்தை கொஞ்ச நேரம் பதில் சொல்லாமல் இருந்தாள். 'நான் தான் துணைக்கு இருக்கேனே. எல்லாரும் எதுக்கு அலையணும்' என்றாள். கோமுவின் முகத்தைப் பார்க்காமல் ஆவு நிற்கிற திசையைப் பார்த்து, 'நாளைக்கு பணகுடியில ஒரு கல்யாணத்துக்குப் போகணுமாம். ஆபீஸ்ல ஒண்ணா வேலை பார்க்கிற இடத்து விஷேசம். போய்த் தீரணும். தட்ட முடியாது. அதனால இன்றைக்கு ரெண்டு பேரும் வேலைக்குப் போயிட்டு, நாளைக்கு லீவு போடணும்னு பேசிக்கிட்டாங்க, நேத்துப் பார்க்க வந்தப்பவே' என்றாள்.

கட்டிலில் கிடந்த உடல் அசைகிற மாதிரி இருந்தது. 'யெய்யா' என்று லேசாக ஒரு சத்தம் வந்தது. அந்தச் சத்தத்திற்கே, காற்றில் அரசிலைச் சருகு நகர்கிற வாகில், உடல் கட்டிலுக்குள் நூல் அளவு தன்னை உயர்த்தித் தணித்தது.

'என்னம்மா வேணும்?' கோமு ஒரு மரச்சட்டம் போல இருந்த கையைக் கையில் எடுத்துக்கொண்டான். ஆவு பக்கத்தில் வந்து நின்று, 'அத்தை, அத்தை' என்று சத்தம் கொடுத்தாள். அத்தையின் நெற்றியில், தலை முடியில் எல்லாம் கைவைத்துத் தடவிக் கொடுத்தாள். நெத்திச் சூடு எல்லாம் நல்லா இருக்கு. பயப்படுததுக்கு ஒண்ணும் இல்லை' என்று திருப்பதி அத்தை சொன்னாள். 'குமாரு வந்திருக்கேன்' என்று கோமு அம்மாவின் முகத்தைப் பார்த்துச் சொன்னான். அவனை அப்படித்தான் அவள் கூப்பிடுவாள். 'யம்மா. யம்மா. தெரியுதாம்மா?' என்று கோமு அழ ஆரம்பித்தான்.

'நல்லா இருக்கு கோமு. நீ என்ன சின்னப் பிள்ளையா? இல்லை உங்க அம்மை உன்னைக் கைப்பிள்ளையா விட்டுட்டுப் போகப் போறாளா? உனக்கு அம்பது ஆச்சு. அவளுக்கு எழுவது தாண்டியாச்சு. ஜே ஜேண்ணு ஆண்டு அனுபவிச்ச மனுஷி. உங்க அப்பா போன வழி எங்கேண்ணு, அவள் வழியைப் பார்த்துக்கிட்டு அவள் போவாளா, உன் கூடயே இருந்துக்கிட்டு இருப்பாளா? சொர்க்க வாசல் கதவு யார் யாருக்கு என்னைக்குத் திறக்கோ, அன்னன்னைக்கு அவங்கவங்க புறப்பட வேண்டியதுதான். முந்தி, பிந்தியெல்லாம் சித்திரகுப்தன் கணக்குல்லா?' என்று தேற்றினாள்.

‘மாமா செத்ததுக்குக் கூட இப்படி அழலை.’ ஆவு சுருக்கமாகச் சொன்னாள். திருப்பதிப் பெரியம்மை போல, நிறுத்தாமல் எதையாவது சொல்லிக் கோமுவை அமைதிப்படுத்த வேண்டும் என்று நினைத்தாள். இந்த மூத்திர வாடை கூட அவளுக்குப் பிடித் திருந்தது. கோமுவை அணைத்துக்கொள்ள வேண்டும் என்று தோன்றுவதற்குக் கூட அதுதான் காரணமாக இருக்குமோ? திருப்பதிப் பெரியம்மை கொஞ்சம் வெளியே போக மாட்டாளா? என்று ஒரு தவிப்பு வந்தது. ராஜமும் மீனாளும் வளர்ந்த பிறகு கோமு தனியாகப் படுக்க ஆரம்பித்துவிட்டான். கோமு படுத் திருக்கிற முன் ரூம்புக்கு ஆவு போய் வந்து எல்லாம் ரொம்ப காலம் ஆயிற்று. இடையில் ஒரு நாள், ரொம்ப நேரம் டி;வியில் இளைய ராஜா பாட்டுக் கச்சேரி நடந்தது... பதினோரு மணிக்கு மேல் கூட இருக்கும். ஆவு எப்போதும் படுக்கிற கட்டிலில் உட்கார்ந்து தான் பார்த்தான். அப்படியே தூங்கிவிட்டான். மறு நாள் தலையில் இருந்த பிச்சிப் பூ வாடலை உருவி எடுத்துக்கொண்டே ஆவு, முன்னும் சொல்லாமல் பின்னும் சொல்லாமல், ‘அப்புறம்தான் நல்ல நல்ல பாட்டா பாடினாங்க’ என்று சொன்னாள். அதற்குக் கோமு ‘தூக்கம் வந்துட்டுது’ என்று சிரித்ததோடு சரி.

ஆவுடை கோமுவின் புறங்கை முடியை லேசாகப் பிடித்து இழுக்கவேண்டும் என நினைத்த போது நர்சம்மா வந்து, ‘டாக்டர் வருகிறதுக்கு இன்றைக்கு நேரம் ஆகும். ஒரு ஆப்பரேஷன் இருக்கு’ என்று இவர்கள் யாரும் கேட்காமலே சொல்லிவிட்டு, ஃபோனில்; சிரித்துச் சிரித்துப் பேசியவாக்கில் போனாள்.

கோமு ஆவு பக்கம் திரும்பி, ‘நீயும் திருப்பதி அத்தையும் வீட்டுக்குப் போங்க. நான் பார்த்துக்கிடுதேன்’ என்றான். ‘ஆத்திர அவசரத்துக்கு துணிமணி மாத்தணும்னா நான் இருந்தால் தான் ஒத்தாசையா இருக்கும். நீ ஆம்பிளை. என்ன பண்ணுவே? என்ன ஆவு?’ என்று அவள் திருப்பிக் கேட்டாள்.

‘ஆஸ்பத்தியில ஆம்பளை பொம்பிளை, அம்மை மகன் எல்லாம் பார்த்தா நடக்குமா?’ என்று பொதுவாகச் சொல்லிவிட்டு, ‘நீ சங்கரன் கோயில் கல்யாணத்துக்குப் போயிட்டு வந்திரு. ஒருத்தராவது போகாட்டா நல்லா இருக்காது’ என்று ஆவுடையிடம் சொன்னான். ஆவுவுக்கு உடனே ஒரு குமிழி போல ஒரு சந்தோஷம் உண்டாயிற்று. ‘எங்க சந்திராக்கா போன உடனே, எங்கே அத்தான் வரலையாண்ணு உங்களைத்தான் கேட்பா’ என்றாள். ஆவுடைக்கு நிறைய தடவை சந்திரா அக்காவை கோமு கட்டிக்கொண்டு இருக்கலாம் என்று தோன்றும். அது எதனால் என்று தெரியாது. ஆனால் அப்படித் தான் அது.

கோமு அவள் சொன்னதை அப்படியே வாங்கிக் கொள்ள வில்லை. ஏதோ திடசித்தத்துடன், ஒரு கோட்டைக்குள் அம்மாவும் அவனும் மட்டுமிருக்கத் தீர்மானித்துவிட்ட முகத்துடன் இருந்தான். வீட்டுச் சாவியை எடுத்துக்கொள்ள ஞாபகப்படுத்தினான். தனியாகப் படுக்கவேண்டாம். திருப்பதி அத்தையைத் தங்கச் சொல்லிவிட்டு, காலையில் அவர்கள் வீட்டுக்குப் போகச் சொல் என்றான். சனி, ஞாயிறில் பிள்ளைகள் இரண்டையும் ஹாஸ்டலில் இருந்து கூட்டிக் கொண்டு வந்து காட்டவேண்டும். ‘அம்மாவுக்கு அடையாளம் தெரிகிறதோ இல்லையோ, நம்ம பொம்பிளைப் பிள்ளைகளுக்கு, உசிரோட இருக்கும்போது எங்க அம்மை முக தரிசனம் கிடைக் கணும்’ என்று சொல்லிவிட்டுத் தொண்டை கம்மினான். அவனே ‘செல்லுக்கு சார்ஜ் போட்டுக் கையிலேயே வச்சுக்கிடு’ என்று ஞாபகப் படுத்தினான்.

‘அப்போ நான் வரட்டுமா பாப்பு’ என்று திருப்பதி அத்தை கோமுவின் அம்மா தலையை வருடிக்கொடுத்தபடி கேட்டாள். தன் ஞாபகம் இல்லாமல் கிடக்கிற ஒருவரிடம் இருந்து ஒரு பதில் வந்துவிடப் போவது போல அப்படிக் கேட்டது ஆவுக்குச் சிலிர்ப்பாக இருந்தது. இவள் என்ன நினைக்கிறாள் என்று யூகம் செய்து விட்டவளாக, திருப்பதி பெரியம்மை, ‘என்ன அவ கிட்டே போயிட்டு வாரேன்னு சொல்லுதனே, கேக்கவா போகுதுன்னு நினைக்கியா ஆவு? இந்த கட்டத்துலே இருக்கவுங்களுக்கு எல்லாம் கேட்கும். ஈரேழு லோகத்துல உள்ள எல்லா சத்தமும் காதிலே விழும். பூச்சி பொட்டு, பட்சி பறவை பேசுதது எல்லாம் விளங்கும். மேலே இருக்கிற அவன் தான் எல்லாக் கதவையும் ஒண்ணு பாக்கி இல்லாமல் திறந்து விட்டுட்டானே. நமக்குத்தான் ராத்திரி பகல் எல்லாம். பாப்பம்மாவுக்கு எப்பவும் லைட்டுப் போட்ட மாதிரி ஒரே வெளிச்சம் தான் இப்போ’ என்று சொல்லி கோமுவின் அம்மா முகத்தைத் தொட்டு முத்திக்கொண்டாள். ஆவுவுக்குத் தானும் அப்படிப் பேச வேண்டும் போல இருந்தது. கோமு முகத்தை தன் விரல்களைக் குவித்துத் தொட்டு முத்திக்கொள்ள வேண்டும் என்று அடி வயிற்றுக்குள் ஒரு மாதிரி சுருட்டி இழுத்தது. கொசுவம் வைத்துச் சேலையைச் செருகி இருந்த முன்பக்கத்தைச் சரிசெய்து கொண்டாள். ‘வீட்டுக்குப் போனதும் போன் போடுதேன் மீனா’ப்பா’ என்றாள். அவளுக்கு இங்கே இருந்து போக மனசே இல்லை. திருப்பதிப் பெரியம்மையை பஸ் ஏத்திவிட்டுவிட்டு இங்கே வந்து கோமு உடனேயே இங்கே இருக்கவேண்டும் என்று நினைத்துக்கொண்டே கோமுவைப் பார்த்தாள். கோமு இந்தப் பக்கம் திரும்பவே இல்லை.

அவன் மறுபடியும் கட்டிலில் கிடந்தவளுடைய துணியை முன்னை விடவும் அதிகமாக விலக்கி, அசையாமல் பார்த்துக்கொண்டிருப்பது தெரிந்தது.

அவன் அப்படி நிற்பது ஆவுவுக்குப் பிடிக்கவில்லை. 'கொஞ்ச நேரம் ஸ்டூலை இழுத்துப் போட்டு உக்காருங்க' என்று சொல்லி விட்டுக் கதவை மூடினாள். திறந்தே இருப்பது நல்லது என மறு படியும் திறந்துவைத்தாள், வெள்ளை நிறத்தில் பெயிண்ட் அடித் திருந்த கதவில் விரல்கள் பதிந்து, ஒரு சிறு பெயிண்ட் புடைப்பு மேல் ஏறி இறங்கியதும் அவளுக்கு அவளுடைய பாரதி அத்தான் ஞாபகம் வந்து விட்டது. பாரதி அத்தான் வலது கை முழங்கையில் இப்படி ஒரு சிறு மேடு கழச்சிக் கல் போல உருண்டுகொண்டு இருக்கும். 'ஹாஸ்டலில் இருந்து பிள்ளைகளை அவனைத்தான் கூட்டிக்கொண்டு வரச் சொல்ல வேண்டும்' என ஆவு நினைத்துக் கொண்டாள்.

அவள் சொன்னால் பாரதி அத்தான் எதை வேண்டுமானாலும் செய்வான். கோமுவுக்கு இருப்பது போலவே பாரதி அத்தானுக்கும் தென்னந்தோப்பு, விவசாயம் எல்லாம் இருக்கிறது. குடித்துவிட்டு புல்லட் ஓட்டிக்கொண்டு போனதில் ஆலங்குளம் பக்கம் லாரியில் மோதிக் கால் ஒடிந்துவிட்டது, சரியாக வரவில்லை. கொஞ்சம் தாங்கித் தாங்கித்தான் இப்போதும் நடப்பான். கோமுவுக்கும் அவனைப் பிடிக்கும். கல்யாணம் ஆன புதிதில் கூட, தனக்கு வேலை இருந்தால், 'ஏ. பாரதி, இவளைப் பஸ் ஸ்டாண்டிலே கொண்டு போய் விட்டிரு;' என்று சொல்லி, இவள் பைக்கில் ஏறி உட்கார்ந்ததும், 'சைடிலே நல்லா பிடிச்சுக்கிட்டியா?' என்று இவளைப் பத்திரப் படுத்தி அனுப்பிவைக்கிற அளவுக்கு நெருக்கம் உண்டு.

'என்ன ரெண்டு பேரும் நனைஞ்சுக்கிட்டுப் போறீங்க?' என்று இருட்டுக்குள் குரல் கொடுத்தது கூட பாரதி அத்தான் தான். இளங்கோ புரோட்டா ஸ்டால் பக்கம் இருந்து, குடையைத் தோள்ப் பக்கம் சரித்து, வேட்டியை மடித்துக் கட்டியபடி அவன் தெருவின் குறுக்காக வரும் வரை இரண்டு பேரும் நின்றார்கள்.

'நீ எப்பம் வீட்டை விட்டுவெளியில வருவே. விபரம் கேட்டுக் கிடலாம்னு தான், ஆம்புலன்ஸ் வாரதைப் பார்த்த நேரத்திலே இருந்து பஜாரிலே இவ்வளவு நேரம் நிண்ணுக்கிட்டு இருந்தேன். மழை வேற அடிச்சு ஊத்திக்கிட்டு இருக்கு. இப்போதைக்குள்ளே நிக்கித பாட்டைக் காணோம்.' என்று கோமுவிடம் குடையைக் கொடுத்து 'ஆவு, நனையாம சேர்ந்து வா' என்று பாரதி அத்தான்

சொன்னான். கோமு ஒன்றும் பேசவில்லை. குடையை வாங்கி ஆவுவிடம் கொடுத்துவிட்டு கீழே தெருவில் ஓடிக்கொண்டு இருக்கும் மழைத் தண்ணீரை வகிர்ந்த படியே நடந்தான்.

'ஏன், ரெண்டு பேரும் நனைஞ்சுக்கிட்டு வரணும். யாராவது ஒருத்தர் குடைக்குள்ளே வரலாம் இல்ல' என்று ஆவு சொன்னாள். பாரதி அத்தான் அவளோடு வரவேண்டும் என்று ஒரு நிமிஷம் விரும்பியது உண்மை. 'நீ ஒருத்தியாவது முழுசா வந்தால் சரிதான்' பாரதி அத்தானிடம் இருந்து சிகரெட் வாடை மட்டும் வந்தது. வேறு ஒன்றும் இல்லை.

'பண்ணையாரும் வாத்தியாரம்மாவும் எப்போ கல்யாண வீட்டில் இருந்து வந்தாங்க, எப்போ ஆஸ்பத்திரிக்கு வந்தாங்க? பட்டுச் சேலையும் மல்லியப் பூவுமா வந்துதாக்கும் அது?' பாரதிக்கு பொன்னையா அண்ணனையும் அவர் சம்சாரத்தையும் அறவே பிடிக்காது. போன தடவை வார்ட் எலெக்ஷனில் பாரதியை ஜெயிக்க விடாமல் செய்ய கோமுவின் அண்ணன் எவ்வளவோ கஜ கர்ணம் வைத்தும் அவன் கவுன்சிலர் ஆகிவிட்டதில் இருந்து ஒட்டாமல் ஆகிவிட்டது. இந்தத் தடவை பாரதி நிற்கவே இல்லை. அவன் வீட்டுச் சுவரில் இன்னும் அழியாமல் இருக்கிற உதய சூரியன் சின்னம் போன தேர்தல் சமயம் வரைந்தது.

'கரண்ட் போய் ரொம்ப நேரம் ஆச்சு. ஐஸ் பெட்டியில் வச்சிருக்காங்க. ஏற்கனவே கிடையில கிடந்த உடம்பு. கெட்டுப் போகாம இருக்கணும். கூட நாலு பத்தியைக் கொளுத்தி வைப்பான்னு பார்த்தால் அதைக்கூட செய்யலை பொன்னையாண்ணன்' கோமு இவ்வளவு தூரத்துக்கு அப்புறம் இப்படித்தான் பேச ஆரம்பித்தான். 'மணி என்ன இருக்கும் பாரதி?' என்று கேட்டுவிட்டு தலையில் இருந்து முகத்தில் இறங்கின தண்ணீரை இரண்டு கையாலும் வழித்து விட்டு விட்டு, 'ரொம்ப ஓரமாப் போகாத, சாக்கடை ரெம்பிக் கிடக்கு' என்று ஆவுவிடம் சொன்னான்.

'லைன் மேன் தர்மர் கிட்டே ரெண்டு மூணு வாட்டி திலுப்பித் திலுப்பிச் சொல்லிட்டேன். அவனைச் சொல்லியும் குத்தமில்லை. மழை வெறிச்சாத் தானே போஸ்ட்லே ஏறுவான்' மணி என்ன என்று சொல்லாமல், பாரதி வேறு ஒரு தகவலைச் சொன்னான். மூன்று பேருக்குமே இருட்டில் நடக்கும் போது ஏதாவது ஒரு பேச்சுத் துணை வேண்டி இருந்ததே தவிர, இந்தக் கேள்விக்கு இந்த பதில் என்று யாரும் எதிர்பார்க்கவில்லை.

மறுபடியும் கோமுவே தான் பேச ஆரம்பித்தான். 'என் கண்ணு முன்னால எங்க அம்மை உயிர் போகணும்னு அவளுக்கு எழுதி இருந்திருக்கு. அதுக்கு நான் என்ன பண்ண? என்னமோ எங்க அண்ணனுக்குத் தெரியாம சொத்தை எனக்கு உயில் எழுதிவச் சுட்டு எங்க அம்மை ப்ளான் பண்ணிட்டுப் போன மாதிரி அவங்க ரெண்டு பேரும் நினைக்காங்க'. கோமு சொல்லும் போது மேலத்தெரு முக்கில் வழுக்கு ஓடை நிரம்பி தண்ணீர் அதன் தண்ணீர்ச் சத்தத் துடன் சுழன்று திரும்பிப் பாய்ந்தது. அந்த இடத்துத் தண்ணீருக்கு மட்டும் உயிர் இருப்பது போல, இந்த இருட்டுக்குள்ளும் அது கொப்பளித்தபடி ஓடியது.

'ரெண்டு பேரும் காரில தான் வந்து இறங்குனாங்க. சீரியஸா இருக்குண்ணு எனக்குத் தகவல் சொல்லியிருந்தா, இப்படி அனாதி மாதிரிப் போயிருக்க மாட்டா. நாளைக்கு ஊரில நாலு பேர் கேட்டால் எனக்குத்தான் அசிங்கம்' என்று ஒரே கூப்பாடு. அவ என்ன அனாதியாவா போனா? அழகு போல, ரெண்டு வாய்க் கஞ்சி என் கையால வாங்குனா. மூணாவது மடக்கு தொண்டைக் குழியிலே இறங்குகிறதுக்குள்ளே தலை கொளக்குண்ணு என் நெஞ்சுலேயே சாஞ்சுட்டுது.' கோமு மேற்கொண்டு நடக்காமல், அந்த இடத்திலேயே நின்ற வாக்கில் முகத்தைப் பொத்திக்கொண்டு அழ ஆரம்பித்தான்.

'இதே மாதிரித்தான் என் கிட்டேயும் ஒரே அழுகை. சங்கரன் கோயில் போகிற பஸ்ஸில இருக்கேன். ராமயன்பட்டி தாண்டி யிருக்காது. இவ்வோ கிட்டே இருந்து ஃபோன் வருது. பஸ் சத்தத்துல ஒண்ணும் காதில விழ மாட்டேங்கு. நான் இந்தக் காது மாத்தி, அந்தக் காதில வச்சுக்கிட்டு என்ன, என்னன்னு சத்தம் போடுதேன். அப்பவும் இதே அழுகைதான். எங்க அம்மை போயிட்டா எங்க அம்மை போயிட்டாண்ணு.' ஆவு பாரதி கையில் விரித்த குடையைக் கொடுத்துவிட்டு, 'அதான் அத்தைக்கு பூலோகமே அழுதுக்கிட்டு இருக்கே' என்று கோமு கையைப் பிடித்து நடக்கச் சொன்னாள்.

பால் பண்ணையைத் தாண்டிக்கொண்டு இருந்தார்கள். எருத்துப் பறை வாசம் அடித்தது. எம். ஜி. ஆர் சிலைக்குப் பக்கத்தில் மழையில் நனைந்து கொண்டே படுத்திருந்த எருமை மாடுகளின் விலா எல்லாம் வயிறு அமுங்கிப் பளபளத்தது. 'நம்ம வீட்டுப் பசு ஈணிட்டுதா ஆவு?' என்று பாரதி கேட்டதற்கு, தலையை அசைத்துக்கொண்டே கோமு 'கிடேரி' என்றான்.

'எப்படியும் நாளை மதியத்துக்கு மேல ஆயிரும் லா?' பாரதி கேட்டதற்கு, 'பெரியத்தான் மகன் மெட்ராசிலே இருந்து வரணும்லா.

புறப்பட்டுட்டேன்னு தாக்கல் சொல்லீட்டான். நாங்க இருக்கும் போதுதான் ஃபோன் வந்துது' என்று பதில் சொன்ன ஆவு அந்தப் பொம்பிளைப் பிள்ளைதான் பாவம். ஆச்சி, ஆச்சிண்ணு அழுதுக் கிட்டே இருக்கு. பக்கத்திலே அண்ட விடவே இல்லை. இண்ணைக்கே இப்படிண்ணா, நாளைக்கு யார் கண்ணுலேயும் காட்டக் கூடாதுண்ணு ரூம்லே அடைச்சுப் போட்டாலும் போட்டுருவா எங்க அக்கா' என்று வருத்தப்பட்டாள்.

'மகன் எஞ்சினீயருக்குப் படிக்கான்னு சொன்னா மணத்துக் கிடக்கும். இப்படி புத்திக்குச் சரியில்லாம ஒரு மகள் இருக்காள்னு தெரிஞ்சா ரெண்டு பேருக்கும் கிரீடம் இறங்கீரும்'லா ஆவு' பாரதி இப்படிச் சொன்னானே தவிர, அடுத்த நிமிஷமே, 'அருமையான பிள்ளை. என்ன லெச்சணம் தெரியுமா முகத்துல' என்று 'யாரு செஞ்ச பாவமோ அது தலையில விடிஞ்சிருக்கு' என்று பரிதாபப் பட்டான்.

'எங்க அம்மை இருந்த வரைக்கும் அந்தப் பிள்ளையை அருமை குலையாம வச்சிருந்தா' மறுபடியும் கோமுவுக்குத் தொண்டை கட்டிக் கொண்டது. கோமுவின் தோளை தட்டிக்கொடுத்தவன், வெடுக்கென்று ஆவுவைத் தன் பக்கம் இழுத்து, கோமுவையும் மேற்கொண்டு போகவிடாமல் மறிப்பது போலக் குறுக்கே கையை நீட்டினான்.

நீட்டமாகத் தரையில் நெளிந்து நெளிந்து தலையை மட்டும் தூக்கின நிலையில் பாம்பு ஒன்று இந்தக் கடைசியில் இருந்து அந்தக் கடைசிக்குப் போனது. 'பொந்து புடையெல்லாம் தண்ணி ரொம்புனா அது என்ன பண்ணும்?' என்றவன், 'ஆவு, வீட்டுச் சாவி யாருகிட்டே இருக்கு? வீடு வந்துட்டுதுண்ணு நம்ம கிட்டே சொல்லிட்டுதான் அது போகுது போல' என்று ஆவு பக்கமாகக் நீட்டின கையில் ஆவு சாவிக் கொத்தை வைத்தாள்,

ஈரத்தில் குளிர்ந்து கிடந்த சாவிகளை வெதுவெதுப்பாக இருக்கிற பாரதியின் கைகளில் ஒப்படைக்கும் போது ஆவு பாரதி அத்தானைப் பார்த்தாள். அவன் முகத்தைப் பார்க்க முடியவில்லை. நாடி நெஞ்சோடு அழுந்தக் குனிந்து கைலி மடிப்புக்குள் சுருட்டி வைத்திருந்த செல்ஃபோனை எடுத்து கோமு கையில் கொடுத்து, 'டார்ச்சை அடி' என்றான்.

கோமு ஒரு தண்ணீர்ச் சிற்பம் போலாகி இருந்தான். எல்லா அசைவுகளும் அடங்கின முகத்தில் இறங்கும் மழைத் தாரைகள் மட்டும் மண்புழுக்கள் மாதிரி நகர்வதைப் பார்த்தபடி ஆவு அதை

வாங்கி டார்ச் வெளிச்சத்தைக் காட்டினாள். 'பெரிய சாவிக்கு அடுத்த மூணாவது சாவி' என்று ஆவு சொல்வதற்குள் பாரதி திறந்து விட்டான்.

கதவை ஒரு சாண் கூடத் திறப்பதற்குள், கோமு ஒரு சாமி கொண்டாடி போலப் பாய்ந்து வீட்டிற்குள் ஓடி. 'யம்மா, என்னை விட்டுட்டுப் போயிட்டியே' என்று பிளிறி அழுதான். திறந்த வாக்கில் பூட்டோடு தொங்கிக் கொண்டு இருந்த சாவிக்கொத்துக் கூட அந்தச் சத்தத்தில் நலுங்கியது.

'யத்தான்.' என்று ஆவு பாரதியின் கையைப் பிடித்துக் கொண்டாள். 'ஒண்ணுமில்லை ஆவு. அழட்டும். நல்லதுதான். விட்டிரு' என்றான். 'வீட்டுக்குள் வந்துட்டுப் போங்க' என்றாள். 'இருக்கட்டும் ஆவு. இப்போ என்னை விட நீதான் அவன் பக்கத்துல இருக்கணும், என்றான். 'கோமுவை உன்னை விட எனக்குத் தெரியும். அவன் என்னை மாதிரிக் கிடையாது. இந்த உலகத்துல அவனுக்குத் தெரிஞ்சது ரெண்டே ரெண்டு பொம்பிளைகள் தான். ஒண்ணு அவ்வொ அம்மை. இன்னோண்ணு நீ. இப்போ அம்மை போயிட்டா. இருக்கிறது நீ ஒருத்திதான். இனிமே நீதான் அவனைப் பார்த்துக் கிடணும். இனிமேங்கிறது இப்போ நீ வீட்டுக்குள்ளே போறியே, இதுலே இருந்துண்ணு வச்சுக்கோ. சரியா?' என்று அவள் தோளைத் தட்டிக் கொடுத்தான்.

'அவ்வொ அம்மைக்கு அவன் மடியிலே சாகிற கொடுப்பினை இருந்துருக்கு. அதை மாதிரி உனக்கு இவனைப் பார்த்துக்கிடுத கொடுப்பினை இருக்குண்ணு நினைச்சுக்க ஆவு. சரியா?' என்று பாரதி அத்தான் சொல்லும்போது அவளுக்கு அழுகை வந்தது. அவன் ஒவ்வொரு தடவையும் சரியா, சரியா என்று கேட்கக் கேட்க அந்த அழுகை கூடியது. ஆவு அவனைக் கை எடுத்துக் கும்பிட்டாள். கும்பிட வேண்டும் போல இருந்தது.

குடையைக் குனிந்து எடுத்தவன், 'உதயத்துல முதல் பஸ்ஸில போயி, ரெண்டு பிள்ளைகளையும் ஹாஸ்டல்லே இருந்து கூட்டியாரது எம் பொறுப்பு. என் வீட்டுக்காரியும் அங்கே அவ அம்மை வீட்டில தானே இருக்கா' என்று சிரித்தான். ஆவு அவனையே பார்த்தாள்.

'போ. உள்ளே அவன் அழுதுக்கிட்டு கிடக்கான். அவனைப் பார்த்துக்கோ' என்று அவள் உச்சியில் தலையை கைவைத்து உலுக்கிவிட்டுப் போனான். சிலும்பின முடி மேல் கையை வைத்துக் கொண்டே அவள் உள்ளே போனாள். ஈர வாடையும் அடைத்துக்

கிடந்த வீட்டு வாடையுமாக இருந்தது. கோமு கட்டிலில் குப்புறப் படுத்துக் கிடந்தான். மூசு மூசு என்று அழுகிற சத்தம் இன்னும் கேட்டது.

விளக்கு எதுவும் ஏற்ற வேண்டாம், இந்த இருட்டே போதும் என்று தோன்றியது. அவரவர் வீட்டு இருட்டுக்கு ஒரு வெளிச்சம் இருக்குமே, அந்த வெளிச்சத்தில் நடந்து ஆவு கோமுவின் பக்கம் போனாள். அவளுடைய சேலைச் சத்தம் கோமுவை நெருங்க நெருங்க கோமு சத்தமாக அழ ஆரம்பித்தான்.

ஆவுவுக்கு தான் அந்த இருட்டில் வீடு முழுவதும் நிரம்பிவிட்டது போல இருந்தது. தன்னுடைய வெளிச்சத்தில் கோமுவைப் பார்க்க வேண்டும் என்று அவள் விரும்பினாள். பத்தி கொழுத்தினால் வரும் வாசனை போலத் தன்னிடம் இருந்து கூட இப்போது ஒரு வாசனை உண்டாவதாக, அவள் மூச்சை அடர்த்தியாக இழுத்துக் கொண்டாள். பாரதி அத்தான் உச்சியைத் தொட்டு உலுக்கின இடத்தில் இருந்து ஏதோ அவள் உடல் முழுவதும் பெருகி வழிவது போல் இருந்தது. ஆவு ஒன்றும் சொல்லவில்லை. கோமு பக்கத்தில் போய் உட்கார்ந்தாள். முதுகைத் தொட வேண்டும் என்றுதான் நினைத்தாள். ஆனால் அப்படியே அவனைக் கட்டிக்கொண்டாள்.

கோமு வெடித்து அழுவான் என்று எதிர்பார்த்தாள். யானையின் துதிக்கை ஒரு சுழற்றுச் சுழற்றி அவளைச் சுருட்டி எடுப்பது போல கோமு அவளை அப்படியே முன்னால் இழுத்துப் போட்டுக் கொண்டான்.

ஆனந்த விகடன்
06.01.2016

கருப்பும் வெள்ளையும்

மக்காச் சோளம் வேகிற வாசனை வந்தது.

பாப்பு ராஜுவுக்கு அந்த வாசனை பிடிக்கும். இன்றைக்கு அந்த வாசனையை மீறிக்கொண்டு சர்க்கரைப் பாண்டி ஞாபகம் வந்தது. பாப்பு ராஜுவும் ஆனந்தவல்லியும் மக்காச் சோளக் கதிர் வாங்கி கொண்டு நிற்கும் போதுதான், 'வணக்கம் ராஜு' என்று சத்தம் கேட்டது. சர்க்கரைப் பாண்டி தன்னுடைய பைக்கை பப்பாளிப் பழ விற்பனை வண்டிக்குப் பின்னால் நிறுத்திவிட்டு வரும் போதே கையை உயர்த்திச் சிரித்தார். அந்தச் சத்தத்தை வைத்தே ஆனந்தவல்லி சொல்லிவிட்டாள். பார்க்கக் கூட இல்லை, 'யாரு. பாண்டி சாரா?.' இத்தனைக்கும் அவள் குனிந்து மக்காச்சோளக் கொண்டைகளை ஒவ்வொன்றாக நகர்த்திவைத்துத் தேர்ந்து எடுத்தபடி தான் இருந்தாள். திரும்பிக் கூடப் பார்க்கவில்லை.

சர்க்கரைப் பாண்டி அவனுடைய பையனையும் கூட்டிக் கொண்டு வந்தார். கையில் அவன் ஒரு கருப்புப் பை வைத்திருந் தான். ரயில் வே கேட் திருப்பத்தில் மீன் வாங்கியிருப்பார் போல. சின்னப் பையன். கையைத் தொங்கப் போட்டால் தரையில் தட்டும் என்பதால் சற்று உயரத் தூக்கிப்பிடித்துக்

கொண்டு வந்தான். சர்க்கரைப் பாண்டியைப் போலவே அவனுக்கும் தலை முடி அடர்த்தியாக இருந்தது. பாப்பு ராஜ் தன்னுடைய தலையைக் கோதிக் கொண்டார்.

ஆனந்தவல்லி தன் அருகில் வந்து நிற்கும் செருப்புச் சத்தத்தைக் கணக்கில் எடுத்துத் திரும்புவது போல, சற்றுப் பக்கவாட்டுக்கு நகர்ந்தாள். பாப்பு ராஜ் 'வாங்க சார். உழவர் சந்தைக்குத்தானா?' என்றார். பையன் சிரித்தான். 'வாங்க பாண்டி' என்று இவள் சொல்லும் போதே, 'அத்தைக்கு வணக்கம் சொல்லு அரசு' என்று சொல்லிவிட்டு, 'இங்கே பார் மாமா' என்றார். வணக்கம் வைத்த பையனை ஆனந்தவல்லி தன் பக்கம் இழுத்து இடுப்போடு அணைத்துச் சிகையைக் கோதிவிட்டபடி, 'மக்காச் சோளம் பிடிக்குமா கண்ணு?' என்று கேட்டாள். மேலும் இரண்டு சோளக் கதிர்களை எடுத்து அவன் கையில் கொடுத்து, 'பலாச் சுளை சாப்பிடுவியா?' என்று கன்னச் சதையை இழுத்தாள். 'எவ்வளவு ஆச்சு?' என்று கேட்டதும். இதுவரை பக்கத்தில் நின்றுகொண்டு இருந்த பாப்பு ராஜ் பர்ஸை கால் சட்டைப் பையில் இருந்து எடுத்தபடி, பணத்தை எடுக்கையில், சில்லறைக் காசுகள் ஒன்றிரண்டு கீழே விழ, 'சாரி ராஜு' என்று சற்று விலகி நின்று கொண்டு ஆனந்தவல்லியிடம் சர்க்கரைப் பாண்டி பேச்சைத் தொடர்ந்தார். அவர்கள் இருவரின் கால்களுக்குப் பக்கத்தில் கிடந்த ஒரு நாணயத்தை பாப்பு ராஜ் குனிந்து எடுக்க, இன்னொன்றை சர்க்கரைப் பாண்டியின் பையன் எடுத்துக் கொடுத்தான். 'குட்' என்று ஆனந்த வல்லி அவனை மறுபடி அணைத்து, 'ஏன் பாண்டி, மீனை வாங்கிப் புள்ளை கையில கொடுத்திருக்கீங்க? பைக் பெட்டியில் போட வேண்டியது தானே?' என்று சொன்னாள். 'பாக்கி வாங்கியாச்சா?' என்று பாப்பு ராஜுவைப் பார்த்துக் கேட்டபபடியே மக்காச் சோளம் இருந்த பையை எடுத்துக் கொண்டாள். சர்க்கரைப் பாண்டி தள்ளுவண்டியில் இருந்து ஒரு மக்காச் சோளக் கொண்டையை எடுத்து, அதனுடைய உடலில் சருகு போல மூடி இருந்த மடலை மடித்து, 'இப்படி யாரும் இதை அடுக்க முடியுமா வல்லி மேடம்' என்று நீட்டினான். இந்த மொத்த உலகத்தைப் பார்த்து அந்தக் கேள்வியை கேட்டது போல் இருந்தது. அவனுடைய கையின் இன்னொரு பாகமாக அது கதிர்விட்டிருப்பதாக, அடுக்கி வைக்கப் பட்ட மஞ்சள் முத்துகளோடு ஒரு கச்சிதமான நெளிந்த அடுக்காக, ஒவ்வொரு சோளத்திலும் ஒரு சொட்டு வெயில் மினுங்கிப் பளபளத்தது.

ஆனந்தவல்லி பாப்பு ராஜ் பக்கம் திரும்பிப் பார்த்தாள். அந்த மக்காச் சோள முத்துக்களில் மினுங்கிய வெயிலைக் குடித்தது

போல அவள் கண்கள் இடுங்கியிருந்தன. பாப்பு ராஜுவுக்கு அது எல்லாம் பெரிதாகப்படவில்லை. தன்னை ராஜு என்றும், அவளை வல்லி என்றும் பெயரின் பின்பாதியை மட்டும் சொல்லி அழைக்கும் பாணியைப் பற்றி யோசித்துக்கொண்டு இருந்தான். தன்னை எல்லோரும் பாப்பு என்றும் ஆனந்தவல்லியை ஆனந்தி என்றும் தானே அழைக்கிறார்கள். அது ஒரு உத்தி போலவும் வசீகரம் போலவும் ஏதோ இருந்தது. இவள் கூட அவரை பாண்டி என்று தானே அழைக்கிறாள். 'சார்' கூடப் போடுவதில்லை.

சர்க்கரைப் பாண்டிக்கு இப்போதுதான் ஆனந்தவல்லியின் முதல் கேள்விக்குப் பதில் சொல்லத் தோன்றியது. 'பைக் சைட் பாக்ஸில கொஞ்சம் புக்ஸ் கிடக்கு. லெண்டிங் லைப்ரரியில் திருப்பிக் கொடுக்கணும். மீனை எதுக்கு அதோடு போடணும். நாளைக்கு இதை வாங்கிப் படிக்கிறவன் குடலை நாம எதுக்குப் புரட்டணும்? என்று சிரித்தான். பாப்பு ராஜும் பதிலுக்கு சிரித்தான். 'உங்க பையனைக் காணோம்?' என்று அந்த சிரிப்பின் மேல் ஒரு கேள்வியை சர்க்கரைப் பாண்டியன் வைத்ததும், 'தேவேந்திரன் அம்மாச்சி வந்திருக்காங்க. அவங்க பார்த்துக்கிடுவாங்க' என்று மேலும் சிரித்தான்.

சர்க்கரைப் பாண்டி தன்னுடைய மகனைப் பார்த்து, உனக்கு இந்திரன் ஞாபகம் இருக்கா? தேவேந்திரன். இந்த அத்தை வீட்டுக்குப் போயிருக்கும் போது பார்த்தோமே? என்று கேட்டான். பாதி தூரம் வந்திருந்த அவனுடைய நினைவைப் பக்கத்தில் கொண்டு வருவது போல மறுபடியும். 'ஒரு குட்டி நாய் கூட ரெண்டு பேரும் விளையாடிக்கிட்டு இருந்தீங்க. அப்பா கூட ஒரு ஃபோட்டோ எடுத்தேனே' என்று சொன்னதும் அரசுவுக்கு ஞாபகம் வந்து விட்டது. 'புசுபுசுண்ணு இருந்தது' என்று சிரித்தான். 'நீ தான் இப்போ புசு புசுண்ணு இருக்கே' என்று ஆனந்தவல்லி அவனை அணைத்துக் கொண்டாள். மீன் பையைக் கையில் உயர்த்தியபடி நிற்கையில் சர்க்கரைப் பாண்டி அந்தப் பையைக் கை நீட்டி அவனிடம் இருந்து வாங்கும் போது ஆனந்தவல்லி மீது படக் கூட இல்லை. 'சாரி' என்று அவன் எதற்குச் சொல்லவேண்டும் என்று பாப்புராஜுவுக்குப் புரியவில்லை.

'இந்த ஆளு எதுக்கு இப்போ வந்தான்?' என்று கோபம் வந்தது. ஆனந்தவல்லி முகத்தைப் பார்த்தான். எப்போதும் போலத்தான் அவள் முகம் இருந்தது. எந்த வித்தியாசமும் இல்லை. இதற்கு முன்பு உழவர் சந்தையில் வழக்கமாக வாழைப்பழம் வாங்குகிற அம்மாவிடம் பேச்சுக்கொடுத்தபடி, சாம்பல் பூத்திருந்த வாழைப்

பூவை முகர்ந்து பார்த்து மறுபடியும் எடுத்த இடத்தில் வைத்த சமயம் இருந்த அதே முகம் தான் இருந்தது. லேசாக எண்ணெய் பூசின மாதிரி, இப்போதும் கூட முளை முளையாகக் கன்னத்தில் பருக்கள் இருக்கிற ஆனந்தவல்லியின் முகம் அப்படிச் சாதாரணமாக இருப்பது பாப்பு ராஜுவுக்கு எப்போதும் பிடித்தே இருக்கும்.

'ஏதாவது ஸ்னோ போட்டா என்ன ஆனந்தி?' என்று கேட்டால் கூட, 'போதும். போதும். இப்படி இருக்கிறதுக்குக் கிடைச்ச மாப்பிளையையே சமாளிக்க முடியலை' என்று கொஞ்சுவாள். நேற்றுக் கூட எப்போதும் போலப் படுக்கலாம் என்றுதான் வெளி வாசல் விளக்கை நிறுத்தி, டி.வி,யின் ஸ்விச், கொசுவிரட்டி எல்லாம் அணைத்துவிட்டு வந்தார். அனேகமாக சோஃபாவில் படுத்து உறங்கி விடும் தேவாவைத் தோளில் போட்டுக்கொண்டு போய் கட்டிலில் படுக்கப் போடுவது பாப்பு ராஜ் வேலை தான். 'தேவா தூங்கிட்டானா?' என்று விளக்குகள் அணைக்கப்பட்ட முன் அறையிலிருந்து தன்னை உருவி, படுக்கையறையின் வெளிச்சம் சலவை இயந்திரத்தின் மேல் விழுவதைப் பார்த்தபடி கேட்டார். இரைச்சலாக ஃபேன் ஓடுகிற சத்தம் கேட்டதும், முன் அறை ஃபேன் தான் ஓடுகிறதோ என்று திரும்பும் போது உள்ளே இருந்து ஆனந்தவல்லி சத்தம் கொடுத்தாள். 'அவன் அம்மா கூடப் படுத்து அப்போதையே தூங்கிட்டான்.' இப்போது ஃபேன் சத்தம் வருகிற திசை பிடிபட்டு பாப்பு ராஜ், அவனுடைய அம்மாச்சியுடன் தேவா படுத்திருக்கும் அறையில் எரியும் 'சாமி லைட்' ஏறி இறங்கி வேறு வேறு நிறங்களில் ஒளிர்வதைக் கண்டார். ஒரு சிறுவனைப் போல, அந்த விளக்கு அப்படி நிறங்கள் மாற்றி, சில வெளிச்சப்படிகளில் முன்னும் பின்னும் ஏறியிறங்குவதைப் பார்த்து நின்றார். ஒரு சொடுக்கில் அது ஆனந்தவல்லியைப் போல இருந்தது.

எந்தச் சத்தமும் இல்லாதது போல, எல்லாத் திசைகளும் அற்றது போல அந்த இடத்தில் அசையாமல் அந்த வெளிச்சம் பார்த்து நின்ற நேரம் சில நிமிடங்கள் கூட இருக்காது. அவர் அணிந்திருக்கிற கைவைத்த பனியனும் கைலியும் கூட அகன்று, அந்த வெளிச்சத்தை மட்டும் உடுத்தியது போல பாப்பு ராஜ் நிற்கும் போது காட்டமான செவ்வரளிப் பூ வாசனை அவர் மேல் வந்து அப்பியது.

'சன்னலைத் திறந்து வச்சிருக்கியா?' என்று கேட்டார். சன்னலுக்குப் பக்க வாட்டில் நாலைந்து செவ்வரளி மூடு உண்டு. காம்பவுண்ட் சுவர் ஓரம் ஒரு மலை அரளி உண்டு. மரமும் இல்லாமல் செடியுமாகத் தோன்றாமல் ரொம்ப காலமாக தன்னை அப்படியே ஒரு அழகான தோற்றத்தில் வைத்துக்கொண்டு அது நிற்கிறது.

அரளி வாசனையால் உறிஞ்சப்பட்டது போல அவர் படுக்கை அறைக்குள் போகும் போது, ஆனந்தவல்லி மடியில் தலையணையை வைத்து அதன் மேல் முழங்கையை ஊன்றி புத்தகம் வாசித்துக் கொண்டு இருந்தாள். தலையணையில் முழங்கை நுனி அழுந்தி விழுந்த பள்ளம் ஆழமாகக் குழிந்திருந்தது. தலையில் பூ எதுவும் இல்லை. ஆனால் பூ வைத்திருந்த தலை போல இருந்த கூந்தலை ஒரு தோளில் வழித்து ஒதுக்கியிருந்தாள்.

பாப்பு ராஜுவுக்கு சர்க்கரைப் பாண்டி எடுத்த அந்தப் படம் நினைவு வந்தது. ஆனந்தவல்லியை இந்த வீட்டில் வைத்துத் தான் சர்க்கரைப் பாண்டி நிறையப் படங்கள் எடுத்தார். அதில் இரண்டு படங்களில் ஆனந்தவல்லி ரொம்ப அழகாக இருந்தாள். ஒன்று அந்த மலை அரளி மரத்தின் பின்னணியில் எடுத்தது. அந்த மரத்தின் கனத்த அத்தனை இலைகளிலும் வெயில் விழுந்து கொழுந்துவிட்டு எரிய, வெயிலே படாத ஒரு கச்சித வெளிச்சத்தில் காம்பவுண்ட் சுவர் மேல் இரண்டு கைகளையும் வைத்து சற்றே தலையைச் சாய்த்து ஆனந்தவல்லி முகத்தை வைத்திருக்கிற படம். அதையும் விட அழகாக இருப்பது, இப்படி முடியை ஒருபக்கம் ஒதுக்கிப் போட்டது போன்ற தோற்றத்தில் எடுத்தது. ரொம்பவும் அண்மைப் படம். முகம் மட்டுமே பிரதானமாக. முகத்தில் இருக்கிற பருக்கள் முளைவிட்டிருக்கிறது தெரியும்.

படங்கள் எடுக்க எடுக்க, எடுத்த படங்களை பாப்பு ராஜுவிடம் அவ்வப்போது காமெராவை நீட்டி சர்க்கரைப் பாண்டி, 'எப்படி இருக்காங்க பாருங்க' என்று காட்டினார். அவர் அப்படித் தன்னிடம் காட்டுவதும், 'வல்லி மேடத்தை அழகில்லாமல் எடுக்கவே முடியாது' என்று வாய்விட்டுச் சொல்லிக்கொண்ட போதும் பாப்பு ராஜுவுக்குச் சந்தோஷமாகவே இருந்தது. 'இப்படியான முகங்கள் புகைப்படக் காரர்களின் பரவசம். அது அவனை வேட்டையாட வைத்து விடுகிறது.' என்று சர்க்கரைப் பாண்டி ஆங்கிலத்தில் சொன்ன போது அவருக்கு ரொம்பப் பெருமையாக இருந்தது. ஆனந்த வல்லியை பாப்புராஜ் பார்த்துக்கொண்டே இருந்தார். மனமும் உடலும் கிளர்ந்து வருவதில் அவர் குரலில் ஒரு அதிர்வு உண்டாகி யிருந்தது. ஆனந்தவல்லி போதும் என்று சொன்னபோது கூட, பாப்பு ராஜ், 'சாருக்கு எடுக்கணும்னு தோணுது. எடுக்கட்டும் ஆனந்தி' என்றுதான் சொன்னார்.

ஆனந்தவல்லி அந்த மலை அரளி மரத்தின் நுனிக் கொப்பில் இருந்த பூவை சற்று உன்னிப் பறிக்க முனைந்துகொண்டிருந்தார். அது ஒரு சாதாரண விஷயம் தான். ஒரு கொத்துப் பூவோடு ஒரு

கிளை கை எட்டுகிற தூரத்தில் தணிந்து அசைகையில் யாருக்கும் அப்படிப் பறிக்கத் தோன்றத்தான் செய்யும். சுவர் ஓரம் வெள்ளையாகப் பூத்திருக்கிற சிலந்திக் கூட்டைத் தொட்டதை எப்படி இயல்பாகச் செய்தாளோ அதே போலத்தான் ஆனந்தவல்லி அந்தப் பூவைப் பறித்தாள். சர்க்கரைப் பாண்டி ஒரு முக்கியமான தருணத்தைத் தவற விட்டுவிடக் கூடாது என்பது போல, பாப்பு ராஜுவிடமிருந்து அவசரமாகத் திரும்பி அதைப் படம் எடுத்தார்.

'காட்டுங்க' என்று பாப்புராஜ் கேட்டார். முதலில் அவராகக் காட்டும் போது பார்த்தவருக்கு, இப்போது ஒரு சிறுவனைப் போல உடனுக்குடன் பார்க்கும் ஆவல் வந்திருந்தது. சர்க்கரைப் பாண்டி இவருக்காக, சற்றுக் குனிந்து காட்டவேண்டியது இருந்தது. ஒரு படத்தில் ஆனந்தவல்லி பூவைப் பறிக்கிற தோற்றம் சரியாகப் பதிவாகி இருந்தது. அடுத்த படத்தில் ஆனந்தவல்லியின் முதுகும் பின்புறமும் தெரிந்தது. சுவரில் உரசியிருப்பாள் போல. சுண்ணாம்பு வெள்ளை ஒரு திட்டுப் போல மேடு ஏறி இறங்கியிருந்தது. பாப்பு ராஜுவின் முகம் திகைப்பதைப் பார்த்து, காமெராவைத் தன் பக்கம் திருப்பிய சர்க்கரைப் பாண்டி சிரித்தார். ஒரு தரைச் சருகை, மரத்தில் இருக்கிற காக்கைக் கூட்டைப் பார்ப்பது போல இருந்தது அவர் அப்படிச் சிரித்த விதம். 'அது ஒண்ணும் இல்லை டெலீட் பண்ணிக்கிடலாம். அவங்க சட்டுண்ணு திரும்பிட்டாங்க.' என்று அந்தப் படத்தை மறுபடியும் பார்த்து, அதை அழிக்கும் பொத்தான்களில் விரல் வைத்தபடி, 'சில சமயம் எடுக்க நினைத்த படத்தை விட, இப்படி விலகி நகரும் படங்கள் ரொம்ப ஷார்ப்பா வந்திரும்' என்று சிரித்தார். மறுபடி மறுபடி அப்படி அவர் சிரிப்பது பாப்பு ராஜுவுக்குப் பிடிக்கவில்லை.

'எங்கே பார்ப்போம். காட்டுங்க' என்று கேட்டார். ஒரு நொடி பாப்பு ராஜுவுக்கு அதை அழிக்காமல் இருந்து அந்தப் படத்தில் ஆனந்தவல்லி இருந்த தோற்றத்தின் திரட்சியை மீண்டும் பார்க்க வேண்டும் என்று கூட இருந்தது. சர்க்கரைப் பாண்டி காட்டும் போது, 'ஒரு செகண்ட்லே எடுத்து மறு செகண்ட்லே அழிச்சிரலாம் போல' என்று ஏமாற்றமும் நிம்மதியாகவும் சொன்னார். 'அதைப் பத்தி ஒண்ணும் இல்லை. நீங்க மேற்கொண்டு எடுங்க' என்று சர்க்கரைப் பாண்டியிடம் சொல்லிவிட்டு, ஆனந்தவல்லி பக்கம் திரும்பி, 'பின்னால சுண்ணாம்பு ஆகியிருக்கு' என்றார். ஆனந்தவல்லி தன் தோள்ப் பட்டையைத் தட்டிவிட்டாள். 'இன்னும் கீழே' என்று சைகையாலும் சொல்லிக்கொண்டே தன் இடுப்புக்குக் கீழே பாப்பு ராஜ் தடவிக் காட்டினார். ஆனந்தவல்லிக்குச் சிரிப்பு வந்தது. கையைச் சரியான இடத்தில் தடவி, உள்ளங்கையைத் திருப்பிப்

பார்த்துக் கொண்டு, 'இதைப் போய்ப் பார்த்துட்டீங்களாக்கும் அங்கே இருந்துக் கிட்டு' என்று வெட்கப்பட்டாள். சினிமாக்களில் வருகிற ஆவி ரூபம் போல, பாப்பு ராஜுவுக்கு உள்ளே இருந்து படலம் போல இன்னும் ஒரு பாப்பு ராஜ் நகர்ந்து போய் ஆனந்த வல்லியைக் கட்டிக்கொண்டது.

'ஆனந்தியைத் தான் எடுப்பீங்களா? எங்க ரெண்டு பேரையும் ஒண்ணா வச்சு எடுக்கமாட்டீங்களா?' என்று சர்க்கரைப் பாண்டியிடம் கேட்டார். அவர் பதில் சொல்வதற்கு முன்பே, 'வா. இங்கே வந்து நில்லு' என்று ஆனந்தியைக் கூப்பிட்டார். உடனடியாக ஆனந்த வல்லியின் அண்மையை அடைந்துவிட அவர் விரும்பினார். 'அது வேறேயா?' என்று அலுத்துக் கொள்கிற குரலில், சொன்னாலும், சிரித்தபடி நடந்து இந்தப் பக்கம் ஆனந்தவல்லி வந்தாள். 'எங்கே பார்க்கட்டும், சுண்ணாம்பு இருக்கா, போயிட்டுதா?' என்று தோளைப் பிடித்துப் பாப்பு ராஜ் திருப்பினார். 'கிறுக்குப் பிடிச்சிருக்கு' என்று ஆனந்தவல்லி அவரிடம் தணிவாகச் சொன்னது சர்க்கரைப் பாண்டி காதில் விழுந்துவிடாமல் இருக்க 'இந்த இடத்தில் லைட் சரியா இருக்குமா?' என்று உரக்கக் கேட்டார்.

சர்க்கரைப் பாண்டியைப் பார்த்து, 'எப்படி இருந்தாலும் ஃபோட்டோவில இவதான் நல்லா விழுவா' என்று சொல்லியபடி சட்டைக் காலரை சரி செய்தார். ஒரு குதூகலம் வந்திருந்தது அவருக்கு. 'இப்படித் தோளைச் சுத்திக் கையைப் போட்ட மாதிரி எல்லாம் எடுக்க மாட்டீங்களா பாண்டி' என்று கேட்டார். ஆனந்தவல்லி மாதிரியே, தான் அவரிடம், 'பாண்டி' என்று பேசியது அவருக்குப் பிடித்திருந்தது. ஆனந்தவல்லி பாப்பு ராஜ் தோளில் ஒரு அடி அடித்து, 'பாண்டி. நீங்க ஒண்ணும் நினைச்சுக்கிடாதீங்க. அவருக்குக் கிறுக்குப் பிடிச்சுட்டு இன்றைக்கு' என்றாள். சர்க்கரைப் பாண்டிக்கு ஒரு இறுக்கம் வந்து சேர்ந்திருந்தது. இருவரும் இப்படி மாற்றி மாற்றி ஒரு சரசம் ஆடுவதில், இதற்கு முன்பு இருந்த உற்சாகம் தவறிப் போய், அவர் மளமளவென்று அவர்கள் இரு வரையும் படங்கள் எடுத்தார். இரண்டு பேரையும் எடுக்கும் போது கூட ஆனந்தவல்லியின் முகத்தில் பாப்பு ராஜுவுடன் நிற்கிற நெருக்கத்தின் பின் ஒரு புதிய சோபை உண்டாகியிருப்பது தெரிந்து, மிகுந்த விருப்பத்துடன் ஆனந்தவல்லியை மட்டும் சில படங்களை எடுத்தார். இரண்டு பேரையும் எடுப்பது போன்ற பொய்யான பாவனைகளை உண்டாக்கியபடியே, ஆனந்தவல்லியை மட்டும் படம் எடுக்கும் ஏமாற்றை ஒரு விளையாட்டுப் போல அவர் விளையாடினார். 'பிரமாதமா இருக்கீங்க, ரெண்டு பேரும்' என்று சொல்வதில் அவருக்குத் தயக்கம் உண்டாகவில்லை.

படம் எல்லாம் எடுத்து முடித்து, முன் அறையில் உட்கார்ந்து இருந்தார்கள். அடுக்களையில் இருந்து தேநீர் கலந்து எடுத்துக் கொண்டு வரும் போதே, 'இந்தப் பயல் இல்லாமல் போயிட்டான்' என்று தேவாவைக் குறித்துச் சொல்லவும், பாப்பு ராஜ் 'அம்மாவும் அவனும் சினிமாவுக்குப் போயிட்டாங்க. எங்க அம்மை ஒரு சினிமா கிறுக்கு' என்றார். 'ஒவ்வொருத்தருக்கும் ஒவ்வொரு கிறுக்கு' என்று ஆனந்தவல்லி பாப்பு ராஜுவைப் பார்த்துச் சிரித்துக்கொண்டே தேனீர்க் கோப்பையில் உதடுகளைப் பொருத்தினாள். சர்க்கரைப் பாண்டிக்கு ஆனந்தவல்லியின் உதடுகள் பட்டும் படாமல் கோப்பை விளிம்பில் இருக்கும் குனிந்த முகத்தைப் படம் எடுக்க வேண்டும் எனப் பரபரப்பு உண்டாயிற்று. அதே சமயம், தன்னை விலக்கி வைத்து விட்டு, ஆனந்தவல்லியும் பாப்பு ராஜுவும் ஒரு ரகசிய உரையாடலை அவர்களுக்குள் நடத்துவதைப் பொறுத்துக்கொள்ள முடியவில்லை. 'கிளம்புகிறேன்' என்று தேநீர்க் கோப்பையைக் கீழே வைத்தான். 'இருங்க போகலாம்' என்று ஆனந்தவல்லி சொல்ல வில்லை. 'எல்லா வற்றையும் எடுத்துக்கிட்டீங்களா?' என்று கேட்டு, விடை கொடுக்கிறது போல, எழுந்திருந்தாள். பூமிக்குள் இருந்து ஒரு ஊற்றுப் பீறிடுவது போல அவள் அப்படி எழுந்தது இருந்தது சர்க்கரைப் பாண்டிக்கு.

'ஒரு படத்தில் நீங்க பிரமாதமா இருக்கீங்க.' என்று சர்க்கரைப் பாண்டி ஆனந்தவல்லியிடம் சொல்கையில், 'அந்த பூப் பறிக்கிற படமா?' என்று பாப்பு ராஜ் கேட்டபடி அவரும் எழுந்தார். அவர் இன்னும் தேநீரைக் குடித்து முடித்திருக்கவில்லை.

சர்க்கரைப் பாண்டி ஒரு முகத்தை வரைகிற விதமாய்க் காற்றில் விரலை வட்டம் சுழற்றினார். ஆனந்தவல்லியின் பெயரை இப்போது சொல்லவில்லை. 'உங்க மிசஸ் முகத்தை மட்டும் எடுத்தது. பிரமாதமா வந்திருக்கு' என்றார். 'பரு எல்லாம் தெரியும். கண்ட்ராவியா இருக்கும்' – ஆனந்தவல்லி சிரித்துக் கொண்டே தான் அப்படிச் சொன்னார். பாப்பு ராஜு வெளியே சொல்லவில்லை. ஆனால் பருக்கள் தெரிகிற அந்தப் படத்தை அவர் உடனடியாகப் பார்க்கக் கூட விரும்பினார்.

இவர் விரும்பியதை உணர்ந்தது போல, ஒரு வாரக்கடைசி தினத்தில், மற்றப் படங்களின் அளவுகளை விடப் பெரியதாக அதைக் கலரில் மட்டும் அல்லாமல் கருப்பு வெள்ளையிலும் சர்க்கரைப் பாண்டி போட்டு வந்து கொடுத்தார். ஒரு கனமற்ற உலோக அலங்காரச் சட்டத்தில் அந்தப் படம் பொருத்தப்பட்டு இருந்தது. 'இது உங்களுக்கு என் பரிசு' என்று அதை பாப்பு ராஜுவிடம் கொடுத்தார். பாப்பு

ராஜ் அதை மிகுந்த சந்தோஷத்துடன் பார்த்துக் கொண்டே, ‘ப்ளாக் அண்ட் ஒயிட்லே தான் டெப்த் ஜாஸ்தி’ என்றார். இதை அவரிடம் வேறு யாரோ சொல்லக் கேட்டிருக்கிறார். அதை அப்படியே இந்த சமயத்தில் திருப்பிச் சொல்ல முடிந்ததில் பாப்பு ராஜுவுக்கே திருப்தி.

‘சரியா சொன்னீங்க சார்’ என்று அவர் கையில் இருந்ததை வாங்கி, ‘பாருங்க’ என்று கூடச் சொல்லாமல் ஆனந்தவல்லியிடம் சர்க்கரை பாண்டி நீட்டினார். அதை வாங்கி அப்படியே பார்த்து கொண்டே இருந்த ஆனந்தவல்லி எதுவும் சொல்லாமல், ஒரு நீண்ட வாக்கியம் போல் சிரித்தபடியே இருந்தாள். ‘நல்லா இருக்கா தேவா?’ என்று மடியில் தலைவைத்துப் படுத்திருந்த பையனிடம் கேட்டாள்.

பாப்பு ராஜ் அவராகவே கையை நீட்டி ஆனந்தவல்லியிட மிருந்து வாங்கிப் பார்த்தார். ‘நல்லாத்தான் இருக்கு; என்று மடியில் கவிழ்த்தி வைத்துக் கொண்டார். அப்படிச் செய்தது சங்கர பாண்டிக்குப் பிடித்திருந்தது. அவர் அங்கீகரிக்கப்பட்டது போல, ஒரு சுதந்திரத்தை எடுத்துக்கொண்டவராக, ‘பரு இல்லாவிட்டால் அவங்க முகத்துக்கு இந்த க்ரேஸ் வந்திருக்காது’ என்று சொன்னார்.

பாப்பு ராஜுவுக்கு எல்லாம் ஞாபகம் வந்தது. கட்டிலில் உட்கார்ந்து படித்துக்கொண்டிருக்கிற ஆனந்தவல்லியின் முகத்தைப் பார்த்ததும், ‘அந்த ஆளு சரியாத்தான் சொல்லி இருக்கான்’ என்று தோன்றியது. அதை வாய்விட்டே அவர் உரக்கச் சொல்லியிருப்பார் போல. ‘எந்த ஆள் சரியாத்தான் சொன்னாரு?’ என்று தன் கையில் இருந்த புத்தகத்தைக் குப்புறவைத்துவிட்டுத் தலையணையை மட்டும் மடியில் வைத்துக் கொண்டு ஆனந்தவல்லி சிரித்தாள். பாப்பு ராஜுவுக்கு சாமி படத்துக்கு முன்னால் ஏறி ஏறி இறங்கிக் கொண்டிருந்த நான்கைந்து நிறங்கள் அறையை நிரப்பிவிட்டது போல இருந்தது. சன்னலை மூடிய பிறகும் அரளிப் பூ வாசனையில் மூச்சு முட்டியது. ஆனந்தியின் முழங்கை ஊன்றியதில் விழுந்த தலையணைப் பள்ளத்தில் ‘கிறுக்குப் பிடிச்சிருக்கு’ என்ற சொல் நிரம்பி வழிவது போல இருந்தது. இதுவரை போகாத ஒரு அருவிப் பிரவாகத்தில் பரிசல் சுழன்று சுழன்று ஆனந்தவல்லியின் கன்னத்துப் பருக்களுக்கு இடையே தட்டாமாலை சுற்றிக் கரை சேரும் உணர்வில் அடிவயிறு சுருண்டு நெகிழ்ந்தது. ஒரு பெரு மரத்தின் விழுதுகள் போல ஆனந்த வல்லியின் கழுத்து வழி சரிந்த முடி, தரையிலிருந்து தொங்கி வானத்தில் ஆடிக்கொண்டு இருந்தது. படித்துவிட்டுக் குப்புற வைத்திருந்த புத்தகம் கட்டிலை விட்டு நழுவிக் கீழே விழுந்து விசிறிக் காற்றில் பக்கம் புரட்டிக்கொண்டு இருட்டை வாசித்தது.

பாப்பு ராஜ் மிகவும் ஆழமாக மக்காச் சோளம் வெந்து வருகிற வாசனையை உள்ளே இழுத்தார். சர்க்கரைப் பாண்டி கருப்பு வெள்ளையில் எடுத்துக் கொடுத்த அந்தப் படத்தை அவருக்குப் பார்க்கவேண்டும் போல இருந்தது. படுக்கை அறையில்தான் ஒரு பக்கம் அவர்கள் இருவரையும் சர்க்கரைப் பாண்டி எடுத்த கலர்ப் படத்தையும் அந்தக் கருப்பு வெள்ளைப் படத்தையும் வைத்திருந்தார். அம்மாச்சி கூட படுத்துத் தூங்கியவன் காலையில் தூக்கக் கலக்கத் தோடு இங்கே வந்து படுத்திருக்க வேண்டும். தேவா போர்வையை விட்டு விலகி, கட்டிலின் குறுக்காக ஒரு புதிய திசையில் படுத்துத் தூங்கிகொண்டு இருந்தான்.

குக்கர் பெரிதாகச் சீறி நீராவியாக மூச்சுவிட்டதில் மக்காச் சோள வாசம் ஒரு அலை போலப் புரண்டுகொண்டு வந்தது, 'எங்கே இருக்கே நீ?' என்று பாப்பு ராஜ் சத்தம் கொடுத்தபடி அடுக் களைக்குப் போனார்.

'குக்கரைக் கொஞ்சம் அணைச்சிருங்க' என்று துவங்கி, சற்று இடைவெளி கொடுத்து 'பாத் ரூமிலே இருக்கேன்' என்று ஆனந்த வல்லியின் சத்தம் வந்தது. மூடிய கதவுக்குப் பின் இருந்து வருகிற அந்தச் சத்தத்தை அவர் அசரீரியாகக் கேட்டுக்கொண்டே நின்றார். சத்தம் ஓய்ந்த பிறகும் சத்தத்தின் ஈரம் மிச்சம் இருந்தது.

அந்த நொடி வரை பாப்பு ராஜுவுக்கு அந்த மாதிரி எந்த யோசனையும் கிடையாது. அப்போதுதான் அப்படித் தோன்றியது. எந்தச் சிறு தாமதமும் இல்லாமல், 'ஒண்ணும் இல்லை. காலைச் சாப்பாட்டுக்கு மேலே சர்க்கரைப் பாண்டி வீட்டுக்குப் போயிட்டு வரலாமாண்ணு தோணுச்சு' என்றார்.

சட்டமிட்டது போன்ற குளியலறைக் கதவுக்குப் பின்னால் இருந்து தண்ணீர் கவிழ்ந்து சிதறுகிற சத்தம் மட்டும் கேட்டது.

உயிர் எழுத்து
பிப்ரவரி – 2016

பின்னிணைப்பு

சிறுகதை எழுதுவது எப்படி?
●

(2001இல் வெளியான 'எழுதுவது எப்படி?' என்ற தொகுப்பு நூலில் வண்ணதாசன் எழுதிய கட்டுரை)

சிறுகதை எழுதுவது எப்படி?

எழுதுவது எப்படி என்பதற்கு எழுதியது எப்படி? என்ற இன்னொரு கேள்விதான் விடை.

போய்க்கொண்டே இருக்கிறவன் ஏதோ ஓர் இடத்தில் நின்று திரும்பிப் பார்ப்பது மாதிரிதான் இது. அப்படித் திரும்பிப் பார்த்தாலும் 35 வருடத் தூரம் முழுவதும் தெரிந்துவிடுமா? எல்லாம் தெரியவேண்டிய அவசியத் திற்கும், தெரிய வேண்டாத அவசியமின்மைக்கும் இடையில், மனம் தன் தடத்தில், தன் ஒற்றையடியில் நடந்து சென்று கொண்டே இருக்கிறது. உங்கள் கால் முள்ளைப் பிடுங்கி, என் கால் முள்ளையும் அகற்றி, முள் செடிகளைப் பிடுங்காமல், அப்புறம் போய்க்கொண்டே இருக்கிற யாத்திரை. முள்களுடன் வளர்வதற்கான தாவர நியாயங்கள் முள் செடிகளுக்கு இருக்கக்கூடும். வந்து அப்பிக்கொள்வ தற்கான கணுக்களுடன் இலந்தம் புதர்களே நத்தை களுக்காகக் காத்திருக்கின்றன. சூரியன் வறுத்துக் கொட்டிய மணல் திட்டுகளில் நெளிந்து நெளிந்து போய்த் தவிக்கிற கருத்த பாம்புகளுக்கு உடைமரப் பூக்களின் வாசம் எவ்வளவு பெரிய ஆசுவாசம்.

உடைமரங்களோ, முந்திரித் தோப்புகளோ, பனங் காடுகளோ, மாங்கொல்லையோ, வாழைத் தோட்டமோ, எதுவும் இன்றி வெம்பரப்பாய் விரிந்து இருக்கிற பொட்டல் வெளியோ எல்லா இடங்களிலும் தத்தித் செல்லுகிற,

அமர்ந்து கீச்சிடுகிற, பறந்து திரிகிற சிறுபறவைகள் உண்டு. இரை தேடுவது தெரியாமல் இரை தேடிக்கொண்டு, இணை சேர்வது தெரியாமல் இணை சேர்ந்துகொண்டு, சாயல்களில் அதிகம் வேற்றுமை உணர முடியாதபடி சதா பறந்து பறந்து திரிகிற, ஓரிடத்தில் நிலை கொள்ளாது தவிக்கிற, குரல்களைத் தன்னிடத்தில் கரைத்துக் கொள்கிற வாழ்வின் காற்றைச் சுவாசித்துக்கொண்டு, தலைச்சிகைக் கலைக்க அனுமதித்துக் கொண்டு, புறங்கை ரோமங்களில் படிந்திருக்கும் வியர்வை உலர அலைபவனாய் இருக்க முடிவது எவ்வளவு பெரிய சுதந்திரம்.

இன்னும் கேட்கிறது உளிச்சத்தம்.

இன்னும் இருக்கிறார்கள் கல்தச்சர்கள்.

கல் சொல்லாகிக் காலம் காலமாய்ச் செதுக்கிக்கொண்டே இருக்கிறான், சொல்தச்சன். முப்பத்தைந்து வருடங்களுக்கு முன்னால் நான் எழுதிய என் முதல் வரியை ஏற்கெனவே புதுமைப்பித்தனும் ஜெயகாந்தனும் கி. ராஜநாராயணனும் வல்லிக்கண்ணனும் என் தந்தை தி.க. சிவசங்கரனும் எனக்குச் செதுக்கி வைத்திருந்தார்கள். வாழ்வின், மொழியின் ஆதிப் பாறையைப் பிளந்து பெயர்த்து எடுத்தவர் யார்? பெயர்த்தலின் கணத்தில், அந்தப் பாறையின் இறுக்கங்களில் உறைந்து கிடந்த அநாதி வெப்பம் யார் முகத்தில் பட்டது? காற்றும் வெயிலும் தடவுவதற்கு முந்திய அந்தக் கருங்கல் பிளவின் வைர ஜொலிப்பு எப்படி மினுமினுத்தது? பித்தனைப் போல் யாராவது ஒருவன் அப்படிப் பிளந்து கிடக்கிற பாறையின் பளீரை முத்தமிட்டிருப்பான் அல்லவா? நிலம் நெகிழ்ந்து கிடக்கிற அழகை விடியல் கருக்கலில் பார்த்துப் பரவசமாகி, விதைப்பதற்கு மறந்து நார்ப்பெட்டியும் விதைநெல்லுமாய் நாற்றங்கால் பாத்தியில் சற்று நேரம் நிற்கிறவன் இருக்கக்கூடுந்தானே? கொலை செய்கிறவன் முகம், கொலையுண்டவன் முகம் விழுந்து கிடப்பதைப் பார்த்து முகம் திருப்புகிற சிறுபொழுதில் என்னென்னவெல்லாம் நினைக்கும்? முந்தின சுற்றுவரை முதலில் ஓடி வந்துகொண்டிருந்தவனைக் கடைசிச் சுற்றில் தாண்டிச் சென்று நெஞ்சினால் நாடா தொட்டுச் சிறகு பரத்திச் சரிகிற பந்தயக்காரனின் மூச்சிரைப்பில் அந்த இரண்டாம் இடத்துக்குத் தள்ளப்பட்டவன்மேல் மின்னல் பொழுதேனும் கொள்கிற அக்கறை இல்லாத போதும்?

இன்னும் யாராவது யாருக்காவது, கேட்டோ கேட்காமலோ தலைச்சுமையைத் தரையிலிருந்து எடுத்து ஏற்றிவைத்துக் கொண்டுதானே இருக்கிறோம்.

முதன் முதல் தீ சுட்டது எப்போது? முதன் முதல் பீர்க்கம்பூ மஞ்சளில் பனி உருண்டுகொண்டிருப்பதைப் பார்த்தது எந்தக் காலை? இரவு முழுவதும் மழை பெய்து, அதிகாலையில் எழுந்து உட்கார்ந்த போது கேட்ட அணில் சத்தம் இன்னும்தானே கேட்கிறது. உலக்கையில் தொட்டில் கட்டித் தூக்கிச் செல்கிற குழந்தைப் பிணங்களும், தெற்குப் புதுத்தெருவில் சிவப்புப் பட்டுக்குள் தலை அசைத்து அசைத்துச் சந்தனம் அப்பின கண்களுடன் கருப்பன் துறை புறப்பட்ட உடல்களும் உண்டாக்கிய மரண பயமும் நடு வீட்டுப் பட்டாசலில் தாத்தா கிடத்தப்பட்டிருந்தபோது உண்டான துக்கமும் விருட்சத்தின் வெவ்வேறு கிளைகளா, இலைகளா? கட்டி வைத்து அடிக்கப்பட்ட திருடனின் முகமும், தந்தி போஸ்ட்டும், பொச்சக்கயிறும், இரத்தக் கசிவும், இன்று கையும் களவுமாகப் பிடிபடுகிற திருடனை விட்டுவிடலாமோ என்று ஒரு விநாடியாவது யோசிக்கவைக்கவில்லையா? தாமிரபரணி ஆற்றுப்பாறையில், அம்பாசமுத்திரம் சுடுகாட்டுக்கும் அப்பால், தளர்ந்து சுருங்கின உடலுடன் நெளிந்து நெளிந்து போய்க்கொண்டிருந்த பாம்பு, அதற்குப் பிறகு எத்தனைக் காலம் புற்றில் உறைந்திருக்கும்? அது ஜவ்வு ஜவ்வாய் உரித்த சட்டைகளைக் கோடாரங்குளம் ராமசுப்புக் கோனார் மகன், ஆடு மேய்க்கும் போது எடுத்து நெற்றியில் கட்டியிருப்பானா? சின்னச்சங்கரன் கோயில் கோமதி அம்பாள் பெயரைச் சொல்லி கோமு என்றும் கோமதி என்றும் கோமதிநாயகம் என்றும் உன்னுடன், உன் முன், உன் பின், உன் பக்கத்தில் வந்தவர் எத்தனை பேர்? பெயர்களும் முகங்களும் எந்தப் பசையில் ஒட்டப் பட்டு ஞாபகத்தின் சுவர்களில் கிழிந்து தொங்கிக் கொண்டிருக் கின்றன. மலைகளில் ஏறும்போது ஏன் வனங்களில் திரிய நேர்கிறது? சூரியனைப் புகவிடாது ஓங்கி வளர்ந்த தருக்களின் கீழ் எத்தனை எத்தனை ஆயிரம் வருடச் சருகுகள். அடுக்கடுக்கான சருகின் தகடுகளை அப்புறப்படுத்திக்கொண்டே போனால் ஒருவேளை பாதாள கங்கை பாய்ந்துகொண்டிருக்குமோ? துல்லியமான ஆதிப் புனலில் தன் சிறு துடுப்புகளை அசைத்துக் காட்டின் பாடலுக்கு உடல் திருப்பி நீச்சலிட்டுக் கொண்டிருக்கிற கருநீலச் செழுமை யுடைய மீன்களின் சிரிப்பை வரைந்துவிட முடியக்கூடிய தூரிகை இன்று யாரிடம் இருக்கிறது? பெண்களுக்கும், தீக்களுக்கும், கால் நடைகளுக்கும், புல்வெளிகளுக்கும், நல்ல நிலங்களுக்கும் இடையே ஊடாடி ஊடாடி நாடோடியான ஆண்களின் முகம் எவ்வளவு புயல்களை, வெள்ளத்தைத் தாக்குப்பிடித்திருக்கிறது! யானைகளை மரத்தடி தூக்கவைத்ததும், யானைகளை சர்க்கஸ் முக்காலியில் உட்கார வைத்ததும், யானைகளைப் பேருந்து நிலையங்களில்

தும்பிக்கையேந்த வைத்ததும் எவ்வளவு கொடுமையானது என்று தேக்கடி யானைக்குட்டிகளுக்குத்தானே தெரியும்? நீ கேட்ட தாலாட்டு நினைவிருக்கிறதா? தொட்டில் கட்டின பழந்துணியின் மென்மையை எந்தத் தறியில் நெய்தார்கள்? வெள்ளையடிப்பின் போது காலணிகளுக்குள் இருந்த, கண் திறக்காமல் கீச்சிட்ட சுண்டெலிக் குஞ்சுச் சிவப்புக்கும் தலைப்பிள்ளையின் அழுது சிணுங்கி விரிக்கிற உள்ளங்கைச் சிவப்புக்கும் அடியில், ரத்தம் ஒரே நிறந்தானே. ஹிரோஷிமாக் குண்டுச் சிதறலுக்கு ஓடி வருகிற அம்மணச்சிறுமியின் அழுகைக்கும், பாவூர்ச் சத்திரத்தில் ஆயிரம் முகச்சுருக்கங்களுடன் மாரடித்துக்கொண்டு பஸ் ஏறின கிழவியின் ஒப்பாரிக்கும் ஒரு இழைகூட வித்தியாசமற்றுப் போனது எப்படி? மூக்குத்தி ஏன் இவ்வளவு அழகாய் இருக்கிறது? தூர்ந்துபோகாத காதுத் துளைகளுக்குள் வேப்பங்குச்சி செருகினால் புண்ணாகாது என்று எந்தக் கிராமத்துப் புண்ணியவாட்டி கண்டுபிடித்தாள்? கடல் ஏன் இவ்வளவு மர்மக் கவிதை படிக்கிறது? உடல் ஏன் இத்தனை மாயவலையை விரிக்கிறது? தெற்றுப்பல்லுக்கும், ஒற்றைப் புல்லுக்கும் அழகைக் கொட்டிக் கொடுத்தவர் யார்? புல்லாங்குழல் வாசிக்கிறவர்கள் பின்னாலேயே போய்விட முடிந்தால் எவ்வளவு நன்றாய் இருக்கும்! கதகளியாடத் தெரியாவிட்டால் என்ன, அந்த இரண்டு குத்துவிளக்குகளுக்கும் எண்ணெயும் திரியும் இடத் தெரியாமலா போகும் என் கைகளுக்கு? பறக்கத் தெரியாவிட்டால் என்ன, பறக்கிற கனவுகள் வருகின்றனவே, போதாதா?

ஒரே கனவு. கலையாத கனவு. பதினைந்து வயதில் காணத் தொடங்கி இந்த 52ஆவது வயதிலும் கண்டுகொண்டிருக்கிற கனவு. ஏழு நிறமாகவும் ஏழு ஸ்வரமாகவும் கலைடாஸ்கோப் வளையல் துண்டுகளாய்க் கண் சிமிட்டிச் சரிகிற கனவுகள். நனவுகளில் காலூன்றி எம்பிக் கனவுப்பூக்களைப் பறிக்கிற முயற்சியில்தான் கரைகிறது ஆயுள். கால் பெருவிரல் நுனியில் மண். கைப்பெரு விரல் சுட்டுவிரல் நுனியில் கனவின் காம்பு.

பதினாறு வயதில் முதல் கதை. யாருக்கும் தெரியாமல் எழுதி, யாருக்கும் தெரியாமல் அனுப்பி, யாருக்கும் தெரியாமல், பிரசுரமான பத்திரிகையையும் ஒளித்து வைத்து அடைகாத்த ஆணின் பூப்புப் புனிதம். இப்போது என் எந்தத் தொகுப்பிலும் சேர்க்கப்படவில்லை எனினும், ஏதோ ஒரு தகரப்பெட்டியில் அது இன்னும் பொக்கிஷம் போலவும், புதையல் போலவும் பாதுகாக்கப்பட்டே வருகிறது. நடைவண்டிகள் எல்லாம் பரணில்தானே இருக்கும். மரக்குதிரையில் ஆட அடுத்த தலைமுறைக்குழந்தை வரும் என்றுதானே, ஆளற்ற சுவரோரத்தில் அதற்கு லாயம் கட்டி வைத்திருக்கிறோம்.

வண்ணதாசன் ✤ 153

‘கல்யாணி அச்சகம். கம்பாஸிடர் கணபதி தீவிரமாய் அச்சுக் கோப்பதில் முனைந்திருந்தார்’ என்று அந்தக் கதை தொடங்கியது போல, அதற்கப்புறம் தொடங்கிய எந்தக் கதையும் பளிச்சென்று கதவு திறந்திருக்குமா தெரியவில்லை.

கல்யாணி என்பது என் பெயர். கணபதி என்பது, எனக்குக் கதையும் கவிதையும் ஓவியமும் கற்றும் காட்டியும் கொடுத்த என் அண்ணனுடைய பெயர். எனக்கு வேண்டியவர் பெயர்கள், விருப்பமானவர்கள் பெயர்கள், உறவினர் பெயர்கள், ஊரார் பெயர்கள் என்று ஒவ்வொன்றாய் ஒவ்வொரு கதையிலும் ஒவ்வொரு கதா பாத்திரத்திற்கும் இட்டுக்கொள்ள முடிவது எவ்வளவு நெருக்கமான உணர்வை அளித்திருக்கிறது.

ஒரு கதைக்கு ஊரும் தெருவும் பெயரும் எவ்வளவு முக்கியம் என்பதும், அது அந்த அந்த எழுத்துக்கு அளிக்கிற ஜீவன் எவ்வளவு அலாதியானது என்பதும் எழுதுகிறவனாக மட்டுமல்ல வாசிக்கிற வனாகவும் என்னால் உணரமுடிகிறது. கடவுளைக்கூட என்னால் மறந்துவிட முடியும், கந்தசாமிப்பிள்ளையை மறக்க முடியாது. ஜடாயுவை மறந்துவிட முடியும், தாத்தைய நாயக்கரை மறந்துவிட முடியாது. ஓங்கூர்ச் சாமியாரை மறந்துவிட முடியும். அம்மாசிக் கிழவனை மறந்துவிட முடியாது. கடல்புரத்தைக்கூட மறந்துவிடலாம். பிலோமியை மறக்க முடியாது. துக்காம்பாளையத் தெரு இன்று புழுதிக்காடாகிவிட்டிருக்கலாம். ஆனால் யமுனா, புவனா, செங்கம்மா? எட்டாவது நாளை மறக்கலாம், சாளைப் பட்டாணியை?

என் வாழ்வில், என் தெருவில், என் சாலையில் குறுக்கு மறுக்கிடுகிற மனிதர்களும் மனுஷிகளும், பறவைகளும் பூனைக் குட்டிகளும், என் தோட்டத்து மண்புழுக்களும் காளான்களுமே என் கதைகளின் வரிகளுக்கிடையேயும் நடமாடுகிறார்கள். பறக்கிறார்கள். செல்லமாய் மியாவுகிறார்கள், நெளிகிறார்கள், குடை பிடிக்கிறார்கள். 99 சதவிகிதங்கூட அல்ல, நூறு சதவிகிதம் வேரோடும் வேரடி மண்ணோடும் பெயர்த்து நடப்பட்டவர்களே அவர்கள்.

எழுதுகிறவர்கள் அவர்களைப்பற்றி அவர்களின் பாஷையிலே எழுதுவதுதான் இயல்பானது. திருநெல்வேலி மனிதர்கள் சென்னைப் பேச்சுப் பேசுவதில் கூட அல்ல, என் சுடலைமாடன் கோவில் தெரு ஆள்கள் எங்கள் ஊர்த் தெப்பக்குளத் தெருக்காரர்கள் போலப் பேசுவதில்கூட எனக்குச் சம்மதமில்லை. சோளப்பொரிகள் வேறு, மக்காச்சோளப் பொரிகள் வேறு என்பது மிக எளிய உண்மை.

ஐந்து விரல்களும் ஒன்றாய் இருப்பதில்லை. ஆனால், ஐந்து விரல்களும் ஒரே கையில்தான் இருக்கின்றன! ஆர்.கே. லக்ஷ்மண் வரைகிற காக்கையும், கோபுலு வரைகிற காக்கையும் காக்கைகள் தாம். ஆனால், வேறு வேறு காக்கைகள். எஸ். பாலசந்தர் வீணையும் ஈ காயத்திரி வீணையும் வாசிக்கும்போதுதான் வேறு வேறு வடிவம் எடுக்கின்றன. கீழே சிந்தின பொரிகடலையைக்கூட நீங்கள் அள்ளுவது ஒரு விதம், நான் அள்ளுவது ஒரு விதம். தண்ணீர்த் தொட்டிகள் நிரம்பி விழும்போது, ஒவ்வொரு வீட்டின் உயரத்திற்கு ஏற்ப ஒவ்வொரு சிதறல். எல்லாப் பாத்திகளிலும் உள்ள அரைக் கீரையின் ருசி ஒன்றில்லை. கடித்துத் தின்கிற வெள்ளரிப் பிஞ்சுக் குளிர்ச்சி நறுக்கித் தின்கிற வெள்ளரிப் பிஞ்சில் உண்டா?

தாயக்கட்டை உருள்வதுபோல, சோழிகள் மல்லாந்து கவிழ்வது போல, வாழ்க்கையும் மனிதர்களும் யாராலோ விசிறப்பட்டது போல், எழுதுகிறவன் கண்முன்னே சதா விழுந்தும் எழுந்தும் சென்று கொண்டிருக்கிறது; சென்று கொண்டிருக்கிறார்கள். முற்றிலும் கம்பீரமான ஒரு மனிதனை, முற்றிலும் கருணைமயமான ஒரு மனுஷியை அடையாளம் கண்டுகொள்வது எழுதுகிறவன் கையில் இருக்கிறது.

மாயக் கம்பளங்களும் மந்திரவாதிகளும், ராஜகுமாரிகளும், ராட்சதர்களும், சூனியக் கிழவிகளும் நிரம்பிய கற்பனா லோகங்கள் எவ்வளவோ இருந்தன என்னுடைய சிறுவயதிலும். அவற்றைச் சொல்வதற்கு எப்போதும் தயாராய் வேலம்மக்காக்களும், தெய்வு ஆச்சிகளும், லீலாச் சின்னம்மைகளும் நிறையவே இருந்தார்கள். நானுங்கூட ஓடிஓடி அவற்றை கேட்டுக் கொண்டுதான் இருந்தேன்.

ஆனால், எழுதவரும்போது அவர்களை முற்றிலும் மறந்து போனது நிஜம். என் கதை, விதையைப்போல மண்ணிலேயே முளைத்தது. என் கதாபாத்திரங்கள் எல்லோருடைய கால்களும், அவரவர் ஊரின், அவரவர் தெருவின் புழுதிகளுடனேயே இருந்தன. சொல்லப்போனால், அவர்களைக் கால்களைக் கழுவிவிட்டுக்கூட என் கதைகளுக்குள் வரச்சொல்ல மனமில்லை. விளையாடி விட்டுப் பசியோடு வருகிற பிள்ளைகளை யாராவது குளித்துவிட்டு வந்தால் தான் சாப்பாடு என்று நிர்ப்பந்திப்பார்களா? அவரவர் போக்கில், அவரவர் கதியில், அவரவர் மேல்துண்டுடன், அவரவர் ரப்பர் வளையல்களுடன் அவர்கள் நடமாட நடமாடத்தான் எழுத்து நம் உறவுக்குரியதாகி, நம்மை நம்முடைய செல்லப்பெயர் சொல்லி அழைத்துப் பேசும். மருதமரப் பொந்துகளுக்குள் இருந்த கிளிக் குஞ்சு சன்னம் சன்னமாய்ப் பயம் குறைந்து, நாம் பார்க்கப் பறக்கத் தொடங்குவது அப்போதுதான்.

நிஜம், நிஜம் தவிர வேறில்லை! என்கிற நீதிமன்றப் பிரமாணங்கள் போல, ஆரம்பிக்கிற இடமோ முடிகிற இடமோ நிஜத்தின் நீர்மையுடன் அல்லது ஜுவாலையுடன் இருக்கவேண்டும். இந்த வாழ்விலிருந்தும் மனிதர்களிடமிருந்தும் உண்மையின் ஒளியைப் பிரித்து எடுத்துவிட முடியுமெனில், எல்லாமும் எல்லோரும், கரும்புச் சாறு பிழிகிறவன் பக்கத்தில் கோடைகாலச் சாயுங்காலத்தில் குவிந்து கிடக்கிற சக்கைகள் போலத்தான் இருக்கும். சிலசில ஈக்கள் மட்டுமானால் மொய்க்கக் கூடும். நெருப்பில் கொசு மொய்க்குமா? எழுத்து எப்போதும் ஆதி பஞ்சபூதங்களின் அற்புதக் கலவை. வானும் மண்ணும் நீரும் நெருப்பும் காற்றும் வெவ்வேறு கலவைகளாகி விளையாடும்; விளையாட வைக்கும். நீரின்றி அமையாது உலகம். நீரின்றி அமையாது வாழ்வு. நீரின்றி அமையாது எழுத்து.

என் எழுத்தில் உணர்ச்சிகளுக்குத்தான் இடமுண்டு; புத்திசாலித்தனங்களுக்கு இடமே இல்லை. உணர்வுகள் நெகிழ்ந்து நெக்குருக்குவனவாகவும் அசட்டுத்தனமாகவும், கள்ளம் கபடமற்ற சிறுபிள்ளைத்தனமாகவும் இருப்பது இயல்புதான். உணர்வுகள் பகடை உருட்டா. தொழுத கையுள்ளும் படை ஒடுங்காது. தரையில் விழுகிற மழைத் தாரை மாதிரி கொப்புளம் வெடிக்கும். ஆனால், உடனடியாய் உடைந்து தண்ணீரோடு தண்ணீராகித் தரை நனைக்கும். எழுத்தும் தரை நனைக்கத்தான்.

நடை என்பது, நடக்க நடக்க வருவது. 'இவன் நடந்து வருகிறதைப் பாரேன். செத்துப்போன பெரிய ஆயான் நடைமாதிரி இருக்குல்லா' என்று என் நடையை என் தாத்தாவின் நடையாக அடையாளம் காண்கிறவர்கள் சொல்வதை என் தாய் சந்தோஷமாய் ஒப்புக்கொள்வாள். 'தன் நடை பொய்க்கலாமா?' என்று இன்றைய கவிஞன் கேட்கிறான்.

நம்மை எழுதத் தூண்டிய எழுத்தாளனின் நடை முதலில் இருக்கத்தான் செய்யும். எப்போது பூ மலர்ந்தது என்பதை அறியாதது போல, எழுத எழுத, எழுதுகிறவனுக்கு என்று ஒரு நடை வரும். முகத்தைப் பொத்திக்கொண்டு கால்களைப் பார்த்து அல்ல, வெறும் கால்சுவடுகளைப் பார்த்தே இது இன்னார் நடை என்று சொல்லிவிட முடியும். லா.ச.ரா குடையை ஊன்றி நடந்து போனால் கூட, குடைநுனி பதிந்த பள்ளத்தில் அவருடைய சிந்தா நதியின் களகள–சலசல கேட்கும்!

என்னைப் பொறுத்தவரை எழுதுகிறவனுக்கு நடை ஒரு தடை என்றுதான் படுகிறது. என்னுடைய நடையைத் தாண்டி அப்புறம் செல்ல முடியாதபடி என்னை நானே தடுப்பதுபோல ஒரு

கட்டடத்தில் உணர்ந்தது உண்மை. வாசல் கோலத்தைப் பார்த்து விட்டு வீட்டுக்குள் வராமலே போய்விட்டால் எப்படி? நடை என்பது சாலார் ஜங் மியூசியம் மாதிரி, பத்மநாபபுரம் அரண்மனை மாதிரி, நிறைய நிறையத் திறந்த வாசல்களுடன் நம்மை அழைக்க வேண்டும். உள் நுழைந்தவுடன், நுழைந்தவனை, வெவ்வேறு காலங் களுக்கு, வெவ்வேறு பிரதேசங்களுக்கு, வெவ்வேறு வாள்களுக்கு, வெவ்வேறு ஓவியங்களுக்கு நெருங்கிச் செல்ல அனுமதிக்க வேண்டும். நடை அனுமதி. நடை சுதந்திரம்.

அருவத்திலிருந்து அருவம் நோக்கிப் போகிறதற்கு இடையில் தான் உருவம் எல்லாம். அன்றன்றைக்கு வாங்கின அரிசிக்கு ஏற்ப, அன்றன்றைக்குப் பொறுக்கின விறகுக்கு ஏற்ப, அன்றன்று உலை கொதிக்கிறது. வெந்திருப்பதும், வேகாமல் போவதும் குழைந்து பிசுபிசுப்பதும், விதையாய் விறைத்துக் கிடப்பதும், வடித்துக் கொட்டின பிறகுதான் வசமாகும். என்ன, கதை சொல்லப் போகிறோமோ, அந்தக் கதையே வடிவத்தைத் தீர்மானித்துக் கொள்ளும் என்பது தான் உண்மை. மூன்று முறை சிந்தினால் நான்காவது முறை பேனாவுக்கு மை அடைப்பது பிடிபட்டுவிடும். பிள்ளையார் சதுர்த்திக்குக் களிமண் பிள்ளையார் பிடிக்கிறவர்கள் எல்லாம் வேளார்கள் மட்டும்தான் என்று எப்படிச் சொல்லமுடியும்? தென்னம்பாளை போல, சங்குக்கண் போல, மிளகாய்ப்பூப் போல. குன்றிமணி போல, மயில்பீலி போல, தீப்பிடித்த கூரை போல, பாழாகிக் கிடக்கிற கிணற்றில் விழுந்து தத்தளிக்கிற நாய்க்குட்டி போல, அதனதன் பிரசன்னம் அது அதற்கு!

பிரக்ஞைபூர்வமாகச் செதுக்கிச் செதுக்கிச் செய்த உருவத்துடன் என் சிறுகதைகளில் ஒன்றுகூட இல்லை என்றே சொல்லலாம். அடர்த்தியான விவரிப்புடன் இருந்த ஆரம்பக் கதைகளின் பழுத்த இலைகள் எல்லாம் இப்போது உதிர்ந்துவிட்டன. பூ இருக்கிற இடத்தில் பூவும், காய் இருக்கிற இடத்தில் காயும், பறவைக்கூடு இருக்க வேண்டிய இடத்தில் பறவைக்கூடுமாய்க் கிளைகளும், சுவரொட்டி ஒட்டப்பட்ட அடிமரமுமாய் இப்போதைய கதைகள் இருக்கின்றன. அப்போதும் இப்போதும் இது என் வாசல் மரம்தான். என் வாசல் நிழல்தான். மரம் உருவத்தோடும் நிழல் அருவத்தோடும் அசைந் தசைந்து ஆகாயம் தொட்டுக்கொண்டிருக்கிறது.

முன் தீர்மானம் இல்லாதது போலவே நான் முதல் வரியையும் கடைசி வரியையும் எழுதுகிறேன். எனினும், முதல் வரியும் கடைசி வரியும் முக்கியமானவை என்றே மனத்தில் படுகிறது. அதுவும் இந்த முதல் வரி படுத்துகிற பாடு சொல்லி மாளாது. சரியான

பருவத்துக் கழுகினைப்போல முதல் வரியைக் கொத்துவதற்காக நான் எந்தெந்த உயரங்களில் எல்லாமோ வட்டமடித்துக் கொண்டிருப்ப துண்டு. இறக்கைகள் களைத்துப் போகும்படியான அந்த அந்தரச் சுழற்சியில், எழுத நினைத்து உட்கார்ந்த கதை மறந்து, இன்னொரு புதுக்கதை தொடங்கின நேரங்களெல்லாம் உண்டு. முதல் வரியைச் சரியாக எழுதிவிட்டால் முழுக்கதையையுமே சரியாக எழுதினது மாதிரிதான். விம்மி விம்மி உச்ச ஸ்வரங்களில் சேர்ந் தியங்கிய வாத்தியங்கள் கூர்ந்து குவிந்து ஒற்றை முற்றுப்புள்ளியில் ஓய்கிறது போலக் கதை முடிகிற கடைசி வரி, எழுத்தை இசையாக்கிப் பரவவேண்டும். நெருடாமல் உறுத்தாமல் ஒரு கடைசி வரி முடியும் போது அல்லது முடியாதபோது கதையின் வெற்றி தோல்வி எழுயவனுக்குப் புரிந்துபோகிறது.

கவிதையின் கடைசி வரியைக் கவிதைத் தலைப்பாக்குவது ஒரு மரபு. இந்த மரபு சிறுகதையிலும் செல்லுபடியாவது உண்டு. "கற்பு கற்பு என்று கதைக்கிறீர்களே, இதுதானய்யா பொன்னகரம்" என்பது அப்படி ஒரு கடைசி வரிச் சவுக்கடிதான். பொன்னகரம் – அப்படி ஒரு கடைசி வரித் தலைப்புத்தான்.

பெயர் இடுகிறது ஒரு கலைதான். அவர் சொல்லிக் கொடுத்தாரோ இல்லையோ நான் கற்றுக்கொண்டது எல்லாம் இந்த விஷயத்தில் கி. ராஜநாராயணன் அவர்களிடம் இருந்தே. கலைக்க முடியாத ஒப்பனைகள், தோட்டத்திற்கு வெளியிலும் சில பூக்கள், பறப்பதற்கு முன் புழுக்களாக, குளிப்பதற்கு முந்திய ஆறு என்று பெயர் வைத்தது எல்லாம் ஒருபுறம் இருக்க, சமவெளி, விசாலம், தற்காத்தல், பளு, பெருக்கு, வெள்ளம் என்று சுருக்கமாய் இட்ட தலைப்புக்கு எல்லாம் அந்தக் கரிசல்காட்டுக்காரர்தாம் காரணம். எழுதியதை அடித்துத் திருத்த வேண்டுமா? திரும்பவும் மறுபடி உட்கார்ந்து எழுத வேண்டுமா? மறுவாசிப்பில், இங்கும் அங்கும் வெட்டிச் சரிசெய்ய வேண்டுமா? இந்தக் கேள்விகளை என் பக்கம் அண்டவிட்டதே இல்லை. பெரும்பாலும் ஒரே தடவையில், ஒரே இருப்பில் எழுதப்பட்ட என் கதைகளைக் குறைத்துக் கொள்ளவும் திருத்திக்கொள்ளவும் தோன்றியதே இல்லை. சில பகுதிகள் மேலும் சேர்ந்திருப்பது உண்டே தவிரக் குறைந்ததில்லை ஒருபோதும். அதனால்தான் எழுதிய கதையைப் பிரதியெடுக்கக் கூடப் பிறரை அனுமதிக்க முடியாது எனக்கு. நானே எழுதி, நானே நகல் எடுத்தால்தான் எனக்குச் சரியாக இருக்கும்.

பிரசுரம் ஆன பிறகு, பத்திரிகை வெளியான தினத்திலேயே ஐந்தாறு தடவை படித்துப் பார்த்துவிடுவேன். அந்த நான்காவது

ஐந்தாவது வாசிப்பிலேயே எழுதிய கதைமேல் இருந்த ஈர்ப்பும் போய்விடும். பறந்துகொண்டே இருக்கிற பட்டுப்பூச்சிகள், இறந்து போகிற விதங்களை எதற்கு யோசிக்க வேண்டும்?

எப்போதுமே கடைசியாக எழுதின கதைதான் பிடித்த கதை. அடுத்த கதையை விதைக்க இந்தக் கதையின் மேல்தான் உழவு செய்ய வேண்டும். இனிமேல் கதை எங்கே எழுதப்போகிறோம் என்று நினைத்துக்கொண்டேதான், ஒவ்வொரு கதையையும் பார்க்கமுடியாது. இனிமேல் விளங்காய்களை முகர்ந்துகொள்ள முடியாது என்றுதான் ஒவ்வொரு முறையும் தோன்றும். ஆனால், எந்த ஆடி மாதம் நாவல் பழத்தைத் தராது போயிற்று?

வாழ்க்கை தந்துகொண்டேதான் இருக்கிறது. இந்தப் பேனாவை, இந்த வெற்றுத்தாளை, இந்த வரிகளை, இந்தக் கதைகளை வாழ்வே தருகிறது. நான் வழங்குவது போலப் புன்னகைத்து எடுத்துக் கொள்கிற புகைப்படங்கள் அனைத்தும் வாழ்வின் புகைப்படங்களே. நான் வழங்குவது போலப் புகைப் படம் பிடிக்கப்பட்டிருப்பினும் அதை வழங்கியது வாழ்வு என்பது எனக்கு மெய்யாகவே தெரியும்.

நான் தூண்டிலிடுகிறவன் இல்லை. என்னிடம் மண் புழுக்களும் இல்லை, பொரிகடலையும் இல்லை. ஆனாலும், என் கால் நனைகிற பொற்றாமரைக்குளக் கடைசிப் படிக்கட்டில் கூட்டம் கூட்டமாய் மீன்கள்.

நான் வெறும் பூப்பறிக்க வந்தவனே. நந்தவனங்களும் பூக்குலைகளும் ஏற்கனவே தயாராய் எனக்கு முன்னே இருக்கின்றன.

ஏற்கனவே தீ எரிந்துகொண்டிருந்தது. நானும் என்னைப் பற்றவைத்துக்கொண்டேன்.

நான் யார் என்று கேட்டுக்கொண்டதே இல்லை. எனவே, நான் யார் என்று பதில் சொல்லிக்கொண்டதும் இல்லை. இவர்கள் யார், அவர்கள் யார் என்பதும் எனக்குத் தெரிந்தே இருக்கிறது. அப்படித் தெரிகின்ற பக்கங்களைத் தெரிகின்ற முகங்களுடன் எழுதிப் போய்க்கொண்டே இருக்கின்றேன்.

என்னுடைய அனுபவங்களையும், உங்களுடைய அனுபவங் களையும் நம்முடைய அனுபவங்கள் ஆக்குகிறேன். இருகட்சிக்கும் அஃதைப் பொதுவில் வைக்கிறேன். பிரபந்தங்களும் மாகாவியங்களும் முன்னால் இருக்கையில், பல் பொடி மடக்கின காகிதத்தில் அச்சானதைப் படித்துக்கொண்டிருக்கிறேன். பொய்யின் ராட்சச

வெளிச்சங்களில் என் இரவுத் தெருக்கள் ஒளிமயமாக்கப்படுகிற போதும், மனம் என்பது உயிரின் வெதுவெதுப்புடன் தன் வெளிச்சத்துடன் ஒரு மின்மின்ப்பூச்சி போல எங்கோ பறந்து கொண்டிருக்கவே விரும்புகிறது. இயல்பான வெளிச்சம் எவ்வளவு அழகோ அவ்வளவு அழகு, இயல்பான இருட்டும். அதனால்தான் மின்சாரம் போய்விடுகிற நேரங்களில் நான் பரபரப்புடன் மெழுகு வத்திகளைத் தேடி ஏற்றிக்கொள்வதில்லை. சூரிய உதயத்திலும் அஸ்தமனத்திலும் ஒரே விதக் குதூகலத்துடன்தான் இருக்கிறேன்.

பிராணாயாமம் செய்வது எப்படி என்று கேட்டும் கற்றும் தெரிந்துகொள்ளலாம். சுவாசிப்பது எப்படி என்று யாரும் கேட்டுக் கொள்ள அவசியமில்லை. உள்ளிழுக்கவும் சுத்திகரிக்கவும் வெளி யேற்றவுமாகவே நுரையீரல்கள் படைக்கப்பட்டிருக்கின்றன. எழுத்தும் எழுதுபவனும் இதையேதான் செய்கிறது, செய்கிறான், செய்யவும் வேண்டும்.

நான் யாருக்கும் ஆசிரியன் அல்ல. ஆனால், அதே சமயம் எல்லோருக்கும் மாணாக்கன். என் கதைகள் பாடங்கள் அல்ல. ஆனால், எல்லாம் என்னால் படிக்கப்பட்டவையே. ஒரு மனிதனின் வாழ்வில் பல மனிதர்களின் அனுபவங்களை, வாழ்கிற சாத்தியங்களை எழுத்தும் வாசிப்புமே தர வல்லனவாய் இருக்கின்றன.

இன்று நீர்த்துப்போயிருக்கிற வாழ்வு அதன் எல்லா அடர்த்திகளுடன் பதிவு செய்யப்பட்டிருக்கிற ஆவணங்களாகப் புத்தகங்களே இருக்கமுடியும். இன்னொரு பிறவி எடுப்பது நிச்சய மின்மையுடையது. ஆனால், இன்னொரு புத்தகம் இன்னொரு ஜன்மம் தரும். ஆயிரம் ஜன்மங்களின் அற்புதக் கிரணங்களுடன், எழுதுகிறவன் மேலும் எழுதிச் சென்றுகொண்டே இருக்கலாம்.

குவிந்து ஒன்றன்மேல் ஒன்று சார்ந்திருக்கிற என் விரல்களையும், விரல்களுக்கிடையே நகர்கிற இந்தப் பேனாவையும் இந்த நிமிடம் மிகவும் நேசிக்கிறேன். இவை என் விரல்கள் அல்ல, யார் யாரின் விரல்களோ! இது என்னுடைய பேனா அல்ல, யார் யாருடையதுவோ! எழுத்து மட்டும் என்னுடையதா என்ன? அதுவும் எல்லோருடையது தான்.